நகரப் பாடகன்

நகரப் பாடகன்

குமாரநந்தன் (பி. 1973)

இயற்பெயர் பாலமுருகன். சேலம் அருகே மல்லூரில் வசிக்கிறார். சேலத்திலிருந்து வெளிவரும் நாளிதழ் ஒன்றில் உதவி ஆசிரியராகப் பணிபுரிகிறார். ஏற்கெனவே 'பதிமூன்று மீன்கள்', 'பூமியெங்கும் பூரணியின் நிழல்' ஆகிய சிறுகதைத் தொகுப்புகள், 'பகற்கனவுகளின் நடனம்' என்ற கவிதைத் தொகுப்பு ஆகியவை வெளிவந்துள்ளன. சிறுவர் கதைகள் என்ற முகநூல் பக்கத்தைத் தொடங்கி அவ்வப்போது சிறார்களுக்கான கதைகளைப் பதிவேற்றி வருகிறார்.

மின்னஞ்சல் : kumaarananthan@gmail.com

கைபேசி : 7598176195

குமாரநந்தன்

நகரப் பாடகன்

காலச்சுவடு பதிப்பகம்

அன்பார்ந்த வாசகருக்கு,

வணக்கம்.

காலச்சுவடு நூலை வாங்கியமைக்கு நன்றி.

நூலின் உள்ளடக்கம், உருவாக்கம், அட்டைப்படம் இன்ன பிற அம்சங்கள் பற்றிய உங்கள் கருத்துகளையும் ஆலோசனைகளையும் காலச்சுவடு வரவேற்கிறது. தகவல், எழுத்து, வாக்கியப் பிழைகள் தென்பட்டால் கட்டாயம் தெரிவித்து உதவுங்கள். நூல் தயாரிப்பில் கடும் குறைபாடு இருப்பின் மாற்றுப் பிரதி உங்களுக்குக் கிடைக்கக் காலச்சுவடு ஏற்பாடு செய்யும்.

மின்னஞ்சல்: publisher@kalachuvadu.com

காலச்சுவடு நாகர்கோவில் தலைமையகத்துக்கும் கடிதம் அனுப்பலாம்.

தங்கள்
எஸ்.ஆர். சுந்தரம் (கண்ணன்)
பதிப்பாளர் — நிர்வாக இயக்குநர்

நகரப் பாடகன் ❖ சிறுகதைகள் ❖ ஆசிரியர்: குமாரநந்தன் ❖ © பாலமுருகன் ❖ முதல் பதிப்பு: ஆகஸ்ட் 2018 ❖ வெளியீடு: காலச்சுவடு பப்ளிகேஷன்ஸ் (பி) லிட்., 669, கே.பி. சாலை, நாகர்கோவில் 629001

காலச்சுவடு பதிப்பக வெளியீடு: 835

nakarap paaTakan ❖ Short Stories ❖ Author: Kumarananthan ❖ © Balamurugan ❖ Language: Tamil ❖ First Edition: August 2018 ❖ Size: Demy 1 x 8 ❖ Paper: 16 kg maplitho ❖ Pages: 176

Published by Kalachuvadu Publications Pvt. Ltd., 669 K.P. Road, Nagercoil 629001, India ❖ Phone: 91-4652-278525 ❖ e-mail: publications@kalachuvadu.com ❖ Printed at Bhavish Print Solutions Pvt. Ltd., Old No.38, New No.6, McNichols Road, Chetput, Chennai 600031

ISBN: 978-93-86820-55-6

08/2018/S.No. 835, kcp 2119, 16 (1) MLL

பொருளடக்கம்

முன்னுரை	9
கனவுகளும் அதன் பலன்களும்	11
தீவினை	21
தீர்ப்பு நாள்	34
இறந்த காலத்தின் வெய்யில்	44
அர்த்தமற்ற மூன்று சம்பவங்கள்	53
துவரைச் செடி	64
தீராத திருநாள்	69
நோய்	83
மற்றொரு வனத்தில்	93
சூன்ய நதி	102
நகரப் பாடகன்	114
காபி ஹவுஸ் கதைகள்	127
பைத்தியக்காரனின் வீடு	134
நிழல் படர்ந்த வீடு	147
மறைந்து போன நாளைத் தேடி	156
சக்தி அழைப்பு	165

முன்னுரை

இன்னும் ஒரு சிறுகதைத் தொகுப்புடன் உங்களைச் சந்திப்பதை மகிழ்ச்சி என்ற எளிய வார்த்தைக்குள்ளாக முடித்துக்கொள்ள முடியாது. அதற்கொரு வார்த்தை கிடைக்காவிட்டால் என்ன? அதை நீங்கள் புரிந்துகொள்கிறீர்கள் இல்லையா?

இந்தச் சிறுகதைகளைப் பற்றி நான் என்ன சொல்வது? அழகூட்டப்பட்ட அல்லது இரத்தம் கசியும் வார்த்தைகள்மீது எனக்கு நம்பிக்கையில்லை. இவை பலவிதமான மனநிலைகளைப் பேசுகின்றன என்றுதான் நான் நினைக்கிறேன். மற்றபடி இக்கதைகளில் உலவுபவர்கள் சட்டென்று புத்தகத்தின் பக்கத்திலிருந்து இறங்கித் தெருவுக்குள் ஓடிவிடலாம்; அல்லது உங்கள் தெருவுக்குள் நடமாடிக்கொண்டிருக்கும் ஒருவர் விடுவிடுவென வந்து கதைக்குள் நுழைந்துவிடலாம். அவ்வளவுதான்.

கதை சொல்வது என்பது ஒரு சிறைக்கூடத்தில் கொஞ்சம் நண்பர்களைச் சேர்த்துக்கொண்டு திட்டமிட்டு அதிலிருந்து தப்பிக்கும் முயற்சிதான். உடனே இந்த வாழ்க்கையைச் சிறை என்னும் நடுத்தர வர்க்க மனிதனின் தேய்ந்த மனநிலை என நினைக்க வேண்டாம். இவ்வாழ்க்கை சிறையன்று. இந்த அரசியலும் இந்த ஆன்மீகமும் எல்லா மோசமான விஷயங்களையும் இரகசியமாகக் கற்றுத் தந்துவிட்டு, வெளிப்பார்வைக்கு மிகவும் நாகரிகமாகத் தோற்றமளிக்க முயற்சி செய்யும் இந்தச் சமூகத்தின் போலித்தனம் இன்னும்

என்னென்னவோ? இவற்றிலிருந்தெல்லாம் தப்பிச் செல்லும் கனவுதான் சிறுகதைகள் என்னைப் பொறுத்தவரை.

இதில் தொகுக்கப்பட்டிருக்கும் கதைகள் அனைத்தும் *அடவி, நற்றிணை, மலைகள்.காம், யாவரும்.காம், காலச்சுவடு, புது எழுத்து, கலை இலக்கிய மேடை, கணையாழி, வார்த்தை* ஆகிய இதழ்கள் – இணைய இதழ்களில் வெளியானவை. வெளியிட்ட அனைத்து இதழ்களுக்கும் இந்தச் சமயத்தில் நன்றி கூறிக்கொள்கிறேன்.

பல்வேறு பணிகளுக்கிடையே கதைகளைப் பற்றி அழகான கருத்துரை வழங்கிய சுகுமாரன், அட்டை வடிவமைத்துத் தந்த ஜெபா, க.மோகனரங்கன், புதுஎழுத்து மனோன்மணி, அடவி முரளி, உன்னதம் கௌதம சித்தார்த்தன், மலைகள்.காம் சிபிச்செல்வன், தக்கை வே. பாபு, அ. கார்த்திகேயன், கலை இலக்கிய மேடை விசாகன் ஆகியோருக்கு என் அன்பு.

தொகுப்பை வெளியிடும் கண்ணன் அவர்களுக்கு அன்பும் நன்றியும்.

நூல் உருவாக்கத்தில் பங்காற்றிய கலாவுக்கும் வள்ளியூர் வி. பெருமாளுக்கும் பதிப்பகப் பணியாளர்கள் அனைவருக்கும் என் மனமார்ந்த நன்றி.

இதழ்களில் வெளியான இரு கதைகளின் தலைப்பை இந்தத் தொகுப்பில் மாற்றியிருக்கிறேன்.

மலைகள்.காமில் ‘இறந்த காலத்தின் தகிக்கும் வெய்யில்’ என்ற தலைப்பில் வெளியான சிறுகதை ‘இறந்த காலத்தின் வெய்யில்’ என மாறியிருக்கிறது.

யாவரும்.காமில் ‘இப்படித்தான் நான் கொலைகாரன் ஆனேன்’ என்ற தலைப்பில் வெளியான கதை இதில் ‘தீர்ப்பு நாள்’ என மாற்றப்பட்டுள்ளது.

மல்லூர் **குமாரநந்தன்**
21.07.2018

கனவுகளும் அதன் பலன்களும்

மேற்கிலிருந்து தெற்காக வளைந்து செல்லும் மேம்பாலத்திற்கு அப்பால் வெகு தூரத்தில் ஒரு ஒற்றை மேகம் நின்றுகொண்டிருந்தது. அதிலிருந்து பென்சில் ஓவியம் போலச் சாம்பல் நிற மெல்லிய தீற்றல் கீழே வரை தீட்டப்பட்டதைப் போல இருந்தது. முதலில் அவள் அதைப் புரிந்துகொள்ள வில்லை. பிறகுதான் அங்கே மழை பெய்வதைப் புரிந்துகொண்டாள். பாலத்தின் மீது கையைக் கட்டிச் சாய்ந்து நின்றுகொண்டு அந்தக் காட்சியைப் புன்னகையோடு பார்த்துக்கொண்டிருந்தாள். மேம்பாலத்தில் அவளைக் கடந்துபோன பலர் அவள் எதைப் பார்க்கிறாள் என்று புரியாமல் அவளைத் திரும்பித் திரும்பிப் பார்த்துக்கொண்டு சென்றனர்.

அப்போதுதான் அந்த வாசம் கிளம்பியது. பழுத்த தாழம்பூவின் வாசம் மிகத் தெளிவாக அவள் நாசியின் கீழ் சுழன்று நின்றது. அவளுக்குப் பதற்றமாய் இருந்தது. அந்த இடத்தை விட்டுப் போய்விட்டால் வாடை போய்விடும் என்று நினைத்தவளாய் ஸ்கூட்டியை ஸ்டார்ட் செய்தாள். அங்கிருந்து வெகுதொலைவு சென்றபின்னும் அந்த வாசம் அவள் மூக்கைத் துளைத்தது. ஒருவேளை

தன்மேல்தான் வீசுகிறதா என்று கையை முகர்ந்து பார்த்தாள். அது அவள் மேல் வீசுவது மாதிரியும் தெரியவில்லை. எங்கோ வெளியில் இருந்து வருவது போலத்தான் இருக்கிறது.

இப்படி நடப்பது இது நான்காவது முறையா ஐந்தாவது முறையா என்று யோசித்தாள். இந்த நிகழ்வுக்கு ஒரு தொடர்ச்சி இருக்கிறது. சரிசெய்ய முடியாத இடத்துக்கு வந்த பின்தான் தாழம்பூ வாசம் வருகிறது. பூ வாசம் வந்த பின்னால் அது நடந்தே தீருகிறது. இன்றும் அது நடக்கும். அது மிக ஆபாசமானது அருவருப்பானது. என்றாலும் அது அவளுக்கு நடந்து கொண்டேதான் இருக்கிறது.

காலையில் இருந்து இப்போது வரை தன்னுடைய கண்ணில் பட்ட ஆண்களை எல்லாம் திரும்ப நினைவுபடுத்திப் பார்க்க முயற்சித்தாள். பெரும்பாலான முகங்கள் நினைவுக்கு வரவில்லை. ஏதோ ஒரு மங்கிய நினைவாக உற்றுப் பார்த்தால் தெளிவாகத் தெரிந்துவிடும் என்பதைப் போலப் பல ஆண்களின் நடமாட்டத்தைக் கவனித்தாள்.

தண்ணீர் பாட்டில் வாங்கும்போது கடை அருகே நின்ற அவனுடைய உருவம்தான் தெளிவாகத் தெரிந்தது. கட்டுடல், நல்ல உயரம், பரந்த மார்பு, நல்ல முகம், பார்வைகளைத் தன் பக்கம் கட்டி இழுக்கிற மாதிரியான வசீகரம். இந்தத் தாழம்பூ வாடை அவனால்தான் வந்திருக்கும் என்று யூகித்தாள்.

யாராவது அழகான ஆண்களைப் பார்க்க நேரிடும்போது அவள் வெடுக்கெனப் பார்வையைத் திருப்பிக் கொள்கிறாள். ஆனால் அவர்களின் உருவம் ஒரு அம்பு போலப் பாய்ந்து அவள் மனத்துக்குள் தைத்துக்கொள்கிறது. அவள் என்ன செய்ய முடியும்? அவள் உடனடியாக வேறு சிந்தனைகளைக் கிளர்த்தி அதில் மூழ்கி அவனை மறந்து போய்விட்டாலும் பிறகு மெல்ல வருகிறது இந்தத் தாழம்பூ வாசனை.

தாழம்பூ வாசம் அவளுக்கு ரொம்பப் பிடிக்கும். சின்ன வயதில் முசிறியில் ஆற்றங்கரையோரம் குடியிருந்தார்கள். வீட்டுக்குப் பக்கத்தில் அடர்ந்து கிடந்த புளியம்புல், எலுமிச்சைப்புல், நாணல்தட்டுகள், தாழம் புதர்களையெல்லாம் அவள் எப்போதும் மறக்கவே முடியாது. சின்ன வயதைப் பற்றிய நினைவு வரும் போதெல்லாம் சில்லென்று காவிரியின் குளுமை, நாணல் தட்டைகளின் செழுமை அவளைச் சொக்க வைத்துவிடும். தாழம்பூக்களைத் தேடிக்கொண்டு அவள் போகும் போதெல்லாம் அம்மா கத்துவாள். 'இந்தாடீ, அங்க எதுக்குப் போற. ஒரு

தடவ சொன்னா தெரியாதா. தாழம்பூ வாசத்துக்கு பாம்புங்க வரும், பூவுக்குள்ள பூநாகம் இருக்கும்' என்பாள். அந்த வாசம் தனக்குப் பிடிப்பதில்லை என்றும் கொஞ்ச நேரம் அந்த வாசம் அடித்தால் தனக்குத் தலைவலி பிடித்துக்கொள்கிறது என்றும் சொல்வாள்.

ஸ்கூட்டியை உள்ளே நிறுத்தி ஸ்டேண்ட் போட்டுவிட்டு கேட்டைச் சாத்தினாள். கதவைத் திறந்து ஃபேனைப் போட்டாள். சேரில் உட்கார்ந்துகொண்டு டிவியை ஆன் செய்தாள். மியூசிக் சேனலில் அவளுக்குப் பிடித்த பாடல்கள் வரிசையாக வந்து கொண்டிருந்தன. கண் இமைக்காமல் பார்த்துக்கொண்டே இருந்தாள். திடுக்கிட்டு எழுந்தாள். வெகுநேரம் வரை தான் அப்படியே உட்கார்ந்திருந்துவிட்டதைக் கண்டு அவளுக்கு என்னவோபோல் இருந்தது. குளியலறைக்குப் போய் முகத்தைக் கழுவிக் கொண்டு, துண்டால் ஒற்றியபடியே கண்ணாடிக்கு முன் நின்றாள். நல்ல அழகான பெண்தான் என்று நினைத்துக் கொண்டாள்.

அம்மா டூர் போயிருக்கிறாள். இப்போதுதான் அவளை பஸ் வைத்துவிட்டு வருகிறாள். அம்மா இல்லாமல் தனியாய் இருப்பது என்னவோபோல் இருந்தது. பிரிட்ஜிலிருந்த மாவை வெளியே எடுத்து வைத்தாள். தனக்கு மட்டும் சமைப்பதற்குச் சலிப்பாய் இருந்தது. பிரிட்ஜைத் திறந்து ஆராய்ந்தாள். ரொட்டித் துண்டுகள், பழங்கள், மிக்சர் எல்லாம் இருந்தன. எதையும் சாப்பிடப் பிடிக்கவில்லை. காலையில் டிபனுக்கு வைத்த குழம்பு இருந்தது. எடுத்து அடுப்படியில் வைத்தாள். பிரிட்ஜை மூடி வைத்துவிட்டுத் தோசைக் கல்லை அடுப்பில் வைத்தாள். திரும்பவும் டிவியைப் போட்டுவிட்டுப் பாடல்களைக் கேட்டுக்கொண்டே தோசை ஊற்றினாள். பாடலோடு சேர்ந்து மெல்லிய குரலில் அவளும் பாடினாள். அவள் குரல் ஒரு தேர்ந்த பாடகியின் குரல்போல இனிமையாக இருந்தது. வண்ணமயமான மகிழ்ச்சி நிறைந்த பாடல்களைப் பார்த்துக்கொண்டே மெல்லிய புன்னகையோடு தோசையைச் சாப்பிட்டு முடித்தாள்.

டிவியை நிறுத்தினாள். படுக்கையறைக்குள் போய் படுக்கையை உதறி விரித்தாள். தூங்கத்தான் வேண்டுமா என்று கேட்டுக்கொண்டாள். தூங்கியே ஆகவேண்டும். தூக்கத்தைக் கெடுத்துக்கொள்ள முடியாது. அவள் வேலைக்குப் போகும் பைனான்ஸ் கம்பெனியில் நாளை ஐந்தாம் தேதி சீட். நாளை முழுவதும் பத்து சீட்டு நடக்கும். வாடிக்கையாளர்கள் வரிசையாக வந்து பணத்தைக் கொடுத்துக்கொண்டே இருப்பார்கள். சரியாக

வரவு வைக்க வேண்டும். சீட்டு எடுத்தவர்களுக்குப் பணத்தைச் சரியாக எண்ணிக் கொடுக்க வேண்டும். மற்றவர்களுக்குக் கசிர் தொகையைப் பிரித்துக்கொடுக்க வேண்டும். தூங்காமல் முடியாது.

விளக்கை அணைத்துவிட்டு அடர்ந்த நீல நிற விடிவிளக்கைப் போட்டாள். தண்ணீர் பாட்டில் வாங்கும்போது அந்த கடையில் பார்த்த இளைஞனின் உருவம் அவளுக்குள் விரிந்தது. அவளைப் பார்த்துப் புன்னகைத்தது. அவளுக்கு அச்சமாய் இருந்தது. நடுக்கமாய் இருந்தது. கசகசவென வியர்க்க ஆரம்பித்தது. ஒரேயடியாய் பயந்து போய்விடக்கூடாது எனப் பயந்தாள். எப்படிச் சமாளிப்பது என்று ஒன்றும் புரியவில்லை. அவனைக் கொன்றுவிடவேண்டும் போல இருந்தது. அவன் ஏதோ ஒரு வாகனத்தில் அடிபட்டுச் செத்துக் கிடப்பதைப் போலக் கற்பனை செய்தாள். அப்படிக் கற்பனை செய்ததன் தாள முடியாத குற்ற உணர்ச்சி அவளை அழுத்த ஆரம்பித்தது. மூச்சுத் திணறுவது போல இருந்தது. பலவிதமான உணர்வுகளின் அடுத்தடுத்த வலிமையான வீச்சுக்களைத் தாங்க முடியாதவளாய் உடனடியாக அவள் ஆழ்ந்து தூங்கிப் போனாள்.

அவள் உடல் முழுவதும் படர்ந்திருந்த தூக்கத்தை யாரோ பிடுங்கி வீசிவிட்டதைப் போலத் திடுக்கென எழுந்து கொண்டாள். இரவு இரண்டு அசையாத கண்களைக் கொண்டு அவளை வெறித்துப் பார்ப்பதைப் போல இருந்தது. தன் உடலில் ஆடைகள் இல்லையோ என்ற பதற்றத்தில் சரேலெனப் போர்வையை எடுத்து மேலே போட்டுக் கொண்டாள்.

எந்தக் கனவைக் காணக் கூடாது என்று அவள் நடுங்கினாளோ அந்தக் கனவை அவள் கண்டிருந்தாள். அந்தத் தண்ணீர் பாட்டில் இளைஞனும் அவளும் படுக்கையில் நிர்வாணமாய் இருந்தனர். அவனுடைய தொடுகையும் இறுக்கமும் வெப்பமும் ஆனந்தமாய் இருந்தது. உதடுகள் வலித்தாலும் வெறிபிடித்தவர்கள் மாதிரி முத்தமிட்டுக் கொண்டே இருந்தார்கள். ஆவேசமாய்ப் புணர்ந்தார்கள். சீராக உச்சக்கட்டத்தை நோக்கி முன்னேறினாள். கனவு கலைந்து.

என்ன ஒரு கேவலமான கனவு. தனக்கு மட்டும் ஏன் இப்படிப்பட்ட கனவுகள் வருகின்றன. இதை எங்கேயாவது சொன்னால் மறைந்திருக்கும் ஆசைகள் தான் கனவுகளாக வருகின்றன என்று எவ்வளவு எளிதாகச் சொல்லிவிடுவார்கள். நான் இப்படி எல்லாம் ஆசைப்படுகிறேனா என்ன?

நினைக்கும்போதே குமட்டல் வருவதைப் போல் இருந்தது. அதற்கு மேல் தூக்கம் வரவில்லை. ஒரே பயமாய் இருந்தது. பேசாமல் செத்துவிடலாமா? என்றுகூடத் தோன்றியது.

தொடரும் இத்தகைய கனவுகளால் கற்பழிக்கப்பட்டவளைப் போலத் தோற்றம் வந்துவிடுமோ என்று பயந்தாள். பிறர் கண்ணுக்கு வேசியைப் போலத் தெரிய ஆரம்பித்துவிடுவேனோ என்று பயந்தாள். எதெதற்குத்தான் பயப்படுவது என்று சலிப்பாய் இருந்தது. என்ன ஜென்மம் இது என்று எப்போதும் அதே யோசனையாய் இருந்தாள். யாராவது கண்ணில் பட்டால்தானே பிரச்சினை என்று முடிந்தவரை யாரையும் ஏறெடுத்துப் பார்ப்பதைத் தவிர்த்தாள். குனிந்த தலை நிமிராமல் போனாள்.

அப்படியும் அது நடந்துகொண்டுதான் இருந்தது. யார் என்றே தெரியாத, ரோட்டில் போகிற வருகிற ஆண்கள் எல்லாம் அவள் கனவுக்குள் புகுந்து அவளோடு சல்லாபம் செய்தனர். அவளும் அவர்களோடு மகிழ்ச்சியாகப் படுத்திருக்கிறாள்.

தான் பார்க்கின்ற ஆண்களுக்கெல்லாம் கடவுள் உருவங்களைப் புனைந்து பார்த்தாள். கோயில்களுக்கு மாற்றி மாற்றிப் போனாள். விரதங்கள் இருந்து பார்த்தாள். தியானப் பயிற்சி செய்தாள். அப்போதும் அது நடந்துகொண்டுதான் இருந்தது.

ஒரு கட்டத்துக்கு மேல் சரி என்று விட்டுவிட்டாள். அதைப் பற்றி நினைப்பதை, அதைப் பற்றிக் குற்ற உணர்ச்சி கொள்வதை, அதைப் பற்றி யோசிப்பதை எல்லாவற்றையும் விட்டுவிட்டாள்.

அவளுக்குக் கல்யாணம் செய்துவிட அம்மா ஜாதகம் பார்க்கத் தொடங்கினாள். இரண்டு வருடங்கள் ஓடிவிட்டன. பல நூறு ஜாதகங்கள், போட்டோக்கள், பெண் பார்க்கும் படலங்கள். ஏதாவது ஒன்றில் விலகிப் போய்க்கொண்டே இருந்தது. தனக்கு எப்படியும் திருமணம் ஆகிவிடும் என எதிர்காலத்தை முன் உணர்ந்தவள் போல அவளுக்கு உறுதியாகத் தெரிந்தது. அந்த எண்ணத்தின் வலிமையால் அவள் அமைதியாக இருந்தாள்.

ஒருவழியாக ராகுலின் ஜாதகம் அவர்கள் கைக்கு வந்தது. அதன்பின் ஏற்கனவே முடிவு செய்யப்பட்டதின் வெளிப்பாடு போல அனைத்தும் மளமளவென நடந்து, கல்யாணம் முடிந்தது. அவள் கல்யாணமாகி எங்கோ தொலைதூர நகரத்திற்குப் போய்விட்டாள். ஒரே மகளான தானும் போய்விட அம்மா மட்டும் தனியே இருப்பது அவள் மனத்தை அறுத்துக்கொண்டே இருந்தது. இருந்தாலும் அவள் மகிழ்ச்சியாய் இருந்தாள். வேறு என்ன செய்வது.

இப்போது அந்தத் தாழம்பூ வாசனை அவளைத் தொடர வில்லை என்பதைக் கவனித்தாள். ஆச்சரியமாய் இருந்தது.

அன்று ஞாயிற்றுக்கிழமை. வெளியில் எங்கோ போவதற்காக இருவரும் கிளம்பிக்கொண்டிருந்தார்கள். வெளியில் ஒரே வெம்மையாய் இருந்தது என்றாலும் அவள் ஏதோ குளிர் பிரதேசத்தில் இருந்து வந்தவளைப் போல இருந்தாள். ராகுல் அவளைப் பெருமையோடு கண் கொட்டாமல் பார்த்துக் கொண்டே இருந்தான். அவள்தான் எவ்வளவு பேரழகி.

இருசக்கர வாகனத்தை எடுத்துக்கொண்டு வெளியே வந்தபோது நகரம் மிகவும் ரம்யமாய் இருந்தது. குளிர்ந்த காற்று வீசியது. கிளைமேட் நல்லா இருக்கில்ல என்றான். அவள் சிரித்தாள்.

இடைவெளியில்லாத கடைகளின் இடையே கொஞ்ச தூரத்திற்கு ஒருமுறை வரும் சிக்னல்களைத் தாண்டி அவர்கள் வாகனம் போய்க்கொண்டிருந்தது. எல்லாவகையான விளம்பரங்களும் அவர்களின் இருபுறமும் பிரம்மாண்டங்களாய் விதவிதமாய் நின்றுகொண்டிருந்தன. இவர்களைச் சுற்றி நூற்றுக்கணக்கான பேர் விதவிதமான வண்டிகளில் தொடர்ந்து வந்துகொண்டிருந்தனர். எதிர்ச்சாரியிலும் அதேபோல கணக்கற்ற மக்கள் வண்டிகளில் வந்துகொண்டே இருந்தனர். அவ்வளவு பேரைப் பார்க்கும்போது அவளுக்கு ஏதோ சாதனையைச் செய்துவிட்டது போலவும் அதற்குள்ளாக என்னவென்றே தெரியாத ஒரு பயமாகவும் இருந்தது.

இடதுபுறமாக ஒரு கடையின் பார்க்கிங் பகுதிக்குள் வண்டியை நிறுத்தினான். அவள் என்னவென்று கண்களாலேயே கேட்டாள். அவன் ஏதாவது சாப்டுட்டுப் போகலாம் என்றான்.

கடை விசாலமாய் இருந்தது. உள்ளே நகரத்தில் ஒரு குறிப்பிட்ட சதவீதத்தினர் அடைந்திருப்பதைப் போல அவ்வளவு கூட்டமாய், ஒரே நெரிசலாய் இருந்தது. ஒரே நேரத்தில் எல்லோரும் பேசும் கலவையான மனிதக் குரல்களின் சத்தம் அந்த அறை முழுவதும் நிறைந்து, கூட்டமாக வண்டுகள் பறப்பது போன்ற ஒரு ரீங்கார சத்தமாய் காதில் கேட்டது. அவன் எப்படி எதையும் கண்டுகொள்ளாமல் இருக்கிறான் என்று அவளுக்கு ஆச்சரியமாய் இருந்தது. எல்லா டேபிள்களிலும் எல்லா உணவுகளும் நிரம்பி வழிந்துகொண்டிருந்தன. அவள் என்னங்க ஒரே கூட்டமா இருக்கே வேற கடைக்குப் போலாமா என்றாள். அவன் சிரித்தான். இன்னைக்கி எல்லாக் கடையிலயும் இப்படித்தான்

இருக்கும் என்று விட்டு அவள் கையைப் பிடித்து இழுத்துக் கொண்டு உள் பக்கமாக அறைகளாகத் தடுக்கப்பட்டிருந்த ஏசி அறைக்குப் போனான். சுவிட்ச் போட்டதைப் போல வெளியின் ஆரவாரங்கள் துண்டிக்கப்பட்டு அவர்களுக்கான ஒரு சிறிய தனிமை அவர்களை வரவேற்றது. சுவரின் இன்னதென்று அறிய முடியாத வண்ணமும் அலங்கார விளக்குகளும் கனவுகளைக் கிளர்த்துவது போல் இருந்தன.

மயக்கம் வருவதை முன்னுணர்வது போல, இங்கே தாழம்பூ வாசனை வரப்போகிறது எனத் திடீரென அவளுக்குத் தோன்றியது. சிறிது நேரம் அதை எதிர்பார்த்துக் காத்திருந்தாள். ஆனால் வாசனை எதுவும் வரவில்லை. கல்யாணத்துக்குப் பின் அது நின்று போய்விட்டதோ என யோசித்தாள். நிம்மதியாய் இருந்தது.

சார் என்று வந்து நின்றவனைப் பார்த்து அவள் ஆடிப் போய்விட்டாள். பொன்நிறமாய் இருந்த அவன் சருமத்தில் அடர்ந்திருந்த முடிகள் அதீதக் கருமையாய் இருந்தன. மெல்லப் புன்னகைக்கும்போது அவன் பற்கள் பால் நிறத்தில் தெரிந்தன. அவனையும் அந்த இடத்தையும் அவன் வேலையையும் அவளால் இணைத்துக்கொள்ளவே முடியவில்லை.

அவள் ராகுலை ஆழ்ந்து பார்க்க ஆரம்பித்தாள். அவர்கள் சாக்லெட் ஐஸ்கிரீம் வரவழைத்திருந்தார்கள். அவளுடைய பார்வை அவனைத் துளைப்பது போல உணர்ந்தான். ஏய் ஏன் அப்படிப் பார்க்கற என்று சிரித்துக்கொண்டே கேட்டான். அவள் வெட்கப்பட்டவளாய் ஒண்ணுமில்லை என்றாள். அவன் டேபிளில் கிடந்த அவள் இடது கையை மெல்லப் பற்றி அழுத்தினான். சர்வர் வருவதைப் பார்த்து அவள் கையை விடுவித்துக்கொண்டாள்.

கையைக் கழுவிக்கொண்டு வெளியே வந்தவுடன் அவன் சினிமாவுக்குப் போலாமா இல்ல வீட்டுக்குப் போலாமா என்றான். அவள் புரியாதவளாய் ஏன் என்றாள். இல்ல நீ பார்த்தியே ஒரு பார்வை. அதுதான் ... இனிமே என்னால ஒரு நிமிசம் கூட முடியாது என்றான். அவள் ஏய் என்று அவன் முதுகில் செல்லமாய் ஒரு அடி வைத்தாள்.

அன்றிரவு அவள் நன்றாகத் தூங்கினாள். கனவில் அந்தச் சர்வர் வருவான் என்று எதிர்பார்த்தாள். ஆனால் அவன் வரவில்லை. அவளுக்கு நிம்மதியாய் இருந்தது. இனி அதுபோன்ற கனவுகள் வராது என அவளுக்குத் தோன்றியது.

ஆனால் அவள் நினைத்தது போல் அது முடிந்துவிடவில்லை. கனவு அவளுக்கு வரத்தான் செய்தது. முகம் தெரியாத யாரோ ஒரு ஆணுடன் அவள் சல்லாபம் செய்வது போன்ற கனவு. அவன் யாரென்று தெரியவில்லை. அது ராகுல்தான் என்று தீவிரமாகத் தனக்குள் சொல்லிக் கொண்டாள்.

சீரான இடைவெளியோடு அந்தக் கனவுகள் அவளுக்கு மீண்டும் வரத் துவங்கின.

ஒருமுறை படுக்கையில் இருக்கும்போது அவள் ராகுலிடம் இரகசியக் குரலில் கேட்டாள். ஏங்க உங்களுக்குக் கனவில் பெண்கள் எல்லாம் வருவாங்களா?

அவன் அவளைப் பார்த்துக் காமத்தோடு சிரித்தான். இப்பல்லாம் யாரும் வரதில்ல. கல்யாணத்துக்கு முன்னால நிறைய பேர் வருவாங்க. சினிமா நடிகைங்க எல்லாம் கூட வருவாங்க என்றான்.

அவள் தன்னை மறந்து அந்தக் கேள்வியைக் கேட்டுவிட்டாள். ஏங்க ஆம்பளைங்களுக்குப் பொண்ணுங்க கனவில வர்ற மாதிரி பொண்ணுங்களுக்கும் ஆம்பளைங்க கனவில வருவாங்களா? என்றாள்.

அவன் எனக்கெப்படித் தெரியும். ஏன் உன் கனவில யாரும் வர்றாங்களா என்று சிரித்துக்கொண்டே கேட்டான். அவள் விக்கித்துப் போய்விட்டாள். அவளுக்குத் தன் முகத்தை மூடி மறைக்கத் தெரியவில்லை. அல்லது மறந்து போய்விட்டாள். அவன் முகம் மெல்ல மாறியது. அதன் வசீகரமான அத்தனை விசயங்களும் கப்பென அணைந்து போனது. என்ன என்கிற கேள்வி அவன் முகம்போல மாறி அவளைத் தீவிரமாய் வெறித்துப் பார்த்தது.

அவள் அடேங்கப்பா உங்க கனவில பொண்ணுங்க வரலாம். என் கனவில ஆம்பளைங்க வரக்கூடாதோ என்று கேட்க நினைத்தாள். ஆனால் ஒரு வசீகரமான புன்னகையோடு அவன் முகத்தை நெருங்கிக் குறும்பாய்த் தீவிரமாய்ப் பார்த்தாள். சாமீ எப்படிக் கோவம் வருது என்றாள். அவன் சட்டெனத் தன்னைச் சமாளித்துக்கொண்டு சிரித்தான். உன் கனவில யாரு வர்றாங்க சாருக்கான் சல்மான்கானா இல்லை விஜய் அஜீத்தா என்றான். இல்ல என்று அவள் எல்லாவற்றையும் சொல்லிவிட நினைத்தான். ஆனால் எதுவும் சொல்லாமல் மௌனமாய் இருந்தாள்.

வாலிபத்தில அந்த மாதிரி கனவு வர்றதுக்கெல்லாம் யாரும் ஒண்ணும் பண்ண முடியாது. இதெல்லாம் இயற்கைதானே நீ என்ன ரொம்பப் பயந்துட்டியோ என்றான்.

அவள் ஆமாங்க என்னைக்காவது ஒருநாள் யாராவது ஒரு ஆம்பளைகூட நான் கூடுற மாதிரி கனவு வருது. எனக்கு ஒரே பயமாய் இருக்கு என்றாள்.

அவன் எதுவும் பேசவில்லை. அவன் முகத்தில் என்ன உணர்வு இருக்கிறது என்று தெரியவில்லை. பயப்படும்படியான நீண்ட மௌனத்திற்குப் பிறகு அவன் இப்பவும் அப்படிக் கனவு வருதா என்றான். அவள் என்ன சொன்னால் இப்போது சரியாய் இருக்கும் என்று ஒரு கணம் குழம்பிவிட்டு இல்ல. என்றாள். அவன் அவள் முகத்தைப் பிடித்து அவள் கண்களுக்குள் ஆழ்ந்து பார்த்துக்கொண்டு நீ பொய் சொல்ற என்றான்.

அவளுக்கு எப்போதோ டீவியில் பார்த்த கட்டிடம் ஒன்று இடிந்து விழும் காட்சி இப்போது மனத்திரையில் வந்தது. இதுக்குத்தான் உங்ககிட்ட எதுவுமே கேக்கக் கூடாது போங்க என்று செல்லமாய்க் கோபித்துக் கொண்டு திரும்பிப் படுத்துக்கொண்டாள். அவன் சாரிடீ சாரிடீ என்று அவளைச் சமாதானப்படுத்தும் முயற்சியில் இறங்கினான்.

மறுநாள் அவன் குடித்துவிட்டு வந்திருந்தான். மிதமான சாராய வாடை வந்தாலும் அவன் எப்போதும் போலவே இருந்தான். அவள் ஏங்க குடிச்சிட்டு வந்திருக்கீங்களா என்று அவனைக் கேட்க நினைத்தாள். ஆனால் கேட்கவில்லை. கொச்சை கொச்சையாகப் பேசினான். ஏன்டி கண்டவன ...த்தவளே என்றான். அவளுக்கு உயிரே போய்விட்டதைப் போல இருந்தது.

விடிய விடிய தூங்காமல் அழுதுகொண்டே இருந்தாள். காலையில் பிரேதத்தைப் போல இருந்த அவள் முகத்தைப் பார்த்து அவனுக்குப் பகீர் என்று இருந்தது. சாரிம்மா சாரிம்மா என்று அவளைக் கட்டிக்கொண்டு கன்னத்தில் முத்தம் வைத்தான். அவள் அவனை வெடுக்கென்று தள்ளினாள். ராத்திரி நீங்க என்னென்ன பேசினீங்க தெரியுமா? எனக்கு அப்படியே செத்துப் போயிடலாம் போல இருந்துச்சி.

அவன் அழுதுவிட்டான். அவளுக்கு ஆச்சரியமாய் இருந்தது. அவள் கைகளைப் பிடித்துக்கொண்டு சாரிம்மா சாரிம்மா என்றான். உங்களுக்கு என்மேல சந்தேகம். அப்படித்தானே

என்றாள். அதைக் கேட்டபோது அவள் ஒரு வெடிகுண்டைப் போல இருந்தாள்.

அவளுக்குச் சந்தேகமாய் இருந்தது. தன்னை அப்படிப் பேசவேண்டும் என்பதற்காகத்தான் அவன் குடித்துவிட்டு வந்திருப்பானோ என்று.

ஐயையோ அப்படியெல்லாம் இல்லடா. என்ன நம்பு. சத்தியமா இனிமே குடிக்கவே மாட்டேன் என்றான்.

ஆனால் அடுத்தமுறை அவளுக்குக் கனவு வந்த மறுநாள் அவன் குடித்துவிட்டு வந்து ஏன்டி கண்டவன ...த்தத் தேவிடியாளே என்று பேசினான்.

***அடவி*, அக். 2016**

தீவினை

தீவிரமான மத்தியான வெய்யிலுக்குக் கீழே அர்ச்சனா வாங்கி வரச் சொல்லியிருந்த நெல்லிக்காயை வாங்க வேண்டி மார்க்கெட் ரோட்டில் அலைந்து கொண்டிருந்தவனுக்கு முன்னால் திடீரென்று ஒருவன் வந்து டேய் சந்தோஷ் என்றான். அவர்களுக்கிடையே நின்ற பல ஆண்டு இடைவெளிக்கு அப்பால் இருந்து அந்தக் குரல் வருவதை சந்தோஷ் உடனே புரிந்து கொண்டான். என்றாலும் அவன் யார் என்று தெரியவில்லை.

வட்டமான முகத்தில் கண்கள் அருகேயும் கன்னத்தின் பகுதிகளிலும் மெலனின் திட்டுக்கள் கருமையாய்ப் படர்ந்திருந்தன. சின்ன வயதில் நல்ல சிவப்பாய் இருந்திருக்கக் கூடும் என்பதற்கான மிச்சங்கள் முகத்தில் இன்னும் மீதி இடங்களில் தெரிந்தன. உதட்டிலும் பற்களிலும் நிகோடின் கறை படிந்திருந்தது. துன்பத்தில் உழலும் நடுத்தர வர்க்கத்தினனின் நம்பிக்கையற்ற சிரிப்பு அவன் முகமெங்கும் படர்ந்திருந்தது.

சந்தோஷ் முகத்தைச் சுளித்துக் கொண்டான். யாருங்க நீங்க என்றான். அவனுக்கு எரிச்சல் வந்திருந்தது. தனக்கு யார் என்றே தெரியாத ஒருவன் தன்னை வந்து டேய் என்பதாவது என்கிற உணர்வு அந்த எரிச்சலில் மிதந்துகொண்டிருந்தது.

வந்தவன் டேய் சந்தோஷ் சுத்தமாவே மறந்திட்டியா நான்தான்டா கேசவன் என்றான்.

சந்தோஷ் தன் எரிச்சலைக் கட்டுப்படுத்திக் கொண்டு சாரி நீங்க வேற யாரையோ நினைச்சிகிட்டு எங்கிட்ட பேசிகிட்டிருக்கீங்கன்னு நினைக்கிறேன். வழி விடுங்க நான் கிளம்பறேன் என்றான்.

அவன் ஸ்தம்பித்துப்போய் நின்றான். தயங்கித் தயங்கி நீங்க சந்தோஷ்தானே என்றான். இவனுக்கு அப்போதுதான் உரைத்தது. தவறாகப் புரிந்துகொண்டிருந்தால் பேரை எப்படிச் சரியாகச் சொல்லியிருப்பான் என்று யோசிக்க ஆரம்பித்தான். அட அவன் யாராய் இருந்தால் என்ன? இப்போது அவனோடு அளவளாவ வேண்டுமா? என்று நினைத்தவனாய் இதென்ன தொல்லை என்பது போலப் பார்த்தான். அவன் நாம சின்ன வயசுல கிழக்கு வலசு எலிமெண்டரி ஸ்கூல்ல ஒண்ணா படிச்சோம். கிட்டத்தட்ட முப்பது வருசம் ஆவுது. அதுக்கப்புறம் இப்பதான் உன்னைப் பாக்கறேன். அதான் கொஞ்சம் உரிமையா பேசிட்டேன். நீ போறதா இருந்தா போ என்று விலகி நின்றுகொண்டான்.

கிழக்கு வலசு... இவனுக்கு உள்ளுக்குள் ஏதோ விட்டுப் போனது. அட ச்சை என்ன மனுசன் நான் என்று நினைத்துக் கொண்டான். அவனுக்கு எலிமெண்டரி ஸ்கூல் பற்றி எந்த நினைவும் இல்லை. பள்ளிக்கூடக் கட்டிடம். கூட்டமாய் உட்கார்ந்திருக்கும் பிள்ளைகள். டீச்சரின் முகம் என ஒன்றிரண்டு விசயங்கள்தான் ஞாபகத்தில் இருக்கின்றன. அதுவும் சின்னவயது பள்ளிக்கூடம் பற்றி எப்போதாவது பேச்சு வந்தால் அந்தச் சித்திரம் மனதுக்குள் வரும். உடனே மறைந்துவிடும். சின்ன வயதில் அவன் எப்படி இருந்தான், அவன் முகம் எப்படி இருந்தது என்பதெல்லாம் இப்போது சுத்தமாக மறந்துவிட்டது. சின்ன வயது நினைவுகளை எப்போதோ பார்த்த பழைய படத்தின் காட்சிகளைப் போலத்தான் அவன் மனதுக்குள் நினைவு வைத்திருக்கிறான்.

பால்யம் எனும் மாயச் சங்கிலி அவர்களை வாஞ்சையாகப் பிணைத்துக் கொண்டது. இதுவரை தன்னைத் தடுத்துக் கொண்டிருந்த தயக்கத்தைத் தூக்கி எறிந்துவிட்டுச் சகஜமாய் சிரித்தான். எனக்கு எதுவும் சுத்தமாய் ஞாபகம் இல்லை. சின்ன வயசுல கூடப் படிச்சவங்கள யாரையுமே இதுவரைக்கும் நான் திரும்பப் பார்க்கல. அதான். சரி வா போய் டீ சாப்பிடுவோம் என்றான். உடனே அவன் சகஜமாகிவிட்டான். அப்புறம் சந்தோஷ் இங்க இந்த ஊருக்கு எப்ப வந்த, எப்ப கல்யாணம் பண்ண, எத்தன குழந்தைங்க என்று ஆரம்பித்துவிட்டான். சந்தோஷ்க்கு ஒரு விசயம் புதிராய் இருந்தது. தன்னுடைய குழந்தைப் பருவ முகம் தனக்கே மறந்துவிட்டதே, இவன் எப்படி

இப்போது தன்னைக் கண்டுபிடித்தான் என்று நினைத்தவனாய் ஆமா என்ன எப்படிக் கண்டுபிடிச்ச என்றான். ஏன் நீ இன்னும் அப்படியேதானே இருக்கே என்றான். சந்தோஷ் பெரிய ஜோக்கைக் கேட்டதைப் போலச் சிரித்தான்.

சந்தோஷ்க்கு உற்சாகமாய் இருந்தது. அவன் மீது கவிந்திருந்த வருடங்கள் மெல்ல மெல்லக் கரைந்தோடிவிட்டன. மனத்தை அழுத்திக் கொண்டிருந்த எவ்வளவோ பாரங்கள் உருண்டு விழுந்தன. தன்னை மிக லேசாக உணர்ந்தான். இந்த முப்பது வருடம் என்பது சொடக்கிடும் நேரத்தில் மறைந்துவிட்டதைப் போல அவனிடம் வாடா போடாவெனப் பேசவேண்டும் போல வாழ்க்கையைத் திரும்ப வேறு விதமாக முதலில் இருந்து வாழ்ந்துவிடலாம் போல என்னென்னவோ நினைத்துக் கொண்டான். அவனுக்கு இப்போது குடிக்க வேண்டும் போல இருந்தது. சட்டென்று எல்லாம் மாறி எச்சரிக்கை உணர்வும் பயமும் வந்தது. சினிமாவில் காட்டுவது மாதிரி எவனாவது வந்து சின்ன வயசில் கூடப் படிச்சவன் என்று சொல்லி ஏதாவது திட்டத்தோடு வந்திருப்பானோ? என்று நினைத்துக்கொண்டே கேசவனின் முகத்தைப் பார்த்தான். சிரிப்பு வந்துவிட்டது. நான் நிறைய சினிமா பார்க்கும் பழக்கத்தை இனி மாற்றிக் கொள்ள வேண்டும் என்று நினைத்துக்கொண்டான்.

இரண்டு பேரும் பக்கத்திலிருந்த ஐயங்கார் பேக்கரிக்குப் போய் ரோல் கேக்கும் பாதாம் பாலும் சாப்பிட்டனர். வெயில் கடுமையாய் இருந்தாலும் இப்போது சந்தோஷ்க்கு அது ஒன்றும் பெரிதாய்த் தெரியவில்லை. கேசவனுக்குப் பத்து வருடத்திற்கு முன்னால் கல்யாணம் ஆனதாகவும் அவள் ஒரு மாதம்கூடக் குடும்பம் நடத்தாமல் ஓடிவிட்டாள் என்றும் ஏதோ கிடைக்கிற வேலையைச் செய்துகொண்டு அப்படி இருப்பதாகவும் பத்தாவதுக்கு மேல் படிக்கவில்லை என்றும் சொன்னான்.

ஐந்தாம் வகுப்பில் நடந்த அத்தனை விசயங்களையும் அவன் ஞாபகம் வைத்திருந்தான். அவனோடு பேசிக்கொண்டிருப்பது குதூகலமாய் இருந்தது. வீட்டுக்கு அவனை அழைத்துப் போகவேண்டும் என நினைத்தான். ஆனால் அர்ச்சனாவிடம் என்ன சொல்வது என்று யோசித்தான். அப்போதுதான் அர்ச்சனா மதியம் அம்மா வீட்டுக்குப் போவதாய்ச் சொன்னது ஞாபகம் வந்தது.

தன் மறதியை நினைத்துத் தலையில் தட்டிக் கொண்டு சரி வா வீட்டுக்குப் போகலாம் என்றான். முன்பின் தெரியாதவனை வீட்டுக்குக் கூட்டிப் போவது சரியா என்றது அவன் மனது. அவன் அதை அலட்சியம் செய்தான்.

கேசவன் வண்டியில் பின்னால் உட்கார்ந்து தோளில் கை போட்டுக்கொண்டான். அவர்களுக்கிடையே மலர்ந்துவிட்ட உறவு சந்தோஷ்க்குப் புதிராகவே இருந்தது. சந்தோஷ் அவ்வளவு சீக்கிரத்தில் யாருடனும் பழகக் கூடியவன் இல்லை. நடப்பதெல்லாம் தன் கட்டுப்பாட்டில் இல்லாத ஏதோ ஒன்றால் நடந்துகொண்டிருப்பதுபோல இருந்தது.

அர்ச்சனா சாவியைப் பக்கத்து வீட்டில் கொடுத்துவிட்டுப் போயிருந்தாள். வாங்கி வந்து வீட்டைத் திறந்தான். சந்தோஷ் ஷூவைக் கழட்டி ஸ்டேண்டில் வைத்துவிட்டு வருவதற்குள் கேசவன் சோபாவில் உட்கார்ந்துகொண்டு வீட்டை மேலும் கீழும் பார்த்தான். ஹாலில் மாட்டியிருந்த அவர்களின் கல்யாணப் போட்டோவைப் பார்த்து அவங்கதான் உங்க வொய்பா அழகா இருக்காங்க என்றான். சந்தோஷ் சிரித்துக்கொண்டே போய் பிரிட்ஜில் இருந்து தண்ணீர் கொண்டு வந்தான். அர்ச்சனாவுக்குப் போன் செய்து எப்போ ஊருக்குப் போன என்று கேட்டான். நீ ஊருக்குப் போறது தெரியாம நெல்லிக்காய தேடிக்கிட்டு மார்க்கெட் வீதில அலைஞ்சிகிட்டிருந்தான் என்று சொல்லிச் சிரித்தான். கேசவனைப் பார்த்ததைச் சொல்லலாமா வேண்டாமா என்று தயங்கினான். அர்ச்சனா ரெண்டு நேரத்துக்குச் சாப்பாடு செஞ்சி வச்சிருக்கேன். சாப்டுக்கங்க. காலையில கடையில சாப்டுக்கங்க நான் வந்தர்றேன் என்றாள். இவன் உம் உம் என்று கேட்டுக்கொண்டு போனை வைத்தான்.

கேசவன் கல்யாணம் ஆகி எத்தனை வருசம் ஏழு வருசம் ஆகுதா இன்னும் குழந்தைங்க இல்லையா டாக்டரப் போயிப் பார்த்திங்களா இல்லையா என்றான். பார்த்துகிட்டுதான் இருக்கோம் என்று பிரிட்ஜில் இருந்து கொண்டு வந்த தண்ணீரைக் கொடுத்துவிட்டுச் சரியான வெய்யில் இல்ல என்றான். கேசவன் தனக்கும் வாரிசு இல்லை இவனுக்கும் வாரிசு இல்லை என்கிற கழிவிரக்கத்தோடு மேலும் நெருக்கமாக இவனைப் பார்ப்பது போல இருந்தது.

சந்தோஷ் மத்தியானம் சாப்பிட்டியா ஏதாவது சாப்டறியா என்றான். கேசவன் என்ன சாப்பாடு நீ சாப்டியா என்றான். இவன் சாப்பிடப்போறேன் நீயும் கொஞ்சம் சாப்பிடேன். அர்ச்சனா தட்டப்பயிறு கத்திரிக்காய் செஞ்சி வெச்சிட்டு அவிங்க அம்மா வீட்டுக்குப் போயிருக்கா. நாளைக்குதான் வருவா என்று சொல்லிக்கொண்டே இரண்டு தட்டில் சாப்பாடு போட்டுக் கொண்டு வந்தான். கேசவன் கை கழுவிக்கொண்டு வந்தான். இருந்த சாப்பாட்டை இரண்டு பேரும் ஆளுக்குப் பாதியாய்ப்

போட்டுக்கொண்டு சாப்பிட ஆரம்பித்தனர். கேசவன் உன் வொய்ப் நல்லா சமைப்பாங்க போல என்றான்.

சாப்பிட்டு முடித்துவிட்டுச் சிகரெட் பிடித்தனர். இருவருக்கும் பின்னால் இருந்த முப்பது வருடங்களை மாறி மாறிப் பேசிக் கொள்ள ஆரம்பித்தனர். விசயங்கள் முடிவற்று நீண்டுகொண்டு இருந்தன. கேசவன் பள்ளிக்கூடத்தில் இவர்கள் இரண்டு பேரும் சேர்ந்துகொண்டு ஊர்ச் சுற்றியதையும் விளையாண்டதையும் செய்த சேட்டைகள், டீச்சர் பேசிய பேச்சுக்கள் என எல்லாவற்றையும் அதே குரலில் அதே பாவனையில் நாடகக் கலைஞன் மாதிரி ரசனையாகப் பேசினான். இவனுக்கும் சில விசயங்கள் வெய்யில் நேரப் பனி போல மங்கலாக நினைவில் அசைய ஆரம்பித்தன.

நேரம் போனதே தெரியவில்லை. எப்போது இருட்டுக் கட்டியது என்பதைக் கூடக் கவனிக்கவில்லை. லைட்டைப் போடும்போது என்ன பேசிக்கொண்டிருந்தோம் என்பதுகூட மறந்துவிட்டது. மணி ஒன்பதுக்குப் பக்கமாய் ஆகியிருந்தது. சரி நைட் சாப்பிட கடைக்குப் போகலாமா என்றான். அவனுக்குக் கொஞ்சம் காபி சாப்பிட்டால் தேவலாம் போல இருந்தது. கேசவன் எதாவது வாங்கி வந்து இங்கியே சாப்பிடலாமா என்றான். குரலின் தயக்கம் அவன் என்ன எதிர்பார்க்கிறான் என்று புரிந்தது. ஐநூறு ரூபாய் நோட்டை எடுத்துக் கொடுத்து மெயின் ரோட்டில் இருக்கும் கடையில் கொத்து பரோட்டா வாங்கிக்கொண்டு அப்படியே ஒயின் ஷாப்பில் அவனுக்கு இஷ்டமான சரக்கையும் வாங்கிக்கொண்டு வரச் சொன்னான். கேசவன் தயக்கமாக ஏதோ முணுமுணுத்தான். ஆனால் சந்தோசமாகக் காசை வாங்கிக்கொண்டு கிளம்பிவிட்டான். இவன் போட்டோவில் இருக்கும் அர்ச்சனாவின் முகத்தைப் பார்த்தான்.

கேசவன் எல்லாவற்றையும் நீட்டாகக் கொண்டு வந்து டேபிளில் பரப்பினான். அவனிடம் இருந்த இலாவகம் பல வருடப் பழக்கத்தில் இருப்பதைப்போல இருந்தது. என்னடா பெரிய குடிகாரனா இருப்ப போல இருக்கு. நான் எப்பவாவது பண்டிகை விசேசம்னாதான் என்றான். கேசவன் சிரித்துக் கொண்டான். சந்தோஷ் டிவியை ஆன் செய்து ரெஸ்லிங்கைப் போட்டான்.

யாரையும் டேய் என விளிக்கும் பழக்கத்தைச் சந்தோஷ் எப்போதோ கைவிட்டிருந்தான். இப்போது அதையெல்லாம் தீர்த்துக் கொள்பவனைப்போல டேய் டேய் என்று கேசவனைச்

நகரப் பாடகன்

சும்மா சும்மா கூப்பிட்டுக்கொண்டே இருந்தான். மிதமாகக் குடித்தான். உற்சாகத்தில் மிதந்துகொண்டிருந்த மனம் மேலும் மேலும் உற்சாகமாகிக்கொண்டே வந்தது. தன்னால் தாங்க முடியாத அளவுக்கு இது எல்லை மீறிப் போய்விடுமோ என்று பயமாய் இருந்தது. அப்படி உற்சாகத்தின் எல்லைக்கே போய்ப் பார்த்துவிட வேண்டும் என்று வெறியாகவும் இருந்தது. கேசவன் எத்தனை ரவுண்ட் போய்க்கொண்டிருக்கிறான் என்பதே தெரியவில்லை. ஊற்றுவதும் கலக்குவதும் நடந்துகொண்டே இருந்தது. ஆனால் அவன் கையில் எப்போதும் காலி டம்ளரே இருந்தது.

சந்தோஷ் எப்போதோ போதும் என்று நிறுத்தியிருந்தான். விசயங்கள் அளவு மீறிப் போய்விட்டதாகத் திடீரென்று அவனுக்குக் கடும் அதிருப்தி வந்திருந்தது. காலையில் முதல் வேலையாக இவனைப் பேக்கப் செய்து அனுப்பிவிட்டுத்தான் வேறு வேலை பார்க்க வேண்டும். இந்தப் பைத்தியக் காரத்தனம் இதுவரைக்கும் போதும் என்று நினைத்துக்கொண்டான். ஹாலிலேயே பாயைப் போட்டுவிட்டுப் பாத்ரூம் போய்விட்டு வந்தான். டேய் கேசவா எடுத்து வச்சிட்டுப் படு நாளைக்கிப் பேசிக்கலாம் என்றான்.

கேசவன் அவனைப் பார்த்து மந்தகாசமாய்ச் சிரித்தான். எல்லாத்தையும் மறந்துட்ட இல்ல. நாம ஒரு கொலை செஞ்சமே அதைக்கூட மறந்துட்ட இல்ல. ஆனா என்னால அத மறக்க முடியல என்றான்.

சந்தோஷ்க்குக் காதில் கொய்யென்று சத்தம் கேட்டது. கேசவனின் முகம் ஓநாயைப் போல மாறுவதாய்த் தோன்றியது. ஏதோ ஓநாய்த்தனம் பண்ணத்தான் வந்திருக்கிறான் என்ற அதீத எச்சரிக்கை உணர்வு அவன் போதை உணர்வைக் கிடுகிடுவென்று இறக்கியது. எலிமெண்டரி ஸ்கூலில் ஒரு கொலை என்பதை நினைத்துப் பார்க்க அவனுக்குச் சிரிப்புதான் வந்தது. புல் ஷிட் உனக்குப் போதை ஏறிப் போச்சி பேசாம படு என்றான் எரிச்சலாய்.

இல்லடா சந்தோஷ் நிஜமாத்தான். பள்ளிக்கூடம் லீவுல ஏரிக்கு விளையாடப் போவமே ஞாபகம் இருக்கா. அப்போ நம்ம கூட வருவானே மனோகர் ஞாபகம் இல்லையா. பள்ளிக்கூடம் லீவு அன்னைக்கி. ஞாயித்துக் கிழமைன்னு நினைக்கிறேன். ஏரியில குளிச்சிகிட்டு மீன் பிடிச்சிகிட்டு விளையாண்டுகிட்டு இருந்தோம். ஒருத்தர ஒருத்தர் விளையாட்டா தண்ணிக்குள்ள தள்ளிகிட்டு இருந்தோம். மனோகர நாம ரெண்டு பேரும்

பிடிச்சி தள்ளிவிட்டுட்டுக் கரட்டு மேல இருக்கிற சுனையில பூப்பறிக்க ஓடிட்டோம். சுனைக்கிப் போயிட்டு ரொம்ப நேரம் கழிச்சி ஏரிக்கு வந்தோம் அப்போ மனோகரன் அங்க இல்ல. சரி வீட்டுக்குப் போயிட்டான் போல இருக்குன்னு நாமளும் வீட்டுக்குப் போயிட்டோம். ஆனா சாயந்திரம் மனோகரன் ஏரியில செத்து மிதந்துகிட்டு இருந்தான்.

இவனுக்கு மண்டையை யாரோ இரண்டாகப் பிளந்துவிட்ட மாதிரி இருந்தது. ஆமாம் மனோகரனை ஞாபகம் இருக்கிறது. அவன் ஏரியில் விழுந்து செத்துப் போனதும் இப்போது ஞாபகம் வருகிறது. ஆனால் இவன் என்ன ஏதோ கொலை என்கிறானே. டேய் கேசவா, நீ என்ன நெனைச்சிகிட்டு இப்படிப் பேசிகிட்டு இருக்கற. மரியாதையா காலையில எந்திரிச்சதும் ஓடிப்போயிடு. இனிமே எம் மூஞ்சியிலயே முழிக்காதே என்று கத்தினான்.

கேசவன் அழுதான். டேய் சந்தோஷ் உன்னால மறக்க முடிஞ்ச மாதிரி என்னால மறக்க முடியலடா. அப்போ இருந்து அவன் என் கனவில வந்துகிட்டே இருக்கான். டேய் என்ன இப்படி அநியாயமா தண்ணில தள்ளிவிட்டுட்டுப் போயிட்டீங்களேடா பாவிங்களான்னுகிட்டே இருக்கான்.

சந்தோஷுக்கு உடல் நடுங்குவதைப் போல இருந்தது. இரவு முழுவதும் தூக்கம் வரவில்லை. தூக்கம் என்றால் என்ன என்று கேட்கும் அளவுக்கு அது அந்நியமாய் இருந்தது. தன்னுடைய வாழ்க்கையில் எதற்காக இப்படி ஒரு நாள் வந்தது. எல்லாம் தலைகீழாக மாறிவிட்டது. நிஜமாகவே அது கொலைதானா அது எப்படிக் கொலையாகும் சின்ன வயசில் விளையாட்டுப் போக்கில் செய்தது. இவன் எதற்காக வந்தான். இதைச் சொல்லவா வந்தான். இதை என் மனதில் ஊன்றவா வந்தான். நன்றாக ஊன்றிக் கொண்டது. வேர் பிடித்துப் படர்ந்துகொண்டே இருக்கிறது. அதை ஒன்றும் செய்ய முடியாது போல் இருக்கிறது. பிள்ளையார் சுழி போட்டு வாழ்க்கையைத் துவங்கும் போதே கொலைகாரனாய்த் துவங்கியிருக்கிறேன். அவனால் அதைச் சீரணிக்க முடியவில்லை. கொலைகாரன் எவ்வளவு பயங்கரம்.

தூக்கத்திற்காக நினைவு தவறியபோது ஏரியோ கடலோ கனவில் வந்தது. அது அவனிடம் என்னவோ சொன்னது. பதறி அடித்துக்கொண்டு எழுந்துகொண்டான். வீதியில் போன சனியனை விலை கொடுத்து வாங்கி வந்ததைப்போல இவனை எதற்காகக் கூட்டி வந்தோம் என்று நினைத்துக்கொண்டு கேசவனைப் பார்த்தான். அவன் பாவம் தன்னால் இந்த ஒரு இரவையே தாங்க முடியவில்லையே. இவன் சின்ன வயதில்

இருந்து தினம் தினம் இந்த உணர்வை வெல்ல முடியாமல் எப்படிச் சிதைந்து போய்விட்டான் என்று யோசிக்கும்போது அது கற்பனைக்கும் அப்பாற்பட்டதாய் இருந்தது.

காலையில் எழுந்தபோது இரண்டு பேரும் அசாதாரண மௌனத்தில் இருந்தனர். சந்தோஷுக்கு மனம் தெளிவாய் இருப்பதுபோல் இருந்தது. எதையும் தான் திட்டமிடவில்லை. எதையும் தான் வேண்டுமென்று செய்யவில்லை. ஆனால் இது விவரம் தெரியாத வயதில் தன் மூலமாக நடந்திருக்கிறது. எனவே என்ன நடக்கிறதோ நடக்கட்டும் என்று இருந்தான்.

கேசவன் டேய் சந்தோஷ் ராத்திரி போதையில நான் பெனாத்தினதைப் பெரிசா எடுத்துக்காத. என்னவோ அவன் விதி செத்துப் போயிட்டான். நாம என்ன வேணும்னா செஞ்சோம். அது அப்படி நடந்திடுச்சி என்றான்.

சந்தோஷ் சிரித்துக்கொண்டான். அது அப்படி நடக்கணும்னா தானா நடக்க வேண்டியதுதானே. எதுக்கு நம்மள வெச்சி நடந்துச்சி என்றான். கேசவன் என்ன சொல்வது என்று திணறினான். அதான் இல்ல ... அவன் தானா தண்ணிக்குள்ள தவறி விழுந்து செத்திருக்கலாம் எதுக்கு நாம காரணம் ஆனோம் என்று கேசவன் தீவிரமாய் யோசிக்க ஆரம்பித்தான். என்னவோ காரணம் இருக்கு. நாம ஒரு நா அங்க நம்ம கிராமத்துக்குப் போலாமா? நீ எப்பவாவது போயிருக்கியா என்றான் சந்தோஷ்.

கேசவன் மூச்சுத் திணறிப் போய் சோபாவில் உட்கார்ந்து கொண்டான். என்ன சொல்ற. நான் திரும்ப எப்பவும் அங்க போகல. போகணும்னு நினைக்கவும் இல்ல. நீ ஏன் அங்க போகணும்னு நினைக்கிற என்றான்.

எனக்குத் தெரியல ஆனா அங்க போய்ப் பாக்கணும்னு என்னவோ ஆசையா இருக்கு என்றான். இது ஏதோ சூது போல இருக்கு. நாம மாட்டிக்குவோம் வேண்டாம் என்றான். மாட்டிகிட்டாத்தான் என்ன கொலைக்குத் தண்டணைன்னு நினைச்சிக்கலாம் நிம்மதியா இருக்கும் என்றான். இல்ல நாம செஞ்சது கொலை இல்ல. நான் அங்க வரமாட்டேன் என்றான். சந்தோஷ் மேற்கொண்டு எதுவும் பேசவில்லை. கேசவன் சீக்கிரமே கிளம்பிவிட்டான்.

சந்தோஷ் மனதை அசைய விடாமல் பிடித்துக்கொண்டான். எப்போதும் போல இயல்பாக இருந்தான். ஆனால் கிராமத்துக்குப் போக வேண்டும் என்கிற ஆசை மட்டும் உள்ளே எரிந்துகொண்டே இருந்தது.

அர்ச்சனாவிடம் எதுவும் சொல்லவில்லை. ஒருநாள் சின்ன வயசுல இருந்த கிராமத்துக்குப் போயிட்டு வரணும் என்று மட்டும் சொன்னான். அவள் ஆர்வமாய் நானும் வர்றேன் என்றாள். வேண்டாம் அர்ச்சனா ... பஸ் வசதி ரொம்ப கம்மி. மெயின் ரோட்ல இறங்கி ரெண்டு மூணு கிலோ மீட்டர் உள்ள நடக்கணும் ஆட்டோ வசதியெல்லாம் இல்ல என்றான். பக்கத்து டவுன்ல இருந்து கார் வெச்சுக்கலாமே என்றாள். கார் வெச்சிகிட்டுப் போனா போனவுடனே அரைமணி நேரத்தில திரும்பணும். கார வெச்சிகிட்டு இருந்தா வாடகை ஆயிரக்கணக்கில கேப்பாங்க. முதல்ல நான் போய்ப் பாத்துட்டு வர்றேன். போக்குவரத்துக்கு நல்ல வசதி இருந்ததுன்னா நாம ரெண்டு பேரும் திரும்பவும் ஒருதரம் போலாம் என்ன என்று எப்படியோ சமாதானம் செய்துவிட்டான். அவள் சமாதானம் ஆகவில்லை. நீங்க ஏதோ பிளான் பண்ணியிருக்கீங்கன்னு நினைக்கிறேன் என்றாள். அவன் மெலிதாகச் சிரித்துக்கொண்டான்.

கேசவனிடம் போன் நம்பர் வாங்கி வைத்திருந்தது நல்லதாய்ப் போயிற்று என்று நினைத்துக்கொண்டான். அவன் இல்லாமல் தான் மட்டும் தனியாய்ப் போய்விட்டு வரலாமா என்று யோசித்தான். ஆனால் அவன் இல்லாமல் இது சரியாய் இருக்காது என்று தோன்றியது. தான் தேவையில்லாமல் ஒரு குழப்பத்தை உருவாக்க விரும்புகிறேனோ என்று நினைத்தான். இல்லை. தேவையில்லாமல் ஒரு விசயம் தன்னைக் கச்சிதமாகத் தொடர்ந்து வந்து பற்றாது. இத்தனை நாள் சந்திக்காமலே இருந்த நாங்கள் இப்போது ஏன் திடீரென்று சந்திக்க வேண்டும். என்கிற கேள்விக்கு எதேச்சையாக நடந்துவிட்டது என்கிற பதில் நிச்சயம் அபத்தமானது என்று அவன் உறுதியாக நம்பினான்.

கேசவனுக்குப் போன் செய்தான். டேய் சீரியசாவே சொல்றியா நாம அங்க போகத்தான் வேணுமா? போய் என்ன பண்ணப் போறோம்? என்றான். டேய் சும்மா வாடா பயப்படறியா என்ன என்றான். ஆமாம் பயமாத்தான் இருக்கு. என்ன பயம்? தேவையில்லாம பயப்படற. நீ மட்டும் எதுக்குத் தேவையில்லாம அங்க போவணும்னு அடம் பிடிக்கற என்றான். ஐயோ சாமி உங்ககிட்ட விளக்கம் சொல்ல என்னால் ஆகாது. நீ சொன்னது உண்மையா இல்லையான்னு எனக்குச் சந்தேகமா இருக்கு அங்கப் போனா ஏதாவது உண்மை தெரியலாம்னு நினைக்கிறேன் போதுமா என்றான். கேசவன் அதற்கு மேல் எதுவும் பேசவில்லை. சரி என்னைக்கிப் போவோம் என்றான்.

அடுத்த மாதத்தில் இரண்டாவது ஞாயிற்றுக் கிழமை. இரவு பத்துமணி கோயமுத்தூர் எக்ஸ்பிரசில் இரண்டு பேரும்

கிளம்பிவிட்டனர். கேசவன் மனசே சரியில்லை என்றான். சந்தோஷ்க்கு வித்தியாசமாய் எதுவும் தெரியவில்லை.

மீண்டும் அவனோடு சின்ன வயதுக் கதைகளைப் பேச ஆர்வம் உண்டாகவில்லை. அவனுக்கும் அந்தக் கதைகளைப் பேசும் ஆர்வம் இல்லை. நான் உன்கிட்ட அதைச் சொல்லியிருக்கக் கூடாது, அதான் நான் பண்ண தப்பு என்றான். சந்தோஷ் சிரித்துக்கொண்டான். பன்னிரண்டு மணிக்கு மேல் மழை பிடித்துக்கொண்டது. சரியான மழை. ரயில் மழைக்குள் புகுந்து போய்க்கொண்டிருந்தது. இப்ப எதுக்கு இந்த மழை பெய்யுது என்றான் கேசவன்.

விடியற்காலை சேலம் வந்து இறங்குவது வரை மழை பெய்துகொண்டே இருந்தது. ஊரே வெள்ளக் காடாய் இருந்தது. அங்கிருந்து புது பஸ்டேண்ட் வந்து சுமாரான லாட்ஜில் ரூம் போட்டுக் குளித்து டிபன் சாப்பிட்டுவிட்டு ஆட்டோவில் பழைய பஸ்டேண்ட் போய் ஊருக்குப் போகும் டவுன் பஸ்சில் ஏறினார்கள்.

அவர்கள் ஊர் வந்து சேர்ந்தபோது நேரம் காலையைக் கடந்து முதிர்ந்திருந்தது. வானம் ஒரே மேக மூட்டமாய் இருந்தது. அது அவர்கள் வாழ்ந்த ஊர் என்பதற்கான எல்லா அடையாளங்களையும் இழந்திருந்தது. சாலை நான்கு வழிச் சாலையாய் இருந்தது. நெடுகிலும் அடர்ந்திருக்கும் புளிய மரங்கள் ஒன்றையும் காணோம். பெட்டிக் கடையும் கடைக்குப் பின்னால் இருந்த கருவேல மரக் காட்டையும் காணோம். வலது புறம் கொஞ்ச தூரத்தில் ஒரு தீம் பார்க் இருந்தது. அந்த தீம் பார்க் விளம்பரத்தை இவன் டிவி சேனலில் கூடப் பார்த்திருக்கிறான். இடதுபுறம் பிரம்மாண்டமான தனியார் பள்ளி வளாகம். லாரிகள் நின்று செல்லும் வகையில் ஒரு ஹோட்டல். காபி பார். வரிசையாய் கலர் கலராய் என்னென்னவோ கடைகள் எல்லாம் இருந்தன.

இரண்டு பேருக்கும் தங்கள் பால்ய கால ஊருக்கு வந்த மாதிரியே இல்லை. வேறு எங்கேயோ பெயர் தெரியாத ஊருக்கு வந்துவிட்டதைப் போல இருந்தது. இது ரொம்ப கேணத்தனமா இருக்கு என்றான் கேசவன். இதுக்காக ரெண்டு நாள் பொழப்பு கெட்டு ... இங்க யாரு இருக்கா வந்து பாக்க என்றான். சந்தோஷ்க்கும் என்ன நடக்கிறது என்று ஒன்றும் புரியவில்லை. சரி வந்தது வந்துட்டோம் இப்பப் புலம்பி என்ன ஆகப் போகுது ஏரி வரைக்கும் போயிட்டுச் சாயந்திரம் ரயிலுக்குப் போயிடுவோம் என்றான். பேக்கரியில் கூல்டிரிங்ஸ் வாங்கிக் குடித்தார்கள். பேக்கரியில் இருந்தவர்கள் ராத்திரி

பெய்த மழையைப் பற்றியே பேசிக்கொண்டிருந்தார்கள். ரொம்ப வருசம் கழிச்சி இப்படி ஒரு மழை கிணறு குட்டையெல்லாம் ஒரே ராத்திரியில ரொம்பிடிச்சி என்றார்கள்.

ஊருக்குள்ளே போகும் பாதையில் போய் ஊரைத்தாண்டி கொஞ்சதூரம் போனால் ஏரி வரும். ஊருக்குள் சில வீடுகள் பழைய அமைப்போடு இருப்பதுபோல இருந்தது. இவர்கள் குடியிருந்த வீடு எது என்று தெரியவில்லை. ஆனால் தெரு கனவில் கண்ட மாதிரி இருந்தது. பள்ளிக்கூடம் புராதான கட்டிடம் போலப் பொலிவிழந்து இருந்தது. ஆனால் அதில் இன்னமும் வகுப்புகள் நடந்துகொண்டு இருந்தன. ஊருக்குள் யாரும் பழைய முகங்கள் போலத் தெரியவில்லை. கொஞ்ச தூரம் போனதும் ஒரு வீட்டைக் காட்டி இதுதான் நாங்க இருந்த வீடு என்றான் கேசவன். அவன் கண்கள் கலங்க ஆரம்பித்தது. இந்த வாசல்ல இன்னும் எங்க அப்பா உக்காந்திருக்க மாதிரியே இருக்குடா என்றான். சந்தோஷ் அவன் கைகளை இறுகப் பற்றிக் கொண்டான். இருவரும் தலையைக் குனிந்துகொண்டு அந்த இடத்தைக் கடந்தனர். நல்லவேளை வீதியில் யாரும் இல்லை. கேசவன் கொஞ்சதூரம் போய் ஒரு வாகை மர நிழலில் இருந்த சுமை தாங்கிக் கல் அருகே நின்றுகொண்டு அழ ஆரம்பித்துவிட்டான். எங்க அப்பா எப்படியெல்லாம் கஷ்டப்பட்டு எங்கள வளத்தாரு தெரியுமா? ஆனா அதுக்கெல்லாம் ஒரு பிரயோஜனமும் இல்லாம போயிடுச்சி. இன்னும் அதே கஷ்டத்தைத்தான் நானும் பட்டுகிட்டிருக்கேன். போடா என்னடா பொழப்பு இது என்றான். என்ன எதுக்குடா இங்க கூட்டிகிட்டு வந்த என்னால தாங்க முடியல... அப்படியே வெடிச்சிகிட்டு வருது. எங்க அப்பா செத்தப்பகூட இப்படி இல்ல என்றான். சந்தோஷ்க்கும் கண்கள் கலங்கியது. அவன் மெல்லக் கேசவனின் தலையைத் தன் தோள் மீது சாய்த்துக் கொண்டான். சரி போ அழாத சின்னக் குழந்தையாட்டம் கண்ணத் தொட என்றான்.

அப்படி அந்த ஏரியில போயி என்னத்தடா பாக்கப் போற ... வாடா இப்படியே போயிடலாம் என்று கெஞ்சலாய்க் கேட்க ஆரம்பித்துவிட்டான் கேசவன். ஒண்ணுமில்ல சும்மா பாத்துட்டுதான் வர்றோம் நீ எதுனா கற்பன பண்ணிக்காத பேசாம வா என்று கூட்டிக்கொண்டு போனான்.

இன்னும் கொஞ்ச தூரம் போனதும் அதுதான்டா மனோகரனோட வீடு என்றான். அன்னிக்கி எப்படிப் பாத்தமோ அப்படியே துளிகூட மாறாம இருக்குடா என்றான் ஆச்சரியமாய். சந்தோஷ் அந்த வீட்டை வெறித்துப் பார்த்தான். அவனுக்குள்

இந்த வீடு நினைவிருப்பது போல இருந்தது. ஆனால் அது உண்மையா பிரமையா என்று தெரியவில்லை.

அங்க போய் யாரு இருக்காங்கன்னு பாக்கலாமா என்றான் சந்தோஷ். கேசவன் வேணாம்டா ஏதாவது வம்பாயிடப் போவுது. வேணாம் . . . அங்க போயி யாரப் பாக்கப் போற. என்ன பேசப் போற. மனோகரனோட அம்மாவோ அப்பாவோ அங்க இருந்தாலும் இருப்பாங்கன்னு நினைக்கிறேன் என்றான் அச்சத்தில். அவன் முகம் வியர்க்க ஆரம்பித்துவிட்டது. சரி வேண்டாம் வா என இரண்டு பேரும் மேலே நடக்க ஆரம்பித்தனர்.

மேலும் கொஞ்ச தூரம் போனதும் ஏரி கண்ணில் தெரிய ஆரம்பித்தது. ஏரியின் விளிம்பில் கரட்டு ஓரமாய்ப் போகும் பாதை வரைக்கும் தண்ணீர் கிடந்தது. விவசாய மரங்கள் ஏரி முழுவதும் மண்டிக் கிடந்தன. ஏரிக்கரையில் கொஞ்ச தூரம் தள்ளி இருந்த முனியப்பன் கோயிலில் மதிய பூசைக்கான ஏற்பாடுகள் நடந்து கொண்டிருந்தன. அங்கே மட்டும் ஜனக்கூட்டம் தெரிந்தது.

கேசவன் சோர்ந்து போய் நின்றுவிட்டான். இது அந்த ஏரியே இல்லை. எல்லாம் வெறும் விவசாய மரக் காடா இருக்கு. நேத்து பேஞ்ச மழையினாலதான் தண்ணி வந்திருக்கும் போல இருக்கு. நாம இங்கதான் எங்கியோ வந்து குளிப்போம் நீந்துவோம் இன்னைக்கி அந்த இடம் எந்த அடையாளமும் இல்ல. போதுண்டா சந்தோஷ் நாம திரும்பிருவோம் என்றான். சந்தோஷ் எல்லாம் பைத்தியக்காரத்தனமாதான் இருக்கு. சரி வா கோயில்ல பூஜை ஆயிட்டிருக்கு பாத்துட்டுப் போலாம் என்றான்.

எட்டி மர முனியப்பன் கோயில் இன்னும் சந்தோஷின் நினைவில் இருக்கிறது. இன்றும் அப்படியேதான் இருக்கிறது. சின்னச் சின்ன மாற்றங்கள்தான். போர் போட்டிருக்கிறார்கள். சின்னதாய் மண்டபம் கட்டியிருக்கிறர்கள்.

விசாலமாய்ப் பரந்த எட்டி மரத்துக்குக் கீழ் முனியப்பனின் பிரம்மாண்டமான உருவம். கையில் பட்டாக் கத்தியோடு உருட்டும் விழிகளில் இவர்களைப் பார்த்தது. சுற்றுக் கல்கட்டுக்கு வெளியே ஆடு கோழி வெட்டிப் பலியிட்ட இடத்தில் இரத்தச் சிதறல். தீபாராதனை நடந்துகொண்டிருந்தது. முனியப்பனுக்குப் படையலில் கறிச்சோறும் கல்லீரல் சுடுவானும் இருந்தது. பற்ற வைத்த சுருட்டு வாழைப்பழச் சீப்புக்குப் பக்கத்தில் புகைந்து கொண்டிருந்தது. தீபாராதனை முடிந்து எல்லோருக்கும் தீர்த்தம் போட்டார்கள். இருவரும் கற்பூரத்தை ஒற்றிக் கண்ணில்

வைத்துக்கொண்டார்கள். அதற்கு மேல் என்ன செய்வது என்று அவர்களுக்குத் தெரியவில்லை. சரி போலாமா என்று இருவரும் கண்களாலேயே கேட்டுக்கொண்டனர்.

திரும்ப சேலம் வரும் வரை அவர்கள் எதுவும் பேசிக்கொள்ள வில்லை. சாயந்திரம் பேருக்கு கொஞ்சம் டிபன் சாப்பிட்டார்கள். ஐந்து மணிக்குச் சென்னைக்கு இரயில் ஏறிவிட்டார்கள்.

கேசவன் மெல்லிய குரலில் எல்லாமே அபத்தமா இருக்கு ... மனோகரன் செத்தது. நாம சந்திச்சிகிட்டது. இப்ப இங்க வந்தது... எல்லாம் எதுக்கு நடக்குதுன்னே தெரியலை.

சந்தோஷ் சிரித்தான். ஆமாம் மனுசங்க பொறக்கறது, வாழறது, சாகறது, கிறுக்குத்தனமா பூமி சுத்தறது எல்லாமே அபத்தமாத்தான் இருக்கு என்றுவிட்டுப் பலமாக விழுந்து விழுந்து சிரித்தான். கேசவன் அச்சத்தோடு அவனைப் பார்த்தபடி அவன் கைகளை இறுகப் பற்றிக் கொண்டான்.

நற்றிணை, ஜன. 2017

தீர்ப்பு நாள்

எனக்கு நாற்பது வயது ஆகிவிட்டது. நாற்பது வயது இளைஞர் என்று குறிப்பிட்டுச் செய்தித் தாள்களில் வரும் செய்திகளைப் படிக்கும்போது சந்தோசப்படுகிறேன். ஒருவரைப் பார்க்கும்போது அவருக்கு என்ன வயது இருக்கும் என்று உள்ளுக்குள் கணக்குப் போடுகிறேன். அவர் தலையில் டை போட்டிருக்கிறாரா இல்லையா என்கிற ஆராய்ச்சியும் செய்ய ஆரம்பித்துவிடுகிறேன்.

இந்த வயதில் என் வீட்டுக்காரி கர்ப்பமாகி விட்டாள். எனக்குச் சந்தோசப்படுவதா துக்கப்படுவதா தெரியவில்லை. இப்போதெல்லாம் நாற்பது வயதில்தான் ஆண்களும் முப்பத்தைந்து வயதுக்கு மேல்தான் பெண்களும் கல்யாணம் செய்து கொள்கிறார்கள். ஆகவே இந்த வயதில் கர்ப்பம் என்பது பெரிய விசயமில்லைதான் என்றாலும் எனக்கு ஏற்கனவே இரண்டு பெண் குழந்தைகள் இருக்கிறார்கள்.

பெரியவள் சோபனா ஆறாவது படிக்கிறாள். இரண்டாவது யாழினி மூன்றாவது படிக்கிறாள். யாழினி பிறந்த புதிதில் இன்னொரு பையனைப் பெறாமல் விடுவதில்லை என்று மேகலா சொல்லிக் கொண்டே இருந்தாள். சாதுரியமாக அவளைச்

குமாரநந்தன்

சமாளித்து இரண்டு பெண் குழந்தைகளே போதும் என்கிற முடிவுக்கு வரவைத்திருந்தேன். இப்போது அவள் மனமார ஒப்புக்கொள்ளாவிட்டாலும் வருடங்கள் போகப் போகச் சரி இந்தப் பெண்களே போதும் என்று அவளும் விட்டுவிடுவாள் என்று இருந்தேன் அல்லது அப்படி நம்பிக் கொண்டிருந்தேன். என்னுடைய கணக்குத் தப்பாகிவிட்டது.

கல்யாணமான இரண்டாவது மாதத்தில் முதல் பெண் சோபனா வயிற்றில் உருவானபோது நாங்கள் எல்லோருமே குதூகலாமாய் இருந்தோம். மேகலா உட்காருவது கையை ஊன்றி எழுந்திருப்பது போன்றவற்றைப் பார்த்துப் பிறக்கப் போவது பையன் தான் என்று அம்மா ஆருடம் சொல்லிவிட்டாள். நானோ மேகலாவோ அதைப் பெரியதாய் எதிர்பார்க்கவில்லை. பையனோ பெண்ணோ நல்லபடியாய் பிறந்தால் போதும் என்று கேட்பவர்களிடம் சொல்லிக் கொண்டிருந்தோம். மருத்துவமனையில் சோபனா சுகப் பிரசவமாய்ப் பிறந்தபோதும் நான் எதுவும் வித்தியாசமாகவோ ஏமாற்றமாகவோ உணரவில்லை. குழந்தை பெண்ணாகப் போனதில் மேகலாவுக்கும் அம்மாவுக்கும் உள்ளுக்குள் கொஞ்சம் ஏமாற்றம்தான். ஆனால் அவர்கள் அதை வாய் விட்டுச் சொல்லவில்லை. என்னவா இருந்தா என்ன நல்லபடியாய் பிறந்ததே அதுவே போதும் என்றார்கள்.

சோபனாவின் மழலையை இரண்டு வருடங்கள் கொண்டாடிக் கொண்டிருந்தோம். மேகலா திரும்பவும் கர்ப்பிணி ஆனபோது அது ஆண் குழந்தையாய் இருந்தால் பரவாயில்லை என்று தோன்றியது. ஒருவேளை பெண் குழந்தையாய் இருந்துவிட்டால்? பரவாயில்லை அதனால் என்ன என்றுதான் நினைத்துக்கொண்டேன். முதலாவது பெண்ணின் ஜாதகப்படி அடுத்துப் பிறக்கப் போவது பையன்தான் என்று அம்மா பார்த்த ஜோசியக்காரர்களும் மேகலா பார்த்த ஜோசியக்காரர்களும் சொல்லி வைத்துக்கொண்ட மாதிரி சொல்லியிருந்தார்கள். இரண்டு பேருமே அசைக்க முடியாத நம்பிக்கையோடு இருந்தார்கள். இரண்டு பேருமே பிறப்பது பையனாய் இருந்தால் இன்னன்ன கோயிலுக்கு இன்னின்ன வேண்டுதலை வந்து நிறைவேற்றுவதாக இரகசியமாக ஒரு லிஸ்ட்டே தயாரித்துக்கொண்டிருந்தார்கள். என்னுடைய நம்பிக்கை இரண்டு பக்கமும் அசைந்தாடிக் கொண்டே இருந்தது. எனவே பேச்சுவாக்கில் இவர்கள் செய்திருக்கும் வேண்டுதல்களைப் பற்றிக் கொஞ்சம் கொஞ்சம் தெரிந்து கொண்டபோது என்னைப் பீதி சூழ்ந்துகொண்டது. இந்த

வேண்டுதல்களையெல்லாம் நிறைவேற்ற இவர்கள் என் தலையில் அல்லவா கையை வைப்பார்கள்? அதற்காகவேனும் இதுவும் பெண்ணாய்ப் பிறந்துவிட்டால் பரவாயில்லையே என்று கூட நினைக்க ஆரம்பித்துவிட்டேன்.

குழந்தை பிறக்க ஒரு வாரம் இருக்கும் போது என்னுடைய கனவில் கண்ட தங்க நகைகளைப் பற்றி அம்மாவிடம் விவரித்தபோது அவர் முகம் அப்படியே செத்துவிட்டது. 'தங்கத்தையா கனவுல பார்த்த?' என்றார். 'ஏம்மா?' என்றேன். 'நீ வெள்ளியை இல்லையா கனவில் பார்த்திருக்கணும். தங்கத்தைப் பார்த்தால் பெண் குழந்தை, வெள்ளியைப் பாத்தாதான் ஆண் குழந்தை என்றார்'. எனக்கென்ன தெரியும் முன்பே இதைச் சொல்லியிருந்தாலாவது தூங்கும்போது வெள்ளியையே நினைத்துக்கொண்டிருந்து வெள்ளிப் பொருட்களைக் கனவில் காண முயற்சி செய்திருப்பேன். இப்போது சொன்னால்?

மேகலாவுக்குப் பிரசவ வலி பிடித்த அன்று வெள்ளிக் கிழமை. வெள்ளிக் கிழமை பையன் பிறந்தால் கையில் கொள்ளியோடுதான் பிறப்பான்னு சொல்லுவாங்க என்று அம்மா முகம் வெளிறிப் போய்விட்டாள். அப்படியானால் அம்மாவுக்கு என்னுடைய கனவினால் உண்டான குழப்பம் போய்விட்டது போல. மேகலா என்ன நினைத்தாள் என்று தெரியவில்லை. அவள் மனம் முழுவதும் பிரசவத்தில் குவிந்துவிட்டது. காலையில் எட்டு மணிக்கு மருத்துவமனையில் கொண்டு அட்மிட் செய்தோம். வலி விட்டு விட்டு வந்து அவளைத் தாக்கி நிலை குலையச் செய்துகொண்டிருந்தது. அது பிரசவத்திற்குப் பெயர்போன மருத்துவமனை. அங்கே தொண்ணூறு சதவீதம் நார்மல் டெலிவரிக்குத்தான் முயற்சிப்பார்கள். அன்று மட்டும் டெலிவரி நிலையில் பத்துப்பேர் கதறிக் கொண்டிருந்தார்கள். என்னை ரிசப்சனிலேயே உட்கார வைத்துவிட்டார்கள்.

பத்துமணி வாக்கில் அம்மா வந்து எட்டிப் பார்த்தாள். முகம் சந்தோசமாய் தெரிந்தது. 'என்னம்மா டெலிவரி ஆச்சா?' என்றேன். 'இன்னும் இல்ல. இதுவரைக்கும் ஆறுபேருக்கு டெலிவரி ஆயிருக்கு வரிசையா எல்லாமே ஆண்குழந்தைங்கதான் தெரியுமா?' என்றாள் 'அதுக்கு என்ன?' 'மேகலாவுக்கும் பையனாத்தான் இருக்கும்' என்றாள். எனக்கு இந்த லாஜிக் புரியவில்லை. என்னுடைய முழியைப் பார்த்துவிட்டுச் சில நட்சத்திரங்கள் சில இடங்களில் இருக்கும்போது பிறக்கறதெல்லாம் ஆண் குழந்தையா இருக்கும் அல்லது பெண் குழந்தையாய் இருக்கும் என்றாள். அதற்குள் ஒரு நர்ஸ் ஓடி வந்து 'ஏம்மா இங்க மேகலாவோட வந்தவங்க யாரு?' என்று கத்தினாள். அம்மா உள்ளே ஓடிவிட்டாள்.

எனக்கு இன்னும் புரியவில்லை. அப்படியானால் இன்று உலகம் பூராவும் இந்த நேரத்தில் ஒரு பெண் குழந்தை கூடப் பிறந்திருக்காதா?

எனக்கு இன்னொன்றும் புரியவில்லை. வெள்ளிக்கிழமையான இன்று பையன் பிறந்தால் ஆபத்து என்றாள். இப்போது பையன் பிறக்கும் என்று மந்தகாசமாய் இருக்கிறாள். அப்படியானால் என்னவானாலும் பரவாயில்லை. பையன் பிறக்கவேண்டும் என்று நினைக்கிறாளா என்ன?

கொஞ்ச நேரத்தில் அம்மா வந்தாள். அவள் முகம் இருண்டிருந்தது. எனக்குப் புரிந்துவிட்டது. பெண் பிறந்திருக்கிறாள். எனக்கும் கொஞ்சம் ஏமாற்றமாய் இருப்பதைப் பார்த்து எனக்கே ஆச்சரியமாய் இருந்தது. அப்போ நீ பையன்தான் பிறக்கணும்னு இருந்தியா? பெண்ணைச் சுமையாவும் பையனை வாரிசாவும் நினைக்கிற மனோபாவம் உங்கிட்டயும் இருக்கு பார் என்று என் மனசாட்சி என்னைக் கிழிக்க ஆரம்பித்துவிட்டது. அப்படியில்லை, பையன் பிறந்திருந்தால் இத்தோடு முற்றுப்புள்ளி வைத்திருக்கலாம். பெண்ணாகிவிட்டால் திரும்பவும் பையன் வேண்டும் என்று மேகலா ஆரம்பித்துவிடுவாளே என்றுதான் இந்த ஏமாற்றம் வந்திருக்கிறது என்று என் மனசாட்சியைச் சமாதானம் செய்துவைத்தேன்.

நான் நினைத்தது சரிதான். ஒரு வருடத்திலேயே என்னங்க கண்டிப்பா ஒரு பையன் வேணுங்க என்று மேகலா ஆரம்பித்தபோது நான் உஷாராகிவிட்டேன். அடுத்தது பையன் அடுத்தது பையன் என்று நான்கு ஐந்து பெண்களைப் பெற்றுக் கொண்டு அவதிப்படும் பலரை அவளுக்கு உதாரணம் காட்டினேன். பெரிய கோடீஸ்வரர்களான ரஜினி, கமல் போன்றவர்களெல்லாம் இரண்டு பெண்களோடு இருக்க அன்றாடங்காய்ச்சிகளான நாம் இன்னும் ஒரு ஆண் குழந்தைக்கு ஆசைப்படுவது எவ்வளவு பெரிய தவறு என்றேன். மேலும் இந்தக் காலத்தில் மூன்று வாரிசுகளைப் பெற்று வளர்ப்பது நாட்டுக்கே செய்யும் துரோகம் இல்லையா என்று என்னென்னவோ சொல்லி அவளைச் சமாதானம் செய்துவிட்டேன்.

ஆனால் குடும்பக் கட்டுப்பாட்டுக்கு அவள் மறுத்துவிட்டாள். ஆயுதம் போட்டா ஒவ்வொருத்தருக்கு ஒடம்பு ஊதிப்போயிடும், சீக்கிரமா இடுப்பு வலி வந்துடும் என்று சொன்னாள். நானாவது ஆபரேசன் செய்திருக்க வேண்டும். ஆனால் ஆயுதம் போடுவதில் எனக்கும் கொஞ்சம் பயம்தான் என்பதால் அவள் சொன்னதை அப்படியே நம்பி விட்டேன்.

நிறைய பேர் என்ன சார் ரெண்டும் பொண்ணா இருக்கட்டும் சார் இன்னும் வயசிருக்கு அடுத்து ஒரு பையனைப் பெத்துடுங்க என்றார்கள். இன்னும் நிறைய பேர் என்னதான் இருந்தாலும் பேர் சொல்ல ஒரு பையன் இருக்கணும் சார் என்கிற பத்தொன்பதாம் நூற்றாண்டிலேயே இருந்தார்கள். நான் அவர்களைப் பார்த்து எந்த அர்த்தமும் இல்லாத ஒரு சிரிப்பைச் சிரித்து வைத்தேன். இப்படியே சிரித்துச் சமாளித்துக் கொண்டே காலத்தை ஓட்டிவிடலாம் என்றிருந்தேன். எங்கேயோ ஒருத்தர்தான் பையனானா என்னங்க பொண்ணானா என்னங்க ஏதோ ஒண்ணு ஆண்டவன் கொடுத்தது என்றார்கள். விசாரித்துப் பார்த்ததில் அவர்களுக்கு ஒன்றோ இரண்டோ மூன்றோ பெண்கள் இருந்தார்கள்.

மேகலா வயிற்றைச் சுத்தமாக வைத்துக்கொண்டாள். என்றாலும் நடுவில் இரண்டு முறை பீரியட் தள்ளிப் போனபோது அவளாகவே டாக்டரைப் பார்த்துச் சுத்தம் செய்துகொண்டு வந்துவிட்டாள். இனி இந்தச் சகாப்தம் முடிந்துவிட்டது என்று அதைப் பற்றி எதுவும் நினைக்காமலேயே பத்து ஆண்டுகள் ஓடிவிட்டன.

பெரியவள் ஆறாம் வகுப்பு வந்துவிட்டாள். அவள் வகுப்பில் ஐந்தாறு பேர் பெரிய மனுசிகள் ஆகிவிட்டார்கள். இந்தச் சமயத்தில்தான் மேகலா மீண்டும் கர்ப்பிணி ஆகிவிட்டாள். சின்னவளைப் பற்றிக்கூட ஒன்றுமில்லையென்றாலும் பெரியவளுக்கு நல்ல விவரம் தெரிந்தபின் இவள் இப்படி நிற்பது மேகலாவுக்கு வெட்கமாய் இருக்கிறதோ இல்லையோ எனக்கு வெட்கமாய் இருக்கிறது. அடக் கண்றாவியே வேண்டாம் என்றால் சாமி வந்தவள் மாதிரி இது ஒண்ணும் இருக்கட்டும் நமக்குண்ணு ஒரு பையன் வேண்டாமா கடைசி காலத்துல சோத்துக்குப் பொண்ணுங்க வீட்லயா போயி நிப்பீங்க என்றாள்.

இந்தக் காலத்துக்கு இவளை எப்படி இழுத்துக்கொண்டு வருவது என்று எனக்குத் தெரியவில்லை. இவள் தூரமாகும் கணக்கை நானா வைத்துக்கொள்ள முடியும். அப்படியும் சந்தேகம் வந்து ஒருமுறை கேட்டபோது என்னவோ தெரியலைங்க என்றுவிட்டாள். ஒருவேளை இவளுக்குச் சீக்கிரமே மெனோபாஸ் வந்து விட்டதோ? என்று நினைத்தேன். ஆனால் ஐந்து மாதம் கழித்துக் குண்டைத் தூக்கிப் போடுகிறாளே? நான் குளிச்சி அஞ்சு மாசம் ஆவுதுங்க? அடக் கடவுளே எவ்வளவு சாதுரியமாக என்னை ஏமாற்றியிருக்கிறாள். இந்தக் கூத்துக்கு அம்மாவும் சப்போர்ட்.

ஆனால் இந்தக் கருமம் பிடித்தக் கனவுகள் எனக்குள் ஏன் வருகின்றன என்றே தெரியவில்லை. குட்டியாய் ஜீன்ஸ் பேண்ட்டும் டீ சர்ட்டும் போட்டுக் கொண்டு ஒரு பையன் எங்கள் கையைப் பிடித்துக்கொண்டு வருவது போல.

எனக்குத் திடீரென்று பந்தங்கள், பற்றுகள், மாயைகள், ஆசைகள் போன்றவற்றின் மீது விசாரம் வந்துவிட்டது. பெண் என்பதோர் மாயப் பிசாசு . . . சேச்சே என்ன இருந்தாலும் மேகலாவை அப்படியெல்லாம் சொல்லக் கூடாது.

இந்த முறை பையன்தான் என்று எனக்கும் தோன்ற ஆரம்பித்துவிட்டது. உள்ளத்தின் கனவுகள் வெளியில் வெளிச்சமிட ஆரம்பித்துவிட்டன. முன்பைவிட நம்பிக்கையாய் சிரிக்கிறேன். பளுவின்றி லேசாக உணர்கிறேன். மேலும் நான் ஓரளவு ஆத்திகனாகவும் ஆகிவிட்டேன். கடவுளே இந்த முறையாவது பையனாய் இருக்கட்டும் என்று என்னை அறியாமல் வேண்டிக் கொள்கிறேன். ஆனால் எந்தக் கோயிலுக்கும் வந்து மொட்டைப் போட்டுக்கொள்கிறேன் என்றோ கிரிவலம் வருகிறேன் என்றோ வேண்டிக்கொள்கிற அளவுக்குப் போய்விடவில்லை. அந்த அளவிற்காவது என்னுடைய நாத்திகத்தைக் கடவுள் காப்பாற்றட்டும்.

வழக்கம் போல அதே மருத்துவமனையின் பிரசவ வார்டுதான் என்றாலும் பத்தாண்டு காலம் அங்கே என்னென்னவோ மாற்றங்களைச் செய்திருந்தது. காத்திருக்கும் இளம் அப்பாமார் களுக்கு மத்தியில் உட்கார்ந்துகொண்டிருப்பதற்கு என்னவோ போல் இருந்தது. பெண்கள் இரண்டு பேரும் சித்தப்பா வீட்டில் இருக்கிறார்கள். நாங்களும் வருவோம் என்று அவர்கள் செய்த ஆர்ப்பாட்டத்தை வேறு சமாளிக்க வேண்டியிருந்தது. தம்பியின் வருகையைக் குறித்து அவர்களுக்குள் ஒரு தனி உலகமே உயிர்ப் பெற்று சுற்றிக் கொண்டிருந்தது.

வார்டில் இருந்து ரிசப்ஷனை நோக்கி இருக்கும் கண்ணாடிக் கதவைத் தள்ளிக்கொண்டு அம்மா வந்து மென்று விழுங்கிக்கொண்டு பெண் என்றாள். அவளுடைய அத்தனை பிராத்தனைகளையும் கடவுள் புறங்கையால் ஒதுக்கித் தள்ளி விட்டான் என்கிற வருத்தம் அவள் கண்களில் தாண்டவமாடியது.

மேகலா எப்படி உடைந்து போவாள் குழந்தைகள் எப்படி எடுத்துக்கொள்ளும் . . . இவ்வளவும் தேவையா? இரண்டு பெண்களே போதும் என்று மனநிறைவோடு இருந்திருந்தால் இன்று இத்தனை ஏமாற்றங்கள் வந்திருக்காதே?

துக்க வீடு போல முதலில் ஒரு பத்து நாள் உப்பு உவர்ப்பில்லாமல் சப்பென்று வெறுமனே போய்க்கொண்டிருந்தது. வந்து பார்ப்பவர்கள் எல்லாம் அடக்கடவுளே இதுவும் பொண்ணா என்று துக்கம் போலவே விசாரித்தார்கள். மேலும் சில நாட்களுக்குப் பிறகு சட்டென என் துக்கத்தை எல்லாம் தூக்கி எறிந்தேன். அட இப்போது என்ன நடந்துவிட்டது. ஒரு உயிர் அது ஒரு பெண். நம்மை நம்பித்தானே பிறந்திருக்கிறது. அதன் பிறப்பை நாம் இப்படித் துக்கத்தோடு எதிர்கொள்வது அதற்கு எவ்வளவு பெரிய அவமானமாய் இருக்கும்? இன்னொரு பெண்தானே இருந்துவிட்டுப் போகட்டுமே. முடிந்தவரை வளர்க்கலாம். என்ன பிச்சை எடுக்கிற நிலமையா வந்துவிடப்போகிறது. அட அப்படித்தான் வரட்டுமே. இனிமேல் பெண் பிறந்துவிட்டதே என்று சாவு வீடு மாதிரி உட்கார்ந்திருக்க வேண்டாம் என்று வீட்டில் எல்லோரிடமும் கத்தினேன்.

அதற்குப் பின் நிலைமை ஓரளவு மாறிவிட்டது. மேகலா குழந்தையை வாரிக் கொஞ்ச ஆரம்பித்துவிட்டாள். எனக்கென்னவோ அவள் எனக்காகத்தான் இப்படித் துக்க வேடம் போட்டுக் கொண்டு கிடந்தாளோ என்று சந்தேகமாய் இருக்கிறது. பின்னே அந்த அளவுக்கு நான் சொன்னதே போதும் என்று சுத்தமாய் துக்கத்தைத் துடைத்துப் போட்டுவிட்டு மலர்ச்சியாகிவிட்டாளே?

வழக்கம்போல ஆபீஸ் போகவும் பேசவும் சிரிக்கவும் ஆரம்பித்துவிட்டேன் என்றாலும் உள்ளுக்குள் ஏதோ ஒன்று இடிந்து விழுந்துவிட்டது. முகத்தின் பொலிவில் பங்கம் உண்டாகியிருந்தது. அதை என்னால் உணர முடிந்தது என்றாலும் முழுமையாக அதைச் சரி செய்ய முடியவில்லை.

என்ன பேர் வைக்கலாம் என்று மண்டையைப் பிய்த்துக் கொண்டிருந்த நேரத்தில் திடீரென்று குழந்தைக்குக் காய்ச்சல் வந்தது. ஏதோ வைரஸ் காய்ச்சல். இரண்டு குழந்தைகளை வளர்த்த அனுபவம் இருக்கிறது இல்லையா? நிதானமாக இருந்தோம். டாக்டரைப் பார்ப்பதும் வேளா வேளைக்கு மருந்து எடுத்துக் கொள்வதும் என நன்றாகவே போய்க்கொண்டிருந்தது. ஆனால் இரண்டு நாளில் காய்ச்சல் முற்றி உயிரை விட்டுவிட்டாள். எனக்கு என்ன செய்வதென்றே தெரியவில்லை. உனக்கு இங்கே சரியான வரவேற்பில்லை என்று போய்விட்டாயா கண்ணே... கொஞ்சம் மனமிரங்கி எங்களை மன்னித்திருக்கக் கூடாதா? எங்கள் மேல் அவ்வளவா நம்பிக்கை இல்லாமல் போய்விட்டது என்று மானசீகமாக குழந்தையைப் பார்த்து உள்ளுக்குள்

உடைந்துபோய் ஏதேதோ கேட்டுக்கொண்டே இருந்தேன். எங்கே அவள் இறந்ததைக் கண்டு மகிழ்ந்துவிடுவேனோ என்று பெரும் நடுக்கமாக இருந்தது. அப்படி மகிழ்வது எவ்வளவு கேடுகெட்ட செயல்?

ஆனால் உண்மையை யார்தான் புரிந்துகொள்கிறார்கள். எல்லோரும் அவரவருக்குத் தெரிந்த பொதுவான ஒன்றை வைத்திருக்கிறார்கள். அதுதான் நீதி அதுதான் உண்மை. குழந்தை இறந்தது பற்றி என்னுடைய காதுபடவே ஆபீஸிலும் தெருவிலும் பலவாறு பேசிக்கொண்டார்கள்.

என்ன சார் இது ... இந்தக் காலத்தில போய் வைரஸ் காய்ச்சலுக்குக் குழந்தை சாவுமா? அதெல்லாம் சும்மா சார்.

அவர சொல்லியும் தப்பில்ல. ஏற்கனவே ரெண்டு பெண் குழந்தைங்க. மூணாவதும் பொண்ணுன்னா யாரால சார் தாங்க முடியும்.

அதுக்காக ஒரு பச்ச மண்ண கொல்லறதா? மேற்கண்ட உரையாடலை நானே ஆபீஸில் நான் இல்லையென்று நினைத்துக் கொண்டு சக ஊழியர்கள் பேசுவதைக் கேட்கும்படி நேர்ந்தது. ஒருத்தராவது நம்ம குமார் அப்படிப்பட்ட ஆள் இல்ல, யாரு வேண்ணாலும் அதைச் செய்யலாம்... ஆனா குமார் அப்படிச் செய்யற ஆள் இல்ல என்று சொல்ல மாட்டார்களா என்று என் மனம் ஏங்கியது. ஆனால் சம்பிரதாயத்திற்காகக் கூட அப்படி யாரும் சொல்லவில்லை.

கொலையா? நானா? கடவுளே அந்தச் சின்னஞ் சிறிய பாலகியை நான் கொலை செய்வது என் மனக் கண்ணில் ஓடியது. என்னால் அதை நினைத்துப் பார்க்கக் கூட முடியவில்லை. ஆனால் சில மனிதர்களைப் பொறுத்தவரை நான் அப்படி ஒரு செயலைச் செய்தவன். அவர்களிடம் நான் அப்படிப் பட்டவன் இல்லை என்று எப்படித்தான் சொன்னாலும் அவர்கள் மேலுக்கு நம்புவதாகக் காட்டிக் கொண்டாலும் பரிதாபப்படுவது போல நடித்தாலும் உள்ளுக்குள் மனம் மாறப் போவதில்லை.

எப்படியோ ஒரு பூச்சி புழுவுக்கும் துரோகம் நினைக்காத நான் ஒரு கொலைகாரனாக இன்று மாறிவிட்டேன். எல்லாவற்றையும் விட இந்தத் துக்கத்தைத்தான் என்னால் தாங்கவே முடியவில்லை. இதை இப்படியே விடக் கூடாது என்று தோன்றியது. நான் அப்படியானவன் இல்லையென்று இந்தச் சமூகத்திற்கு முகத்தில் அடித்த மாதிரி நிரூபித்தே ஆகவேண்டும்

என்று யோசித்துக்கொண்டே இருந்தேன். கடைசியில் எனக்கு அந்த வழிதான் தோன்றியது. அது மிகவும் குரூரமான வழிதான். ஆனால் இந்த வதந்திகளிடமிருந்து தப்பிக்க எனக்கு வேறு வழியில்லை. டவுனில் ஐயங்கார் பேக்கரி வாசலில் இருந்த காயின் பாக்ஸிலிருந்து எங்கள் ஏரியா போலீஸ் ஸ்டேசன் நம்பருக்குப் போன் செய்தேன். அட்ரசை சொல்லி சார் அந்த வீட்ல மூணாவதும் பெண் கொழந்தை பொறந்ததுன்னு சொல்லி அவங்களே கொன்னுட்டாங்க போலயிருக்குங்க சார். இதெல்லாம் நீங்க கண்டுக்க மாட்டீங்களா? என்றேன் நீ யார் என்றார். நான் யாரா இருந்தா என்ன சார்... போயி அந்தக் குழந்தை எப்படிச் செத்ததுன்னு கண்டுபிடிங்க போங்க என்றுவிட்டு வைத்துவிட்டேன்.

வீட்டுக்குப் போகும்போது நான் எதிர்பார்த்தபடியே வீட்டு வாசலில் போலீசும் ஜீப்பும் அமர்க்களமாய் இருந்தது. என்னது என்னது என்று பயந்துபோனவனாய் விசாரித்துக் கொண்டே உள்ளே போனேன். மேகலா அழுது ஒப்பாரி வைத்துக்கொண்டிருந்தாள். ஏங்க நம்பளப் போயி இப்படி நினைச்சிட்டாங்களே என்று கதறினாள். நான் இடிந்து போனவனாய் சார் நாங்க இப்ப என்ன பண்ணணும் என்றேன். குழந்தையப் பொதச்ச இடத்துக்கு வாங்க என்றார். மேகலா மறுக்கும் விதமாகக் கைகளை வேகமாக ஆட்டிக் கொண்டே ஏங்க அந்தப் பச்ச மண்ண இப்பக்கூட நிம்மதியா விடமாட்டாங்களா? அதப் போயி தோண்டணுமா? கடவுளே என்று தலை தலையாய் அடித்துக் கொண்டாள்.

நாங்கள் இடுகாட்டிற்குப் போனோம். நான் இடத்தைக் காட்டினேன். தோண்டினார்கள். துர்நாற்றம். நான் வேறு பக்கம் திரும்பிக் கொண்டேன். அப்போதுதான் எனக்கு நான் எவ்வளவு குரூரமாக நடந்திருக்கிறேன் என்று உரைத்தது. இதைச் செய்திருக்கக்கூடாதோ என்று தோன்றியது. கடவுளே ஏன் இப்படிச் சமயங்களில் படு முட்டாள்தனமாக எதையாவது செய்து தொலைக்கிறேன். எனக்கு தீர்க்கமான அறிவு எப்போதுதான் வரும் என்று நினைத்துக்கொண்டேன். குழந்தையின் மழலை முகம் என் மனக் கண்ணில் வந்தது. மானசீகமாக என்னை நீ மன்னிப்பாயா அம்மா என்றேன்.

டாக்டர் அங்கேயே ஏதோ சோதனைகளைச் செய்தார். இன்ஸ்பெக்டரைக் கூப்பிட்டு ஏதோ பேசினார். இன்ஸ்பெக்டர் என்னிடம் வந்து குழந்தைக்கு விசம் கொடுத்துக் கொல்லப்

பட்டிருக்கு என்றார். என் தலையில் யாரோ துப்பாக்கியால் சுட்ட மாதிரி இருந்தது. பேசாமல் வண்டியில் ஏறிக்கொண்டேன். வீட்டுக்குப் போய் இவங்க மிஸஸ்ஸையும் கூட்டிட்டுப் போயிடலாம் என்று டிரைவரிடம் சொல்லிக்கொண்டே இன்ஸ்பெக்டர் வண்டியில் ஏறினார். என் மனதில் மேகலாவின் முகம் வந்தது. நான் இன்ஸ்பெக்டரிடம் ஸாரி சார் பால்ல பாய்சனைக் கலந்தது நான்தான். அவளுக்கு ஒண்ணும் தெரியாது. அவள இதுல ஜாயிண்ட் பண்ணாதீங்க ப்ளீஸ் என்றேன். இன்ஸ்பெக்டர் தொப்பியை எடுத்துக் கையில் வைத்துக்கொண்டு என்னையே ஒரு நிமிடம் ஆழ்ந்து பார்த்தார். பிறகு ஓகே என்று வண்டியில் ஏறிக்கொண்டார்.

யாவரும்.காம், மே 2014

இறந்த காலத்தின் வெய்யில்

அவன் வெள்ளிக் கிழமையைத் தவற விட்டு விட்டான். அதை அவன் வேண்டுமென்றே செய்ய வில்லை. அந்த வெள்ளிக் கிழமை பூமியிலிருந்து மொத்தமாகவும் தவறி விழுந்துவிடவில்லை. அதை எப்படிப் புரிந்துகொள்வது என்று தெரியவில்லை. கல்லூரியில் படித்துக்கொண்டிருக்கும்போது அவன் இப்படி ஒரு கதையைப் படித்திருக்கிறான். அது மிகவும் அபத்தமாய் இருந்தது. ஆனால் இப்போது அப்படி ஒன்று நடந்திருப்பதை அபத்தமாக நினைக்க முடியவில்லை. இந்த நிகழ்வை யாரிடம் சொல்ல முடியும் என்று யோசித்தான். யாரிடமும் சொல்ல முடியாது என்பதுதான் முகத்தில் அறையும் உண்மை. என்னதான் மணிக்கணக்காகப் பேசினாலும் யாரும் நம்பப் போவது இல்லை. சரி உங்களிடம் யாராவது வந்து (உங்கள் நண்பர் என்று வைத்துக்கொள்ளுங்கள்) நான் வியாழக்கிழமை நைட் தூங்கப் போனேன். காலையில எந்திரிச்சப்போ சனிக்கிழமையா இருந்திச்சி வெள்ளிக்கிழமை எங்க போச்சுன்னே தெரியல என்றால் நீங்கள் என்ன சொல்வீர்கள். அதேதான் நரேனின் பிரச்சினை. சரி, ஒரு வெள்ளிக் கிழமைதானே போகட்டும் என்று முடிவெடுப்பதைத் தவிர அவனுக்கு வேறு வழியில்லை.

காபி கொண்டு வந்த சுகாசினியிடம் நேத்து நான் எங்க போயிருந்தேன் என்று மெதுவாகக் கேட்டான். அவள் அவன் தலையைத் தொட்டுப்

பார்த்துவிட்டு "நல்லாத்தானே இருக்கீங்க... ஏன் காச்சல் வந்தவராட்டம் உளர்றீங்க" என்றாள்.

இதைக் கடவுள் செயலாகவோ மாய மந்திரமாகவோ நினைத்துப் பயந்து போகும் அளவுக்கு அவன் முட்டாள் இல்லை. தனக்கு மனநோய் கண்டுவிட்டது எனவும் அவன் சந்தேகிக்கவில்லை. நிச்சயம் இது அறிவியல் விசயம்தான். ஜட உலகில் காலத்திற்கு ஒரு திசை உண்டு. அதில் புழுத்துளைகள் எனப்படும் காலத்துளைகளின் வழியாக ஒரு காலத்திலிருந்து இன்னொரு காலத்திற்குள் தாவிச் செல்லும் சாத்தியங்கள் உண்டு. அவன் இதைப் பற்றிப் பிராட்பெரியின் கதை கூட ஒன்றைப் படித்திருப்பதாக நினைவு.

அந்தச் சனிக்கிழமையில் அவன் காலத்தைப் பற்றியும் அதன் திசை பற்றியும் புழுத்துளைகள் பற்றியும் ஏராளமான கட்டுரைகளை இணையத்திலிருந்து தரவிறக்கிப் படித்துக் கொண்டே இருந்தான். அவனால் ஓரளவிற்கு நம்பகமான முடிவிற்கு வர முடிந்தது. அன்றிரவு அவன் எங்கேயோ ஒரு நுண்ணிய புழுத்துளைக்குள் தவறி விழுந்திருக்க வேண்டும். இல்லையென்றால் அவனது படுக்கை அல்லது அந்த அறை பிரபஞ்ச சலனத்தில் தானே புழுத்துளையாக மாறியிருக்க வேண்டும். அந்த இடத்தில் அவனும் இருந்ததால் அது அவனைப் பாதித்திருக்கிறது. அவனை வெள்ளிக் கிழமைக்குக் கொண்டு செல்லும் வழக்கமான நடைமுறையில் இருந்து மாற்றிச் சனிக்கிழமைக்குள் கொண்டு சென்றிருக்கிறது. இப்படி யாராவது புழுத்துளைக்குள் தவறி விழுந்து வேறு காலத்திற்குச் சென்ற செய்தி எங்கேயாவது இருக்கிறதா என ஞாயிற்றுக்கிழமை முழுவதும் இணையத்தில் தேடிக்கொண்டே இருந்தான். ஆனால் அப்படி எந்தத் தகவலும் கிடைக்கவில்லை. தன் வீட்டில் ஒரு புழுத்துளை இருக்கும் விசயம் மட்டும் உறுதியாகிவிட்டால் உலகமே இதைக் கொண்டாடித் தீர்த்துவிடும். நிலாவில் கால் வைத்த ஆம்ஸ்ட்ராங் மாதிரி இவனும் உலக வரலாற்றில் பதிவாகிவிடுவான். அன்று இரவு முழுவதும் அவனுக்கு இதே மாதிரியான இனிமையான கனவுகள் வந்துகொண்டே இருந்தன. தூக்கத்திலிருந்து திடீரென்று எழுந்து உட்கார்ந்துகொண்டு அச்சத்தோடு படுக்கையைப் பார்த்தான். ஒருவேளை புழுத்துளை தன்னை இருபது அல்லது முப்பது வருடங்களுக்கு அப்பால் வீசிவிட்டால்? நினைக்கவே நடுக்கமாய் இருந்தது. படுக்கையை இழுத்துத் தள்ளிப் போட்டுக் கொண்டான்.

அந்தச் சம்பவம் அவனை வேறு ஒருவனாக மாற்றி விட்டது. எந்திரத்தனமாக அலுவலகத்துக்குப் போவது வேலைகள்

நகரப் பாடகன் 45

செய்வது ஏதோ ஒரு சிந்தனையில் எப்போதும் நிலைத்திருப்பது என்று அவன் தனக்குள்ளிருந்து வெளியேறியவனைப் போல இருந்தான். வெய்யில் காலம் முழுவதும் அவனை இம்சித்து வந்த இந்த உணர்வு படிப்படியாகக் குறைந்துவிட்டது.

குளிர்காலத்தின் வெள்ளிக்கிழமை இரவு ஒன்றில் அவன் தன்னுடைய காஷ்மீரக் கம்பளியை நன்றாகப் போர்த்தித் தூங்கிக் கொண்டிருக்கும் போது திடீரென வியர்த்துக் கொட்டி மூச்சு முட்டியது. தூக்கத்திலிருந்து அடித்து எழுப்பப்பட்டவனைப் போல எழுந்தவன் எரிச்சலூட்டிக் கொண்டிருந்த அந்தக் கம்பளியை வீசி எறிந்துவிட்டு உட்கார்ந்தான். அவன் கண்கள் அனிச்சையாய்க் காலண்டரைப் பார்த்தன. காலண்டரில் அது மே மாதம் பதினைந்தாம் தேதியாய் இருந்தது. ஒருவேளை தான் முன்னைப் போல ஒருவருடத்தை இழந்துவிட்டோமோ என்று பீதியோடு வெறித்துப் பார்க்கையில் அது கடந்து சென்ற மே மாதமாய் இருந்ததை அவன் மூளை கொஞ்சநேரம் கழித்துத்தான் புரிந்துகொண்டது.

மீண்டும் ஒரு கோடை காலத்தை அனுபவிக்க வேண்டுமா என்கிற கேள்விதான் அவனுக்கு முன் எல்லாவற்றையும் மறைத்துக்கொண்டு நின்றது. அல்லது ஏற்கனவே நடந்தது போல இன்று ஒரு நாள் மட்டுமா தெரியவில்லை.

அது பழைய நாளாய் இருந்தாலும் குறுக்கே மூன்று மாதங்கள் கடந்து சென்றிருந்ததால் அந்த நாளைப் பற்றிய ஒரு இம்மி அளவு கூட எதுவும் நினைவில் இல்லை. அந்த நாளுக்கே உரித்தான விசயம் என்று எதுவும் இல்லாததால் வெறுமனே போய்க்கொண்டிருந்தது. வெய்யில் மட்டும்தான் அந்த நாளின் பழமையை முகத்தில் அறைவது மாதிரி உணர்த்திக் கொண்டிருந்தது. சுகாவிடம் அவன் பேசிய வார்த்தைகள்கூட ஏற்கனவே பேசியதாய்த்தான் இருக்கும். ஒருவேளை புதியதாய் எதாவது பேசியிருப்போமா என்பதை அனுமானிக்க முடியவில்லை. தான் குளிர் காலத்தில் இருந்து மீண்டும் இங்கே வந்துவிட்டதைப் பற்றிப் பேசினால் அது புதியதாய் இருக்கும். ஆனால் அது தேவையில்லாத குழப்பங்களை விளைவித்துவிடும்.

ஏதாவது ஒரு ஆதாரப்பூர்வமான விசயத்தைக் கையில் வைத்துக் கொண்டுதான் இதைப் பற்றி யாரிடமும் பேசவேண்டும் என்பதில் அவன் பிடிவாதமாய் இருந்தான். பெரிய விசயங்கள் கைகொடுக்காவிட்டாலும் சின்ன விசயங்கள் ஏதாவது ஒன்று அவனுக்குக் கை கொடுக்கும் என்று ஆணித்தரமாக நம்பினான்.

பேப்பரில் அவனுடைய அபிமான நடிகர் நடித்த படம் அடுத்த வாரம் வெளிவரவிருப்பதாக விளம்பரம் வந்திருந்தது. இவனுக்குத் தெரியும் அந்தப் படம் ரிலீசாகி இரண்டே நாட்களில் எடுத்துவிட்டார்கள். இவன் இன்னும் பார்க்கவில்லை. பார்த்திருந்தால் அந்தப் படத்தைத் தான் பார்த்துவிட்ட விசயத்தைச் சொல்லி தான் எதிர்காலத்திலிருந்து இங்கே வந்திருப்பதை எளிதாகப் புரிய வைத்துவிடலாம். அந்தப் பக்கத்தில் விளம்பரம் செய்திருந்த எல்லாப் படங்களுமே ரிலீசாகிவிட்டிருந்தது. ஆனால் அவன் தான் ஒன்றைக்கூடப் பார்க்கவில்லை.

இந்த மூன்று மாதத்தில் வரலாற்றுச் சம்பவம் எதுவும் நடக்கவில்லை. அப்படி நடந்திருந்தால் அதைப் பற்றிச் செய்தியைப் பரப்பி எதாவது சாகசம் செய்து ஒரே இரவில் உலகம் பூராவும் பிரபலம் ஆகிவிடலாம். ஆனால் அந்தக் கொடுப்பினை அவனுக்கு இல்லை. இதே ரீதியில் என்னவாவது ஞாபகம் வருகிறதா என்று சிந்தித்துச் சிந்தித்தே அவன் சோர்ந்துவிட்டான். கடைசியில் எல்லா ஆர்வங்களும் வடிந்துவிட்டன. ஒன்றும் நடக்கவில்லை. அவன் வேறு ஒரு காலத்திலிருந்து ஒரு மூன்று மாதம் பின்னோக்கி வந்து வாழ்ந்து கொண்டிருக்கும் வாழ்க்கை இவ்வளவு சாதாரணமாக அவலமாகக் கழிந்துகொண்டிருக்கிறது.

கிட்டத்தட்ட அவன் கைவிடப்பட்டவனைப் போல, கையாலாகாதவனைப் போல என்ன செய்வது என்று தெரியாதவனாய் மரத்துப் போன மூளையோடு அந்த நாட்களை எதிர் கொண்டான். அழ வேண்டும் போல இருந்தது. ஆனால் உலகத்தில் யாருக்கும் கிடைக்காத இந்த வரம் தனக்கு மட்டும்தான் கிடைத்திருக்கிறது. இது மீண்டும் ஒரு முறை தன் வாழ்வில் நடக்கும். அப்போது அவன் கையில் உலகம் முழுவதும் சென்று சேரும்படியான அதிசயமான செய்தி சிக்கும். அப்போது இந்த உலகமே தன்னைத் திரும்பிப் பார்க்கும் என்று சமாதானம் செய்து கொண்டான்.

அன்று இரவு அவனால் சரியாகத் தூங்க முடியவில்லை. தூங்காமல் உட்கார்ந்திருக்கவும் முடியவில்லை. ஒருவேளை தூங்காவிட்டால் பழையபடி தன்னுடைய காலத்திற்குத் திரும்பும் நிகழ்வு பாதிக்கப்பட்டுவிடுமோ எனப் பயமாய் இருந்தது. காலையில் எழுந்தபோது அவன் அதே கோடை காலத்திலேயேதான் இருந்தான். ஏமாற்றமாக இருந்தது. இதைப்பற்றி யாரிடமும் சொல்லவும் முடியவில்லை. சொல்லாமலும் இருக்க முடியவில்லை. எப்படிப் பயன்படுத்திக் கொள்வது என்றும் தெரியவில்லை. ஏதாவது சின்ன விசயத்தை

வெளிப்படுத்தினால்கூடப் பரபரப்பை உண்டாக்கிவிடலாம். ஆனால் அது எப்படி என்றுதான் தெரியவில்லை.

பேப்பரைப் புரட்டிக் கொண்டிருக்கும்போது திடீரென்று அந்த யோசனை வந்தது. நிச்சயம் ஏதாவது கொலைப் பற்றியும் கொலை செய்த நபரைத் தேடுவதாகவும் செய்தி வந்திருக்கும். கொலைகாரனைப் பற்றி நாம் திரும்ப ஐந்தாறு நாளில் செய்தியைப் படித்திருப்போம். ஏதாவது ஞாபகம் வந்தால் நாமே போய் கொலைகாரனைப் பற்றிய விவரத்தைச் சொல்லி அதன் மூலம் தான் இந்த நாளை ஏற்கனவே வாழ்ந்துவிட்டதை உலகத்துக்கு நிரூபித்துவிடலாமே?

அவன் எதிர்பார்த்த மாதிரியே ஒரு கொலைச் செய்தி வந்திருந்தது. ஆனால் அந்தச் செய்தியை ஏற்கனவே படித்த மாதிரி கொஞ்சம்கூட ஞாபகம் இல்லை. அதிலும் கொலைகாரனைத் தேடுவதாகக் குறிப்பிட்டிருந்தார்கள். ஆனால் அது சம்பந்தமாக எந்த ஞாபகமும் வரவில்லை. “தினமும் எந்திரிச்ச உடனே அரை மணிநேரம் அந்தப் பேப்பர்ல அப்படி என்னதான் பாப்பீங்களோ?” என்கிற சுகாவின் குரல் இப்போது திடீரென்று காதுக்குள் கேட்டது.

வெய்யில் வறுத்தெடுத்தது. இந்த வெய்யில் காலத்தைத் திரும்ப அனுபவிக்க மட்டும்தான் நான் இந்தக் காலத்துக்கு வந்தேனோ என்று வெறுப்பாய் இருந்தது. அலுவலகத்துக்குப் போய்விட்டு வருவதற்குள் அப்பா எக்கச்சக்கமான வேக்காடு. இன்னிக்கி மழ வந்தாலும் வரும் என்று அவன் காதுபட ஒரு நூறு பேராவது சொல்லியிருப்பார்கள். ஆமாம் கோடையில் ஒருநாள் திடீரென்று எதிர்பாராத விதமாக மழை வந்தது உண்மைதான். அது இந்த நாள்தானா அல்லது வேறு எந்தக் கருமம் பிடித்த நாளோ? தெரியாததால் அப்படிச் சொல்பவர்களிடம் அமாம் என்பது போல மையமாகத் தலையை ஆட்டி வைத்தான். (உள்ளுக்குள் தலை தலையாய் அடித்துக்கொண்டான்.)

ஏற்கனவே குடியிருந்த வீட்டின் பக்கத்து வீட்டுக்காரனான மோகனைக் கடைவீதியில் சந்தித்தபோது அவன் அப்பாவுக்கு உடம்பு சரியில்லை என்றான். ஒருமாதத்தில் அவர் இறந்துவிடுவார் என்பது நரேனுக்குத் தெரியும். ஜூன் மாதத்தில் ஒரு நாள் இவன்தானே இழவுக்குப் போய்விட்டு வந்தான். ஆனால் இந்த விசயத்தை அவனிடம் எப்படிச் சொல்வது? என்று யோசித்தவனாய் அப்படியா என்றான்.

தினம் தினம் தான் பழையபடி குளிர்காலத்திற்குச் சென்று விடுவோம் என்று எதிர்பார்த்துக் கொண்டே தூங்கச் சென்றான்.

ஆனால் அந்தப் பாழாய்ப் போன வெற்றுக் கோடைக் காலம் திரும்ப சாவகாசமாய் அவன் வாழ்க்கையில் மிகவும் மெதுவாக நகர்ந்துகொண்டிருந்தது. தனக்கு நடந்துகொண்டிருக்கும் விசயத்தை வெளியில் சொல்ல முடியாத அழுத்தம் அவன் மனதை அச்சம் தரும் வகையில் பாரமாக்கிக் கொண்டு வந்தது. நாளுக்கு நாள் இப்படியே கழியும்போது தன்னுடைய மூளை வெடித்துச் சிதறிவிடும் போலப் பயந்தான். மனதைச் சகஜமாக வைத்துக்கொண்டு தன்னுடைய பழைய காலத்திற்குப் போய்ச் சேருவோமா அல்லது இந்தக் காலச் சுழலிலேயே சிக்கிச் செத்துப் போய்விடுவோமா என்று பேரச்சமாய் இருந்தது. சுகா "நீங்க என்னமோ மாறிப் போயிட்டீங்க. ஏதோ ஒரு விசயம் உங்கள ரொம்ப தொந்தரவு செய்யுது. ஆனா அது என்னன்னு எங்கிட்டகூட சொல்ல மாட்டீங்கறீங்க" என்று ஒருநாள் திடீரென்று பிடித்துக்கொண்டாள். அவன் நடந்ததைச் சொல்லிவிடத் துடித்தான். ஆனால் அதற்குப் பின் கட்டாயம் மனநோய் டாக்டரைச் சந்திக்க வேண்டிவரும் என்பதால் அவன் தன்னை மிகவும் கட்டுப்படுத்திக் கொண்டு ஒண்ணுமில்லையே என்றான்.

தூக்கத்தில் ஏதாவது உளறியிருக்க வேண்டும் அல்லது தூக்கம் வராமல் தவித்துக் கொண்டிருந்திருக்க வேண்டும். இரண்டு நாளில் சுகா சரி நாம இன்னைக்கி ஒரு டாக்டரைப் பாக்கலாமா என்று கேட்டாள். நரேன் கையிலிருந்த காபி கோப்பையை வீசியெறிந்தான். "எதுக்கு என்ன இப்ப டாக்டர்கிட்ட கூட்டிட்டுப் போகனும்னு சொன்ன?" என்று காட்டுத்தனமாய்க் கத்தினான். அவன் கைகள் நடுங்கின. சுகா பேயறைந்தது போல நின்றாள். "உனக்கு என்ன ஆச்சு ஏன் இப்படி நடந்துக்கற? எனக்கு ரொம்ப பயமா இருக்கு. கட்டாயம் நாம ஒரு சைக்கியாட்ரிஸ்டை பாத்தே ஆகணும். இல்ல ஊருக்குப் போன் பண்ணி எங்க அப்பம்மா உங்க அம்மா எல்லாத்தையும் வரச் சொல்லப்போறேன்". என்று அவளும் அழுதுகொண்டே கத்தினாள். இவனுக்குக் கோபம் உச்சியைப் பிளந்தாலும் பல்லைக் கடித்துக்கொண்டான். அந்த நிலையிலும் இது ஏற்கனவே நடக்கவில்லையே எனில் இந்தச் சூனியம் பிடித்த நாட்கள் எந்தக் காலத்தில் இருந்துதான் வருகின்றன என்று குழம்பினான். என் வாழ்க்கை இரண்டாகப் பிளந்து கொண்டதா? இனி அந்த அமைதியான வேலையை மட்டுமே சிந்தித்துக்கொண்டிருந்த பழைய காலத்திற்குத் திரும்பவே முடியாதா? ஒரு பைத்தியக்காரனுக்கு நிகரான பட்டத்தோடுதான் மீதி வாழ்க்கையா?

டாக்டர் அன்புச் செல்வத்திடம் சுகா நேரம் வாங்கியிருந்தாள். முதலில் அவரிடம் எதுவும் சொல்ல வேண்டாம் என்றுதான்

நினைத்தான். ஆனால் அவர் அவனை உட்காருங்க என்ற உடனேயே கடகடவென்று எல்லா விசயங்களையும் கொட்டி விட்டான். டாக்டர் நெற்றியைத் தேய்த்துக்கொண்டு நீண்ட நேரம் யோசித்தார். என்ன படிச்சிருக்கீங்க எங்க வேல பாக்கறீங்க. எந்த நடிகரப் பிடிக்கும் என்பது போலச் சட் சட்டென்று சின்னச் சின்ன கேள்விகள் கேட்டார். கடைசியாக "சரி இந்த மூணு மாசத்த நீங்க ஏற்கனவே வாழ்ந்துட்டதா சொல்றீங்க. அப்ப இப்படி ஒரு சம்பவம் நடந்ததா நீங்க என்ன வந்து சந்திச்சீங்களா இல்லையே அப்ப இது எப்படி பழைய நாள் ஆகும். இது வேற ஒரு புதுநாள்தானே?" என்று ஒரு கொக்கிக் கேள்வியைக் கேட்டு அவனை மூச்சுத் திணற வைத்தார்.

"அதான் டாக்டர் எனக்கும் புரியல". என்றான். "சரி இந்த மூணு மாசத்துல நடந்த முக்கியமான விசயம் ஏதாவது ஒண்ணு சொல்லுங்க". அங்கதானே டாக்டர் பிரச்சினை. மூணுமாசமா சொல்லிக்கிற மாதிரி பெரிய விசயம் எதுவும் நடக்கல சின்னச் சின்ன விசயம் நிறைய நடந்திருந்தாலும் அது எதுவுமே எனக்குச் சரியா நினைவில்ல. சரி நீங்க சொல்லுங்க நாலு நாளைக்கி முன்னாடி உங்க வீட்ல என்ன டிபன்?" டாக்டர் வாய்விட்டுச் சிரித்தார். உண்மைதான். உங்க நிலைமை எனக்குப் புரியுது. ஆனா ஆதாரம் இல்லாம நான் எப்படி இத நம்பறது. நீங்க சொல்றீங்க அப்படீங்கறதுக்காக நான் நம்பணுமா?"

எனக்கு ஒரு விசயம் ஞாபகம் வருது டாக்டர். போன வாரம் என்னோட பிரண்ட் ஆனந்த பாத்தப்போ அவிங்க அப்பாவுக்கு உடம்பு சரியில்லைன்னு சொன்னான். ஆனா அவரு ஒரு மாசத்துல இறந்துட்டார். அது எனக்குத் தெரியும். அவர் இறந்துடுவார்னு நான் எப்படி அவன்கிட்ட சொல்ல முடியும்? அதனால நான் எதுவும் சொல்லல. இப்ப சொல்றேன். அதுதான் ஆதாரம். அவரு இறந்துடுவார். ஆனா இப்ப ரொம்ப நல்லாவே இருக்கார்".

டாக்டர் திரும்பவும் யோசித்தார். "ஓகே நாம இன்னும் கொஞ்ச நாள் பொறுத்திருந்து பார்ப்போம். ஆனா என்னால இதை ஒரு ஆதாரமா ஏத்துக்க முடியல. நீங்க கோச்சுக்கலைன்னா ஒண்ணு சொல்வேன். உலகத்தில நடக்காத ஒரு கற்பனையான விசயம் தனக்கு நடந்துட்டதா நம்பறதும் ஒரு மனநோய்தான். கவலைப்படாதீங்க கொஞ்சம் கொஞ்சமா சரி பண்ணிடலாம்."

டாக்டரின் முகத்தில் ஓங்கிக் குத்தாமல் தான் எப்படித் திரும்பி வந்தோம் என்று அவனுக்கு ஆச்சரியமாய் இருந்தது. இந்தக் கருமம் பிடித்த காலம் எனக்கு இப்படிப் பைத்தியக்காரப் பட்டத்தை வாங்கித் தரவா என்னை இங்கே அனுப்பியது என்று

நினைத்துப் பெருமூச்சு விட்டுக் கொண்டான். இப்பொழுது புதிய விசயங்கள் நடக்க ஆரம்பித்துவிட்டதைப் பார்த்தால் இனி ஏற்கனவே நடந்தது என நான் அனுபவித்தது கூட இனி நடக்குமா என்னவோ தெரியவில்லை. ஒருவேளை ஆனந்தின் அப்பா சாகாமல்கூட இருந்துவிடலாம். அப்போது தன்மீது லேசாக விழுந்திருக்கும் மனநிலை சரியில்லாதவன் என்கிற முத்திரை பலமாக ஸ்தாபிக்கப்பட்டுவிடும். எவ்வளவு யோசித்தும் இதை எப்படிச் சரி செய்வது என்று தெரியவில்லை. தன்னுடைய காலம் இரண்டாகப் பிளந்துகொண்டதா? காலம் இரண்டாகப் பிளந்து கொள்ளுதல் பற்றி அவன் இதுவரை எங்கேயும் படிக்கவில்லை. ஒருவேளை இப்படியே போனால் தானே அது பற்றிய ஆராய்ச்சியைத் தொடங்கி விடலாம் என்று தோன்றியது. இது என்னுடைய நல்ல காலமா அல்லது கெட்ட காலமா? என்று தன்னையே அச்சத்தோடு கேட்டுக்கொண்டான்.

அவனைப் பைத்தியம் பிடிக்கச் செய்துகொண்டிருந்த இந்தக் குழப்பங்கள் எல்லாம் திடீரென்று ஒரு முடிவுக்கு வந்துவிட்டன. டாக்டரைப் பார்த்துவிட்டு வந்து இரண்டு நாள் கழித்துப் பழையபடி குளிர்கால விடியற்காலையில் எழுந்தான். நிம்மதியாய் இருந்தது. இனி எந்தக் காலத்துக்குள்ளும் நழுவிப் போகாமல் என்னை எல்லோரையும் போல நிலை நிறுத்திப் பிடித்துக்கொள் கடவுளே என்று கதறி அழுது வேண்டிக்கொள்ள வேண்டும் போல இருந்தது. சாப்பிடும்போது சுகாவிடம் கேட்டான் "ஆமாம் நாம எப்பவாவது சைக்கியாட்ரிஸ்டைப் பாக்கப் போனமா?" அவள் மேலும் கீழும் பார்த்துவிட்டு "இதென்ன கேள்வி உங்களுக்கு என்ன ஆச்சி" என்றாள். இவன் சிரித்துக் கொண்டு அப்ப அது கனவா இருக்கும்னு நினைக்கிறேன் என்று சமாளித்துவிட்டான்.

நகரத்தில் டாக்டர் அன்புச் செல்வன் என்று யாராவது இருக்கிறார்களா என முகவரிப் புத்தகத்தில் தேடிப் பார்த்தான். இருந்தார். அவரைச் சந்திக்க வேண்டும் போலத் தோன்றியது. அலுவலகத்திலிருந்து அன்று மாலையே அவரிடம் அப்பாய்ன்மெண்ட் செய்துகொண்டான்.

அதே அலுவலக அறைதான். அவரேதான். இவன் போகும் போது அறை அதீத சுத்தமாக இருந்தது. உள்ளே நுழைந்தவுடன் "டாக்டர் உங்களுக்காகத்தான் வெய்ட் பண்ணிகிட்டிருக்கார்" என்று ரிசப்சன் பெண் சொல்லவும் உள்ளே நுழைந்தான். டாக்டர் எழுந்து நின்று ஏற்கனவே அறிமுகமானவரைப் போலக் கை குலுக்கினார். இவனும் ஏற்கனவே பழகியவனைப் போலவே சிரித்துக்கொண்டிருந்தான். "நாம ஏற்கனவே சந்திச்சிருக்கோம் இல்லையா?" என்றான். டாக்டர் அதே புன்னகையோடு

கருவிழிகளை மேலே உயர்த்தி இறக்கி 'எஸ்... அப்கோர்ஸ் நாம ஏற்கனவே சந்திச்சிருக்கோம்னு சொல்லலாம்' என்றார். திடீரென்று அவர் முகத்தில் வியப்பு பெருகியது.

இவனுக்கு ஆர்வத்தில் நெஞ்சு குதிக்க ஆரம்பித்தது. "நான் உங்ககிட்ட ட்ரீட்மெண்ட்டுக்கு வந்தேன் இல்லையா?" ஆமாம் என வேகமாய்த் தலையசைத்துக் கொண்டு வியப்பாய் இவனைப் பார்த்து "ஆனா அது உங்களுக்கு எப்படித் தெரியும்?" என்றதும் வியப்பு இவனையும் தொற்றிக் கொண்டது. "என்ன சார் கேக்கறீங்க? ட்ரீட்மெண்ட்டுக்கு வந்தது நான்தானே?" "இருக்கலாம் ஆனா நீங்க வந்தது என் கனவுல தானே. அத எப்படி நீங்க கரெக்டா சொல்றீங்க?"

ஒரு நிமிடம் இருவரும் ஸ்தம்பித்துப் போய் ஒருவரை ஒருவர் பார்த்துக்கொண்டே இருந்தனர். "சரி கனவுல நான் சொன்னதெல்லாம் ஞாபகம் இருக்கா?" என்றான். "இருக்கு நேர்ல நடந்தது மாதிரி அப்படியே இருக்கு" "அப்ப நான் வேற வேற காலத்துக்கு ஜம்ப் ஆகிப் போறத நம்பறீங்களா?" டாக்டர் யோசனையோடு நெற்றியைக் கீறிக் கொண்டார். "கனவு கண்டத வச்சி ஒரு புது தியரிய உருவாக்கச் சொல்றீங்களா?" "ஆனா நான்தான் நேர்லயும் வந்திட்டேனே?" "எல்லாம் ஒரே விசித்திரமா இருக்கு என்ன சொல்றதுன்னே தெரியலை. நம்பவும் முடியலை நம்பாம இருக்கவும் முடியலை. நீங்க என்னையும் ஒரு மனப்பிறழ்வு ஆளா மாத்திடுவீங்க போல இருக்கு... ஒண்ணு செய்யலாம் எனக்குத் தெரிஞ்ச எழுத்தாளர் ஒருத்தர் இருக்கார். அவர்கிட்ட நாம ரெண்டு பேருமே நடந்ததைச் சொல்லுவோம். ஒரு இன்ட்ரஸ்டிங்கான கதை கிடைக்க வாய்ப்பு இருக்கு" என்றார். அவர் சகஜமாகத்தான் சொன்னார். ஆனால் கதையில்தான் இதெல்லாம் நடக்கும் என்கிற தொனி அதில் தொக்கி நிற்பது இவனுக்கு ஒரு மாதிரியாய் இருந்தாலும் ஒரு நல்ல நகைச்சுவையோடு விசயத்தை முடிவுக்குக் கொண்டுவரும் விதமாக மனம்விட்டுச் சிரித்து வைத்தான்.

"எனக்கென்னவோ நம்பிக்கையில்லை டாக்டர்... அந்த எழுத்தாளர் கதை நல்லாத்தான் இருக்கு. ஆனா நம்பறமாதிரி இல்லை. இதை எழுதினா என் பேர் பஞ்சர் ஆயிடும்னு சொல்லுவார்னு நினைக்கிறேன்" என்று சொல்லிக்கொண்டே எழுந்து கிளம்பும் விதமாக அவர் கைகளைப் பற்றிக் குலுக்கினான். டாக்டர் அட்டகாசமாகச் சிரித்தார்.

மலைகள்.காம், இதழ் 29, 2013

அர்த்தமற்ற மூன்று சம்பவங்கள்

மதி எங்கள் ஊருக்கு வந்தபோது வானத்தில் வெள்ளியோ வால்நட்சத்திரமோ தோன்றவில்லை. ஆறு மாதம் வரை அவன் ஒரு சாதாரண பைத்தியக்காரனாய் இருந்தான்.

சேற்றில் ஒரு வருடம் புதைத்து வைத்த மாதிரி இருந்த பஞ்சையான வேட்டி கட்டியிருந்தான். இடது கையால் அதை எப்போதும் இறுக்கிப் பிடித்துக் கொண்டு வலது கையால் டீ வேண்டுமென ஜாடை செய்வான். கீழே கிடக்கும் துண்டு பீடிகளைப் பொறுக்கிக் கை நிறைய வைத்திருப்பான்.

எங்கள் ஊருக்கு இப்படி மனநிலை பாதிக்கப் பட்டவர்கள் நிறைய பேர் அடிக்கடி வருவார்கள். எனவே, யாரும் அவனைப் பற்றிப் பெரிதாகக் கண்டு கொள்ளவில்லை.

பிரியா ஸ்நாக்ஸ் கடைக்காரர் தினமும் இரண்டுவேளை டீ காலை மாலை டிபன் சாப்பாடு எனக் கொடுத்தார். பயங்கரக் கருமி எனப் பெயரெடுத்திருந்த அவர் மனதை இந்த அளவுக்கு எப்படி மாற்றினான் என்பது புரியாத புதிராகவே இன்னும் இருக்கிறது. பெரும்பாலும்

அந்தக் கடை வாசலில்தான் உட்கார்ந்திருப்பான். வெயில் மழை என்று பார்க்காமல் கொடுப்பதைச் சாலையோரமாக உட்கார்ந்து சாப்பிடுவான்.

ஆறு மாதம் கழித்து மெல்ல மெல்ல ஒரு பேச்சு கிளம்பியது. 'மதி ஏராளமாகப் படித்திருக்கிறான். படித்துப் படித்தே அவனுக்கு மூளை குழம்பி, பைத்தியம் பிடித்துவிட்டது.'

மதி அடிக்கடி இங்கிலீஷ் பேப்பர்களைப் படிப்பது போலக் கையில் வைத்திருப்பான். அதை வைத்து இந்தக் கதை உருவாகியிருக்கலாம். யார் இப்படிக் கிளப்பி விட்டார்கள் எனத் தெரியவில்லை. இது ஒரு பின்விளைவை ஏற்படுத்தியது. யாராவது பேப்பர் படித்துக்கொண்டிருந்தால், 'டேய் ரொம்பப் படிக்காத. படிச்சா மூளை குழம்பிப் போயிடும். மதிய பாத்தயில்ல' எனப் பேசுவது மிகவும் பிரபலமாக விளங்கியது.

ஆருடங்களும் வதந்திகளும் கொஞ்சம் கொஞ்சமாக மதியின் முன்னாள் வாழ்க்கைக்கு ஒரு வடிவத்தைக் கொடுத்தன. மதி ஒரு மகா புத்திசாலி. பெரிய கோடீஸ்வரர் வீட்டுப் பையன். ஐஏஎஸ் தேர்வு எழுதுவதற்காக வெறித்தனமாகப் படித்துக் கொண்டிருந்தான். படித்துப் படித்து மூளை குழம்பிவிட்டது.

அவனுடைய வீட்டில் இருந்து மாதம் ஒருமுறை அல்லது இரண்டு மாதத்துக்கு ஒருமுறை ஆட்கள் காரில் வந்து, தினமும் சோறு போடும் பிரியா ஸ்நாக்ஸ் கடைக்காரருக்கு நிறைய பணம் கொடுத்துவிட்டுப் போகிறார்கள். இதுதான் ஊரார் வடிவமைத்த அவனுடைய சரித்திரம்.

இதில் ஒன்று மட்டும் உண்மை. மதியைப் பார்க்க ஒருத்தர் இன்னோவா காரில் மாதா மாதம் நிஜமாகவே வருகிறார். இன்ன தேதியென்று கிடையாது. முதலில் இதை நான் நம்பவில்லை. ஆனால் நானே ஒருமுறை நேராகப் பார்த்தேன்.

காரில் வந்த அவருக்கு ஐம்பது வயதிருக்கும். அவர்தான் அந்தக் காருக்கு உரிமையாளரா அல்லது முதலாளி சார்பில் பணம் கொண்டு வந்து கொடுத்துவிட்டுப் போகிறாரா? மதியின் அப்பாவா? தெரியவில்லை. அவர் பணியாளாய் இருக்க வாய்ப்பில்லை. முகத்தில் பணக்காரக்களை சொட்டியது. தவிர பணியாளை இவ்வளவு தூரம் காரில் இதற்காக அனுப்புவார்களா?

மதியைப் பார்த்தவாரே நேராக உள்ளே போனார். கடைக்காரரைப் பார்த்து மெலிதாகப் புன்னகைத்தார். அங்கிருந்து

கொண்டே மீண்டும் மதியைப் பார்த்தார். சில ஆயிரம் ரூபாய் தாள்களை எடுத்துக் கொடுத்தார். அவ்வளவுதான். உடனே கிளம்பிவிட்டார். மதி அவரை யாரென்றே கண்டுகொள்ள வில்லை.

ஒரு சமயம் மதி அதிசயமாய் புத்தம் புதிய வெள்ளை வேட்டி கட்டியிருந்தான். தாடி மழிக்கப்பட்டு அடையாளமே தெரியாமல் இருந்தான். நான் அவனைப் பற்றிய வதந்திகளைப் பற்றிக் கடையில் ஒருவரிடம் பேசிக் கொண்டிருந்தேன். அவர் நான் பேசுவதையே தீவிரமாகப் பார்த்தார். "ஆமாம் அவனைப் பத்தி ஜனங்க பேசிக்கிறது எல்லாம் வெறும் வதந்தின்னு நீங்க எந்த அடிப்படையில சொல்றீங்க?" என்றார். நான் வாயடைத்துப் போய்விட்டேன். ஆமாம் நான் எந்த அடிப்படையில் இதை வதந்தி என்று சொல்கிறேன்? எனக்குத் தெரியிவில்லை. ஆனால் அவனுக்குப் படித்துப் படித்துதான் மூளை குழம்பிவிட்டது என்பது நிச்சயம் வதந்திதான். அதுமட்டும் எனக்கு நன்றாகத் தெரியும்.

முன்பெல்லாம் பிரியா ஸ்நாக்ஸ் காற்று வாங்கும். இப்போது சற்று கூட்டமாக இருந்தது. இத்தனைக்கும் ஊரில் இரண்டு மூன்று பெரிய பேக்கரிகள் புதிதாக வந்திருந்தன. முதலாளி கல்லாவில் உட்கார்ந்திருந்தார். மாஸ்டர் சூடாக பஜ்ஜி போட்டுக் கொண்டு வந்து அப்போதுதான் தட்டில் கொட்டினார். முதலாளி, கடைப் பையனிடம் "டேய் மதிக்குப் பஜ்ஜி வேணுமா கேளு" என்றார்.

பணியாள் வெளியே வெய்யிலில் உட்கார்ந்திருந்த மதியிடம் போய் "பஜ்ஜி சாப்டறீங்களா?" என்றான். அவன் ஏறிட்டுப் பார்த்துவிட்டு, தலையாட்டினான். இரண்டு பஜ்ஜிகளைக் கையை ஊதி ஊதி எடுத்துப் பேப்பரில் வைத்துக் கொண்டு போய் கொடுத்தான்.

நான், கடைக்காரரைப் பார்த்துப் புன்னகைத்தேன். "எல்லாம் விதிங்க. இந்த மாதிரி ஆவணும்னு தலையில எழுதியிருந்தா அதை மாத்த முடியுமா?" இவங்க குடும்பம் கோடீஸ்வர குடும்பம். அவ்வளவு வசதி. பணத்தைக் கத்தை கத்தையா கையில வச்சிகிட்டு எவ்வளவு வேணும் சொல்லுங்கன்றாங்க. நான் தினம் நூறு ரூபா கணக்குப் போட்டுக் கொடுங்க போதும்னுட்டேன். நமக்கெதுக்குங்க" என்றார்.

மதியை மக்கள் பார்க்கும் பார்வை சட்டென மாறிவிட்டது. தாராளமாய் செலவு செய்பவர்கள், கஞ்சப் பிசுனாரிகள், கூலி

வேலை செய்பவர்கள், முசுடுகள் யாராயிருந்தாலும் "மதி டீ சாப்டறியா" என வாஞ்சையோடு கேட்டார்கள். அவன் அவர்கள் யாரையும் சட்டை செய்வதில்லை. சிலர் டீயைத் தங்கள் கையால் வாங்கிக் கொடுப்பார்கள். (மற்றவர்கள் கொடுப்பதை அவர்கள் இரசிப்பதில்லை)

இப்படியாக அவன் எங்கள் ஊரின் செல்லப் பிள்ளை யானான். யாராவது எதையாவது கொண்டு வந்து கொடுத்துக் கொண்டே இருந்தார்கள். அவனிடம் சகஜமாய் பேச ஆரம்பித்தார்கள். அவன் எங்கோ பார்த்தபடி என்னவோ பேசிக்கொண்டிருப்பான். கை நிறைய துண்டு பீடிகள் இருக்கும். அதைக் குடிக்கவும் மாட்டான். கீழ போடு மதி என யாராவது சொல்வார்கள். கேட்கவும் மாட்டான்.

"குளிக்காமதானே இருக்கான் அவன் கிட்ட போய் பாரு துளி வாசம் அடிக்காது. கடைய ஆரம்பிச்ச ஒடனே மொத மொதல்ல அவன் கையில கொடுத்துப் பாருங்க... அன்னைக்கி எப்பிடி இருக்குதுன்னு?" எனக்கு விசித்திரமாய் இருந்தது. அவன் ஒரு மனநிலை பிறழ்ந்தவன் என்பதை மறந்தது போலவே, சொல்லி வைத்த மாதிரி எல்லோரும் நடந்து கொள்கிறார்களே எப்படி?

ஆனால் இப்படியாகப் பரவும் விஷயங்கள் எனக்குப் பழக்கமானதுதான். சில வருடங்களுக்கு முன் ஒரு மனநிலை பிறழ்ந்த பெண் இப்படித்தான் நெடுஞ்சாலையில் வந்தாள். நைந்து போன சேலையை ஓரளவு கச்சிதமாகவே கட்டியிருந்தாள். நடுத்தர வயது. தலைமுடி கருகருவென்றிருந்தது. அதற்குள் மண் துகள்களைப் பார்க்க முடிந்தது. பணக்கார வீட்டின் செழுமை அவள் உடம்பில் மிச்சமிருந்தது. அது எல்லோரையும் சற்று அதிகமாகவே கவனித்துப் பார்க்க வைத்தது. 'யாரோ நல்ல வசதியான வீட்டுப் பொம்பள போல இருக்குது' என்ற பரிதாபம் எல்லோர் மனதிலும் சட்டெனச் சுரந்தது. அவள் கொஞ்ச காலம் இங்கேயே இருந்தாள். அதிர்ந்து பேசாத மிருதுவான குரல். நல்ல உணவு அவளுக்குக் கிடைத்தது. யார் வீட்டு வாசலிலாவது நின்றுகொண்டு சாப்பாடு கேட்டு சைகை செய்வாள். அந்த வீட்டுப் பெண்கள் அவளை அங்கேயே உட்காரவைத்து இலையில் சோறோ டிபனோ கொண்டு வந்து தருவார்கள். சம்மணம் போட்டு உட்கார்ந்து மிகவும் நாசுக்காக சாப்பிட்டு எழுவாள். அவளைப் பஜார் பக்கமெல்லாம் பார்க்க முடியாது. தெருக்களில்தான் சுற்றிக் கொண்டிருப்பாள். யார் வீட்டுத் திண்ணையிலாவது தாழ்வாரத்திலாவது உட்கார்ந்திருப்பாள்.

யாரும் ஒன்றும் சொல்ல மாட்டார்கள். இரவில் மட்டும் தங்க வைக்க மாட்டார்கள். பள்ளிக்கூடம் பக்கம் போய் விடுவாள்.

அவளை யாரோ நாசம் செய்துவிட்டதாகவும், கர்ப்பமாக இருப்பதாகவும் திடீரென ஒரு செய்தி பரவியது. உண்மையில் அது தீயைப் போலத்தான் இருந்தது. இப்படி ஒருத்தியை யார் நாசம் செய்ய முடியும்? என்ற கேள்வியைப் பின் தொடர்ந்தவாரே ஏன் முடியாது? என்ற பதிலும் வந்தது. கல்யாண ஏக்கம் பிடித்த நடுத்தர வயது ஆண்கள் நிறைய பேர் ஊரில் இருந்தார்கள். அதற்கு முந்தைய வருடம்தான் கல்யாணம் ஆகவில்லை என்ற ஏக்கத்தில் சுகவனம் தீக்குளித்துச் செத்திருந்தான்.

ஊரே அல்லோல கல்லோலப்பட்டது. யார் அவன்? ஒவ்வொருவரும் ஒருத்தரைச் சொன்னார்கள். உண்மையில் அது மிகவும் சுவாரஸ்யமாயும், விடுவிக்க முடியாத புதிராயும் இருந்தது. யார் அவன்?

அந்தப் புதிருக்கு விடை தெரியுமுன்னே அவள் காணாமல் போய்விட்டாள். கருவுக்குக் காரணமானவன் அவளை இரகசியமாகக் கடத்திப் போய் எங்காவது விட்டிருக்கலாம் அல்லது கொன்றிருக்கலாம் என்ற யூகம் ஊரையே சுழற்றி அடித்தது. ஊரில் பலபேர் மீது கொலைகாரப் பட்டம் விழுந்தது. என்னைக் கூட விளையாட்டுப் போக்கில் சிலர் சொன்னார்கள். விளையாட்டுப் போக்கிலா அல்லது மனதில் இருப்பதை அப்படிச் சிரித்துக்கொண்டு சொன்னார்களா? தெரியவில்லை. நான்கூட உண்மையில் அப்படி ஒன்று நடந்திருக்குமானால் அது யாருடைய வேலையாய் இருக்கும்? என யோசித்து ஒரு நபரைக் குறித்து வைத்தேன். சாதாரணமாகத்தான் இந்தக் கணக்கீடுகளைச் செய்தேன். சும்மா ஒரு கற்பனை என்று நினைத்துக்கொண்டேன்.

ஆனால் அந்த யோசனை சட்டென என்னை அடிமைப் படுத்தி விட்டது. குறிப்பிட்ட அவரைப் பார்க்கும் போதெல்லாம் ஒரு கொலையின் ஒரு கற்பழிப்பின் நிழல் அவர் முகத்தில் தோன்றியது. அவருடைய செயல்களை மனம் தீவிரமாக அலசி ஆராய்ச்சி செய்தது. மொத்தத்தில் இதெல்லாம் அபத்தம்தான். ஆனால் அதுதான் நடந்துகொண்டிருந்தது. என்னால் முற்றுப்புள்ளி வைக்கவே முடியவில்லை. கடைசியில் அவளை எந்த விண்ணமும் இல்லாமல் ராசிபுரத்தில் பார்த்தபின்தான் நிம்மதியடைந்தேன். எவ்வளவு எளிதாக

ஒரு ஆளைக் கொலைகாரனாக முடிவுகட்டியிருந்தேன். இந்த மனம் பொல்லாதது.

இதேபோலச் சில வருடங்களுக்கு முன்னால் ஒரு மனநோயாளி எங்கள் ஊருக்கு வந்திருந்தான். அவனுடைய இரண்டு கைகளும் உடைந்து பச்சைப் புண்ணாய் இருந்தது. ஆனால் அவன் முகத்தில் எந்த வேதனையும் இல்லை. கைகளை ஒரு மாதிரி வளைவாக நீட்டிக் கொடுத்ததை வாங்கிச் சாப்பிட்டான். முதலில் அவன் மேல் எல்லோரும் பரிதாபம்தான் பட்டார்கள். ஆனால் அவனைப் பற்றி விநோதமான கதை ஒன்று உருவானது. அவன் ஒரு திருடன். எங்கோ ஒரு வீட்டில் திருடிக் கொண்டிருக்கும்போது, வீட்டுக்காரர்கள் வந்து பிடித்துவிட்டார்கள். ஊரைக்கூட்டி அடி அடியென அடித்திருக்கிறார்கள். எப்படியோ அவர்களிடம் இருந்து தப்பி ஓடி வந்துவிட்டான். அதில்தான் அவனுக்குக் கைகள் உடைந்து பைத்தியம் பிடித்திருக்கிறது.

இதை ஏன் விநோதமான கதை என்று சொல்கிறேன் என்றால், அவனைத் தேடி யாரும் வரவில்லை. யாருமே சொல்லாமல் அவனைப் பற்றிய இந்த 'உண்மை' எப்படித் தெரிந்திருக்கும்? இதைப்பற்றி நான் யாரிடமாவது சொல்லும்போது அதானே என விழி விரிய கேட்பார்கள். ஆனால் அவன் ஒரு திருடன் என்கிற மனநிலையை மாற்றிக்கொள்ள யாரும் தயாராய் இல்லை. அவன் மீது ஒரு வெறுப்பு மெல்ல மெல்ல எல்லோர் மனதிலும் உருவானது. சிலர் அவனைக் கேலி செய்தார்கள். திட்டினார்கள். முக்கியமாக என்ன நடந்ததென்றால் அவன் மீது இரக்கம் காட்டுவதை எல்லோரும் விட்டுவிட்டார்கள். யாரோ ஒரு சிலர்தான் ஏதாவது வாங்கிக் கொடுத்தார்கள். ஆச்சரியப்படும்படியாக அவன் கை படு வேகமாகக் குணமாகிக் கொண்டு வந்தது. உடைந்த எலும்பு வளைந்து ஒரு மாதிரியாகக் கூடிக்கொண்டது.

இதுமாதிரி இன்னும் எவ்வளவோ விசயங்களைச் சொல்லிக் கொண்டே போகலாம். இவ்வளவு முன்கதைகளையும் ஏன் சொல்கிறேன் என்றால் மதியின் கதையில் ஒரு அதிசயம் நடந்து கொண்டிருந்தது. அடுத்த பரிணாமம் கூடியிருந்தது. எனக்கு அவன் மேல் ஒருவிதத்தில் பொறாமையாய் கூட இருந்தது. பிறகு அதை எப்படிச் சொல்வது?

மதி ஒரு சித்தன். மெய்ஞானி! உங்களால் இதை நம்ப முடிகிறதா? ஆனால் ஊருக்குள் இப்போது அவனைப் பற்றி இப்படித்தான் பேசுகிறார்கள்.

அவனைப் பக்தியுடன் பார்க்கிறார்கள். அவன் வரும்போது வணங்குகிறார்கள். தீவிரமாய் நாடுபவர்களிடமிருந்து அவன் தப்பிக்கவே பார்த்தான். ஆனாலும் நிறைய பேர் அவனுக்குப் பக்கத்தில் நின்றுகொண்டு மெல்லிய குரலில் தங்கள் கஷ்டங்களைச் சொல்லிக்கொண்டிருந்தார்கள். வாழ்க்கைதான் எவ்வளவு கோரமானது. ஒரு மனநிலை பிறழ்ந்தவன் முன் நம்மைப் பிச்சைக்காரனாய் நிறுத்திவிடுவது. யாராவது ஒருவரிடம் வந்து அவனாகவே ஏதாவது கேட்பான். அதுதான் அவர்களுக்கு அவன் தரும் வரம்.

இது எப்படி நடந்திருக்கும் என நான் தினமும் மண்டையைப் போட்டு உடைத்துக் கொண்டிருக்கிறேன். அவன் படிப்பைக் கௌரவப்படுத்தும் விதமாக அவன் மேல் நாற்றம் வீசுவதில்லை என்ற பிம்பத்தை உருவாக்கியவர்கள் இன்னும் அவனை எப்படியாவது உயர்த்திவிட வேண்டும் என்கிற தீவிர உள்ளுணர்வின் விளைவாக இந்த விபத்து நடந்திருக்கலாம். ஆனால் இது சகிக்க முடியாத கொடுமை இல்லையா?

உண்மையில் எனக்கு ஞானிகள் மேலெல்லாம் பலத்த சந்தேகம் வந்துவிட்டது. ஞானிகள் பெரும்பாலும் இப்படித்தான் உருவாகியிருப்பார்களோ? ஒரு ஊரில் அமைதியாக நிலைத்திருக்கும் மனநிலை பிறழ்ந்தவர்களை மெல்ல மெல்ல அந்த இடத்துக்கு ஊரார் கொண்டு சென்றுவிடுகிறார்களோ? காரணம் இல்லாமல் எதுவும் நடக்காது என்பது எல்லாம் வெறும் பேத்தல்தானோ?

அக்கம் பக்கம் ஊரிலிருந்தெல்லாம் ஜனங்கள் மதியைப் பார்க்க வந்தார்கள். அவன் முகத்தில் தன்னைப் பற்றிய சமூக மாற்றங்கள் குறித்து எந்தச் சுவடும் இல்லை. எப்படி இருக்கும்? அவன்தான் பைத்தியமே? யாருடைய பாக்கெட்டிலாவது கையை விட்டு வருகிற பணத்தை எடுத்துக்கொள்வான். அவர்கள் தீட்சை பெற்றவர்கள் போலப் பூரித்துப் போவார்கள். சிலரிடம் சிரித்தபடி ஏதோ சொல்லுவான். அவர்கள் கைகட்டி வாய் பொத்தி நின்று கேட்பார்கள். அந்தப் பணத்தை அவன் என்ன செய்வானோ தெரியாது. கொஞ்ச நேரம் கழித்து வேறு யாராவது ஒருவருக்குக் கொடுத்துவிடலாம் அல்லது அந்தக் கடைக்காரரிடமே கொடுக்கலாம். எனக்குத் தெரியவில்லை. எல்லாம் ஒரே விசித்திரம்தான்.

அன்று மே மாத பின் மதியம். வியர்வையில் தொப்பலாய் நனைந்துகொண்டு பஸ்சுக்காகக் காத்திருந்தேன். ரோட்டுக்கு அந்தப் பக்கம் கடை வாசலில் சுட்டெரிக்கும் வெயிலில் மதி

உட்கார்ந்திருந்தான். அவன் மேல் துளி வியர்வையில்லை. குளிர்காலம் போலச் சருமம் வறண்டிருந்தது.

திடீரென அவன் கூர்ந்து என்னைப் பார்த்தான். வேகமாக எழுந்து என்னை நோக்கி வந்தான். எனக்கு எதிராக நின்று மெல்லச் சிரித்தான். எனக்கு ஒன்றும் புரியவில்லை. அவனுடைய அழுக்குப் பிடித்த கையை சகஜமாய் என் பாக்கெட்டில் விட்டு நூறு ரூபாய் தாளை எடுத்துக்கொண்டான். என்னிடம் இருந்ததே அந்த நூறு ரூபாய் மட்டும்தான். நான் அவனிடமிருந்து அதைத் திரும்ப வாங்க முயற்சித்துக் கையை நீட்டித் தாளைப் பற்றினேன். அவன் சிரித்தான். பக்கத்திலிருந்த ஒருவர் வேகமாக என் கையைத் தட்டிவிட்டார். நான் அவரைக் கோபமாய் பார்த்தேன். அவர் சாந்தமாக 'அந்தப் பணத்தை நான் வேணும்னா தர்றேன்' என்றார். நான் பேசாமல் விட்டுவிட்டேன்.

ஆனால் என்னுடைய பணத்தை அவனிடம் கொடுத்துவிட்டு, யாரோ ஒருவரிடம் பிச்சை பெறுவதை என்னால் ஏற்க முடியவில்லை. எனக்குக் கண் மண் தெரியாத கோபம் வந்தது. மதியிடமிருந்து வெடுக்கெனப் பணத்தைப் பிடுங்கிவிட்டேன். அவன் அதே போலச் சிரித்துக்கொண்டிருந்தான். நான் நல்ல சுய நினைவோடு இருக்கும் ஒரு நபரைப் பார்ப்பதைப் போல அவனை முறைத்துப் பார்த்தேன். அவன் சிரித்தான். எல்லோரும் என்னை விசித்திரமாய், பைத்தியக்காரனைப் போலப் பார்த்தார்கள்.

சுற்றிலும் என்னைத் துளைத்தெடுக்கும் பார்வைகளுக்கு மத்தியில் என்னால் நிற்க முடியவில்லை. வந்த பஸ்சில் டக்கென்று ஏறிவிட்டேன். நூறு ரூபாயை நீட்டினேன். கண்டக்டர் மோசமாகத் திட்டினார். அது எனக்குக் கொஞ்சம்கூட உறைக்கவில்லை. என் மனம் முழுவதும் அந்தச் சம்பவம், அந்த நூறு ரூபாயைப் பறிக்கும்போது கையில் ஏற்பட்ட அழுத்தம் இன்னும் உறுத்திக் கொண்டிருந்தது. ஒரே யோசனையில் காலம் உறைந்துவிட்டது. எவ்வளவு நேரமாக பஸ்சில் போய்க்கொண்டிருக்கிறேன் என்பது ஒன்றுமே என் நினைவில் இல்லை. திடீரென்று டமால் எனச் சத்தம் கேட்டது. அவ்வளவுதான் தெரியும்.

அதன் பின் கண் விழிக்கும்போது, நான் ஒரு மருத்துவமனை படுக்கையில் இருந்தேன். பல் ஒன்று தெறித்துவிட்டது போல. வாய்க்குள் ஜிம்மென்று வலித்தது.

டாக்டர் வந்து மெல்ல சிரித்தார். பயப்பட ஒன்றுமில்லை என்றார். பஸ் எங்கோ மோதிவிட்டது. ஆக்சிடெண்ட். நான்

எனக்கு முன்னால் சீட்டிலிருந்த கம்பியில் இடித்துக்கொண்டு மயங்கிவிட்டேன். முன் பல்லில் ஒன்று பாதி உடைந்துவிட்டது. எனக்கு மதியின் முகம் ஞாபகம் வந்தது.

இந்தச் சம்பவம் ஊருக்குள் ஒரே பேச்சாய் கிடந்தது. தெரிந்தவர்கள் தெரியாதவர்கள் எல்லாம். 'அவருகிட்ட இருந்து எதுக்கு நூறு ரூபாயைப் பிடுங்கினே?' என நான் என்னவோ அவனுடைய பணத்தைப் பிடுங்கிக்கொண்ட மாதிரி கேட்டார்கள்.

நான் மெதுவாகச் சிரிப்பேன். அவர்கள் மதி ஒரு சித்தன். பஸ் ஆக்சிடெண்ட் ஆகும்; போக வேண்டாம்னு உன்னைத் தடுக்கத்தான் அப்படிப் பண்ணியிருக்கான் என ஆரம்பிப்பார்கள். சில மாதங்களிலேயே இந்த மாதிரி நூற்றுக்கணக்கான கதைகள் சேர்ந்துவிட்டன. ஒரு சின்ன விபத்தால், ஒரு பைத்தியக்காரன் ஞானியாக வரலாற்றில் இடம் பிடித்துவிடுவான் போல. இதற்கு என்னை அறியாமல் நானும் உடந்தையாய் இருந்திருக்கிறேன். பேசாமல் போய்த் தொலையட்டும் என அந்த நூறு ரூபாயைத் திரும்ப வாங்காமலேயே இருந்திருக்கலாம். அன்று பார்த்துதான் பஸ் ஆக்சிடெண்ட் ஆக வேண்டுமா?

நான் என்னுடைய வழக்கமான வாழ்க்கைக்கு வந்து விட்டேன். அதைப்பற்றி நான் பெரிதாக யோசிக்கவில்லை. ஆனால் ஊர் அப்படிச் சும்மா இருக்கவில்லை. யார் யாரோ வந்து விசாரித்தார்கள். உண்மையா என்று கேட்டார்கள். என்னையும் மதியையும் கண்ணுக்குத் தெரியாத ஒரு மாயக் கயிறு இணைத்து வைத்திருந்தது. நான் அதை எத்தனை முறை வெட்டினாலும் மீண்டும் இணைந்து கொள்ளும் என்பதைப் புரிந்துகொண்டேன்.

மீண்டும் மழைக்காலத்தில் ஒருநாள் பஸ்சுக்காகக் காத்திருந்தேன். அப்போது சாயந்திரம் நாலு மணி. வானத்தில் மேகங்கள் குவிந்துகொண்டு இருந்தன. ஆறுமணி ஆகிவிட்டதைப் போல இருட்டிக் கொண்டிருந்தது. கிழக்கிலிருந்து பெரும் காற்று ஊருக்குள் வந்து, குப்பைக் காகிதங்களைக் கூட்டித் தள்ள ஆரம்பித்தது.

திடீரென மதி எதிரில் வந்தான். முகத்துக்கு நேராக நின்றான். டீ வாங்கித் தரும்படி ஜாடை செய்தான். கை நிறைய துண்டு பீடிகள். எனக்குக் குமட்டிக் கொண்டு வந்தது. அடுத்த நிமிடம் அவன் என் சட்டைப் பையிலிருந்த ஐந்நூறு ரூபாய் தாளை எடுத்தான். என்னிடம் வேறு பணம் இருக்கிறது. என்றாலும்

ஐந்நூறு ஒரு நல்ல தொகை. அதை அப்படியே விட்டு விட்டுப் போக முடியாது. ஆனால் அதைத் திரும்ப கேட்பதா வேண்டாமா என்று ஒரு கணம் தடுமாறினேன். அன்று தெறித்த பல்லின் வலி நினைவுக்கு வந்தது. இனம் புரியா உணர்வு வயிற்றைப் புரட்டியது. அவன் அதற்குள் சாலையைக் கடந்து போய்விட்டான். எனக்கு ஒன்றும் புரியவில்லை. நடப்பதெல்லாம் என்ன? உலகமே என்னை உற்றுப் பார்ப்பது போல இருந்தது.

அடுத்த நினைவுக்கு இடம் தராமல் ஒரு பஸ் வந்து நின்றது. நான் ஏறலாமா வேண்டாமா என்று யோசித்தேன். சட்டென ஏறிவிட்டேன். மனம் ஏனோ திக்திக்கென்றுதான் இருந்தது. நான் இதையெல்லாம் நம்புகிறேனா என்ன? சின்ன வயதில் இருந்து கடவுள் இல்லையென வாதாடி வாதாடி உரமேறிய மனதிலா இப்படி ஒரு தடுமாற்றம்? எனக்கே ஆச்சரியமாய் இருந்தது. ஒரு உறுதியுடன் பயத்தை விரட்டியடிக்க முயற்சித்தேன். ஆனால் உள்ளுக்குள் அது ஒரு நாய்க் குட்டியைப் போலச் சுருண்டு படுத்திருந்தது. என்னால் ஒன்றும் செய்ய முடியவில்லை.

திடீரென பஸ் தாறுமாறாய் ஓடியது. ஒரு பதற்றம் பஸ்சுக்குள் சரேலென விழுந்தது. பெண்களின் கூக்குரல் பஸ்சை இரண்டாகப் பிளந்தது. எனக்குள் சுருண்டு படுத்திருந்த நாய் பாய்ந்து என் தொண்டையைப் பிடித்தது. ஆனால் சில விநாடிகளில் பஸ் மீண்டும் அமைதியாகி சகஜமாகிவிட்டது. எல்லோரும் ஒரு மயிரிழையில் தப்பிய விபத்தைப் பற்றி விழி விரிய பேசிக்கொண்டிருந்தார்கள். எனக்கு ஆச்சரியத்தில் ஒன்றும் புரியவில்லை. இது எதற்காக நடந்தது? நான் மதியைப் பற்றித் தீவிரமாகச் சிந்தித்தேன்.

அதற்குப் பின்னால் ஒருநாள் மதியைக் கடைவீதியில் பார்த்தபோது திடீரெனத் தோன்றியது. எங்க வீட்டுக்கு வந்து சாப்டுறியா என்றேன். அவன் எதுவும் பேசாமல் பின்னாலேயே வந்தான். நடப்பதை ரோட்டில் இருந்த எல்லோரும் விநோதமாய் பார்த்துக்கொண்டிருந்தார்கள்.

வீட்டின் முன் வராண்டாவில் உட்கார்ந்துகொண்டான். கவிதா உள்ளேயிருந்து ஓடிவந்து ஆச்சரியமாய் பார்த்தாள். நான் அவனுக்குச் சாப்பாடு போடும்படிச் சொன்னேன். பரபரப்பாய் ஓடிப்போய் இலையை எடுத்துக்கொண்டு வந்து போட்டு, விருந்தாளிக்குப் பரிமாறுவதைப் போலப் பரிமாறினாள். வேடிக்கைப் பார்க்கத் தெருவே கூடிவிட்டது.

கொஞ்சம்தான் சாப்பிட்டான். எழுந்து கையைக் கழுவினான். திரும்பிப் பார்க்காமல் போய்க்கொண்டே இருந்தான். கவிதா, 'எப்படிங்க? மதி இந்த மாதிரி யார் வீட்லயும் போய் சாப்டதே இல்லையே... என்ன பண்ணீங்க என்றாள்.' ஒரு நிமிடம் அமைதியாய் இருந்துவிட்டு, 'நீங்க சொல்லுங்க... அந்த ஆள் சித்தரா?' என்றாள். நான் இல்லையென்றேன். 'பின்ன எதுக்கு அவரைக் கூட்டிகிட்டு வந்து சாப்ட சொன்னீங்க' என்றாள். ஆமாம் திடீரென எனக்கு எதற்காக அப்படித் தோன்றியது என யோசித்தேன். ஒருவேளை மதி மனநிலை பிறழ்ந்தவன் இல்லை என்றுதான் நானும் நினைக்கிறேனோ? அந்தக் கேள்விக்கு முன்னால் நான் திகைத்து நின்றேன்.

காலச்சுவடு, ஜூலை 2016

துவரைச் செடி

இந்தியாவின் தென் பகுதியில் தமிழகத்தின் எல்லைக்குள் வானில் ஒரு மர்மப் பொருள் தென்பட்டதாக நாசா விண்வெளிக் கழகம் செய்தி வெளியிட்டது. அதைப் பற்றிய ஆராய்ச்சிகள் தொடரும் என்றும் தேவைப்பட்டால் விஞ்ஞானிகள் குழு அந்த இடத்தில் நேரடியாக ஆய்வை மேற்கொள்வார்கள் என்றும் அந்த அறிக்கையில் குறிப்பிடப்பட்டிருந்தது. கிட்டத்தட்ட இதேபோன்ற அறிக்கையை இந்திய விஞ்ஞானிகள் கழகமும் வெளியிட்டிருந்தது.

இந்தியாவின் பல்வேறு மொழிகளின் செய்திச் சேனல்களின் செய்திகளின் காட்டாற்று வெள்ளத்திற்கிடையே மேற்கண்ட செய்தி ஒரு திவலை போல் மின்னி மறைந்தது. இந்தியாவில் இரட்டை இலக்க எண்ணிக்கை அளவுடைய சிலரே அந்தச் செய்தியை மறுபடி சிந்தித்தனர் என்றாலும் இதைப் போலவே ஏற்கனவே அவ்வப்போது வெளிவந்த செய்திகளை நினைவுபடுத்திக் கொண்டு இதுவும் அதைப் போல ஒரு செய்தி என வேறு செய்திகளில் கவனமாகிவிட்டனர்.

அதை ஒட்டிய அடுத்த வாரத்தில் நேஷனல் ஜியோக்ரபிக் சேனல் பூமியில் இதுவரை விண்ணில் இருந்து வந்து மறைந்த மர்மப் பொருட்கள் பற்றிய செய்திகளையும் ஆதாரங்களையும் சுவைபடத் தொகுத்து வழங்கியது என்றாலும் அது இதுவரை

அந்தச் சேனலில் வந்த சுவையான செய்தித் தொகுப்பில் ஒன்று என்பதைத் தவிர வேறு எந்த விசேச கவனத்தையும் பெறவில்லை.

(இந்த இடத்தில் அந்தச் செய்தித் தொகுப்பில் இடம் பெற்ற சம்பவங்களைப் பற்றிய பதிவு முக்கியமானதுதான். ஆனால் அது நம்மைத் திசை திருப்பிவிடும். அந்த நிகழ்ச்சி இன்னும் கூட அடிக்கடி ஒளிபரப்பப்படுகிறது. பொறுமை இருப்பவர்கள் அடுத்துவரும் வாரத்தில் அந்த நிகழ்ச்சி எப்போது வருகிறது எனப் பார்த்துக் கொள்க. உடனடியாகப் பார்க்க விரும்புவோர் யூ டியூபில் சென்று suspend eliments of the sky அல்லது Another Earth என டைப் செய்து தேடிக் கொள்ளவும்)

○

ஏரியிலிருந்து விநாயகம் புத்தி பேதலித்தவனைப் போல வந்தான். ஏரிக்கரையில் இருக்கும் அத்தி மரத்தில் ஒரு மோகினிப் பெண் உறங்கிக் கொண்டிருப்பதாகச் சொன்னான். அவனுக்குப் புத்தி பேதலித்திருக்கலாம் அல்லது சித்த பிரம்மை பிடித்திருக்கலாம் என்றுதான் எல்லோரும் நினைத்தார்கள்.

ஆனால் காலையில் ஏரிக்கரை அருகே ஊரே குழுமிவிட்டது. அவள் இன்னும் அந்த அத்தி மரத்தின் கிளையில் கவிழ்ந்து படுத்திருந்தாள். அவளுடைய தலை முடி நெளிநெளியாகத் தண்ணீருக்கு ஒரு ஜான் மேலே வரை தொங்கிக் கொண்டு லேசாகக் காற்றில் அசைந்து கொண்டிருந்தது. சிட்டுக்குருவிகள் வழக்கத்தை விட அதிகமாக மரத்தில் கூடியிருந்தன.

எல்லோரின் பார்வைக்கும் அவள் திடமாகத் தெரிவதால் மோகினியாக இருக்க முடியாது என்கிற முடிவுக்குத் தானே வந்துவிட்டனர். விநாயகத்தின் அம்மா பார்வதி, 'விநாயகம் நேத்து சாயந்திரமே இதப் பாத்துட்டு வந்து சொன்னான். நான் ஏதோ மோகினியப் பாத்துப் பயந்துட்டான்னுதான் நெனைச்சேன்' என்று எல்லோரிடமும் புலம்பிக் கொண்டிருந்தாள். ஆனால் முதன் முதலில் பார்த்த அவள் மகனைப் பற்றி அங்கே யாரும் கண்டுகொள்ளவில்லை. அல்லது சடங்கைப் போல அவனிடம் 'எப்ப பாத்த' என்று கேட்டுக்கொண்டிருந்தனர்.

சின்னக்கண்ணு கிளையருகே போய் இந்தாம்மா இந்தாம்மா என்று சத்தம் கொடுத்தார். எல்லோரும் மூச்சை அடக்கிக் கொண்டு நின்றனர்.

அவள் எழுந்து உட்கார்ந்தாள். மெல்லிய பச்சை பிடித்த செம்பு நிறக் கண்களால் சுற்றிலும் பார்த்தாள். அவளுடைய அழகு ஒரு அணு விளைவைப் போல அங்கிருந்தவர்களைத்

தாக்கியது. ஒரு பறவையைப் போல அங்கிருந்து குதித்தாள். அவள் கக்கத்தில் மெல்லிய சிறகுகள் இருக்கின்றனவா என்று எல்லோரும் உற்றுப் பார்த்தனர். அவள் ஒரு சாதாரணப் பெண் என்கிற எண்ணம் எல்லோர் மனதில் இருந்தும் விடை பெற்றுவிட்டது. அத்தி மரத்துச் சிட்டுக் குருவிகள் அனைத்தும் வானத்தில் வலப்புறமாக ஒரு வட்டம் அடித்துவிட்டு மீண்டும் அமர்ந்தன. ஒரு விநாடியில் நடந்த அந்த நிகழ்வு வானக் கடலில் ஒரு வலையை வீசியதைப் போல விநோதமாக இருந்தது.

பார்வதி தன்னுடைய மகளைப் போல அவளுடைய கைகளை எவ்விதத் தயக்கமும் இன்றி ஆதுரத்துடன் பற்றினாள். 'ஏம்மா... விடியவிடிய இந்தக் குளிரில ஏரிக்காத்துல இப்பிடியேவா படுத்திருந்த ஊருக்குள்ள வந்திருக்கலாமில்ல' என்றாள். அவள் புன்னகைத்தாள். அந்தச் சிரிப்பு ஏந்தித் தாங்குவதற்கு இயலாததாய் இருந்தது. ராஜமாணிக்கம் உண்மையிலேயே மயங்கி விழுந்தார். அவர் முகத்தில் தண்ணீர் தெளித்து எழுப்பியபோது தேம்பி அழுதார். ஏனென்று தெரியவில்லை பலபேருக்கும் அழுகை வருவதுபோல இருந்தது. மெல்ல அவர் முணுமுணுத்தார். டேய் அது ஏதோ ஒரு பொண்ணு இல்லடா... சாமி எந்தச் சாமியோ தெரியல என்றார். ஒருவித அச்சம் யார் மனதில் என்று இல்லாமல் வெளியில் இருந்து உண்டானதைப் போல அங்கே உண்டானது.

தங்களுடைய வழக்கமான வேலைகளை எல்லோரும் மறந்துவிட்டனர். பள்ளிக்கூடம், கல்லூரிக்குப் போவோரும் வேலைக்குச் செல்வோரும் கூலி வேலைக்குச் செல்பவர்களும் ஸ்தம்பித்து அவள் பின்னால் சென்றனர். இதுவரை மேகத்துக்குள் மறைந்திருந்த வெய்யில் பளீரென இறங்கியது. அவள் வெய்யில் இறங்கிய பூமியைச் சுற்றிப் பார்த்துவிட்டுச் சூரியனிடம் ஏதோ சொல்வதுபோல மேலே பார்த்தாள். வெளிச்சத்தில் அவள் கண்கள் கொஞ்சமும் சுருங்கவில்லை. கட்டளையிட்டது போல ஒரு மேகம் வந்து சூரியனை மறைத்துக்கொண்டது.

என்னதான் நடக்கிறது இங்கே என்று யாருக்கும் புரியவில்லை. பலவிதமான மெல்லிய பேச்சுக்கள் இளங்காற்றில் விளக்கணைவது போல அணைந்துவிட்டது. மந்திரம் ஒன்று அவர்களை வழி நடத்திச் செல்வது போல அந்த மௌன ஊர்வலம் பார்வதியின் வீட்டுக்குச் சென்றது.

பார்வதிக்கு ஒரு வயலும் பரந்த வாசலும் இருந்தாலும் வீடு தென்னை ஓலையால் வேயப்பட்ட குடிசையாய் இருந்தது. என்றாலும் ஊர் சனமே திரண்டு நிற்க இடமில்லாமல் வயல்

வரப்புகளில் நீண்டு நின்றனர். பதட்டத்தில் அவள் கையும் காலும் புரியாதவளாய் உள்ளே போய் ஒரு கொய்யாப் பழத்தைக் கொண்டு வந்து அவள் கையில் கொடுத்தாள். அவள் அதைக் கையில் வாங்கி உற்றுப் பார்த்துவிட்டு வயலை நோக்கி வீசி எறிந்தாள். கனகு அதைப் பிடித்துக்கொண்டான். சிறிய புன்னகையோடு அவன் அதைக் கடித்ததும் அவன் விழிகள் விரிந்து நின்றன. அவன் கண்களின் விரிவே அந்தப் பழத்தில் நடந்த சுவை மாற்றத்தை ஊருக்குச் சொல்லிவிட்டது.

பார்வதி அரிசியை ஊறப் போட்டுவிட்டுக் கத்திரிக் காய்களை அரிய ஆரம்பித்தாள். அத்தி மரத்துச் சிட்டுக் குருவிக் கூட்டம் இப்போது பார்வதியின் வயலைத் தாண்டி இருந்த வாதனா மரக் கூட்டத்தில் பரவி உட்கார்ந்தது. செந்தில், இவள் பறவைகளின் தேவதையாய் இருக்கலாம் என்றான். பறவைகளின் தேவதை என்றால் ஏன் வேறு பறவைகள் வரவில்லை என்றும் பறவைகளின் தேவதை ஏன் மனித உருவில் இருக்க வேண்டும் என்றும் இவள் தேவ மங்கையாய் இருக்க வேண்டும் என்றும் இந்த ஏரியில் தேவதைகள் வந்து நீராடுவார்கள் என்று தங்கள் பாட்டி சொன்ன கதைகளைப் பலரும் நினைவு கூர்ந்தார்கள். ஏரியில் நீராடும்போது அவள் தன்னுடைய மோதிரத்தைத் தொலைத்திருக்கலாம். கூட வந்த தேவதைகள் அதை விடிய விடிய தேடிப் பார்த்துவிட்டு முடியாமல் இவளை இங்கேயே விட்டுவிட்டுப் போயிருக்கலாம் என்றனர்.

பார்வதி சமைத்துக் கொடுத்த சாப்பாட்டை அவள் சாப்பிட வில்லை. யார் கொடுத்த எதையும் அவள் சாப்பிடவில்லை. எதுவும் பேசவில்லை. மெல்லிய சோகம் இழையோட உலகப் புகழ்பெற்ற ஓவியம் போல அவள் சாய்ந்து உட்கார்ந்திருந்தாள். எப்படியோ இரவு பதினொரு மணிக்கு மேல் கூட்டம் கலைந்துபோய்விட்டது. பார்வதி எவ்வளவோ தூரம் கூப்பிட்டும் அவள் வீட்டுக்குள் வரமுடியாது என்று மறுத்துவிட்டாள்.

காலையில் எழுந்து பார்த்தபோது அவளின் காலடித் தடம்கூட இல்லாது காணாமல் போயிருந்தாள். பார்வதிக்கு இரத்த உறவொன்றை இழந்த துக்கம் சூழ்ந்துகொண்டது.

ஊர் மக்கள் அவள் முதன் முதலில் தென்பட்ட அத்தி மரத்தினடியே ஒரு கல்லை நட்டுக் குங்குமத்தைக் கொட்டி வழிபாட்டுத் தளமாக மாற்றிவிட்டனர்.

ஒரு வாரம் போல நாட்கள் சென்றபின் பார்வதி ஒரு கனவு கண்டாள். அதில் அந்தப் பெண் வந்து தெளிவாகப் பேசினாள். அம்மா நான் அநாதையாயிட்டேன். என்னோடவங்க

எல்லாம் என்னைக் கைவிட்டுட்டாங்க... எனக்கு உன்னை விட்டாப் போக்கிடம் இல்ல. எனக்கு ஆதரவு தருவியா என்றாள். பார்வதி தூக்கத்திலேயே விம்மி அழுதவளாய் என்ன தாயி இப்படிக் கேட்டுட்ட என்று திகைத்து நின்றாள். இதோ உன் கொல்லைப்புறம் ஓரமா நான் ஒரு துவரச் செடியா முளைச்சி நின்னுக்கவா என்றாள். மகராசியா இரும்மா... ஏம்மா மனுசியாவே இருக்கலாமே. எதுக்கு காத்துலயும் மழையிலயும் செடியா நிக்கணும் என்றாள். அதுதாம்மா என்னோட விதி என்றுவிட்டு மறைந்து போனாள்.

அயர்ந்து தூங்கிவிட்டவளுக்கு இரவில் கண்ட கனவு வெகுநேரம் வரை நினைவு வரவில்லை. குழம்பு செய்ய பருப்பு எடுக்கப் போனபோது தலையில் அடித்தது மாதிரி ஞாபகம் வரக் கொல்லைப் பக்கம் ஓடிப் போய்ப் பார்த்தாள். அங்கே வாழைக் கன்றுகளுக்கு மத்தியில் ஒரு துவரைச் செடி இரண்டு விதையிலைகளை நீட்டிக்கொண்டு முளைத்து நின்றது.

***மலைகள்.காம்*, இதழ் 37, 2018**

தீராத திருநாள்

சாயந்திரம் ஐந்து மணிக்குள் முப்பது கிலோ ரொட்டி வீசியிருந்தான். அதில்லாமல் இருபது கிலோ மாவில் தோசை ஐட்டங்கள். ஒரு நிமிடம்கூட நிற்க நேரம் இல்லை.

வானத்தில் சின்னத் துண்டு மேகம்கூட இல்லை. வெய்யில் உக்கிரமாய் இருந்தது. உடல் வியர்த்து ஊற்றிக்கொண்டே இருக்கிறது.

இந்த ஊரில் இன்று திருவிழா. ஜம்புக்கு வேலை செய்யும் மனநிலையே இல்லை. தொடர்ந்து நாலு நாள் வேலை செய்துவிட்டான். நாலு நாளும் டவுன் கடைகள். இதேபோலப் பரபரப்புதான். இன்று ஏற்காடு போகலாம் என்றிருந்தான்.

காலையில் இந்த முதலாளி ஸ்டாண்டுக்கு வந்து நின்றான். முகூர்த்த நாள் என்பதால் மாஸ்டர்கள் எல்லாம் கல்யாண வேலைக்குப் போய்விட்டார்கள். ஒருத்தரும் இல்லை. இவன் அதை யோசிக்கவில்லை. தெரிந்திருந்தால் அங்கே படுத்திருக்க மாட்டான். லோகு அவனைத் தட்டி எழுப்பினார். ஜம்பு சின்னக் கடை தாம்பா பெருசா ஒண்ணும் வேலை இருக்காது. ஐந்நூறு ரூபா வாங்கிக்க நாளைக்கு ரெஸ்ட் எடுத்துக்க. பாவம் ... புதுக் கடைக்காரங்க ஆள் இல்லை. என்றார். பேசாமல் எழுந்து கிளம்பிவிட்டான்.

காலையில் வந்தபோது எதுவும் தெரியவில்லை. ஆனால் இங்கே மாரியம்மன் கோயில் பண்டிகை. மற்ற மூன்று ஓட்டல்கள் விடுமுறை. இது ஒரு கடைதான் திறந்திருந்தது. கூட்டம் கூட்டமாய் மக்கள் வந்துகொண்டே இருந்தார்கள்.

பதினொரு மணிக்கு மேல் ஒன்றும் சமாளிக்க முடியவில்லை. ஏங்க பண்டிகைன்னு சொல்லக்கூடாதா? இன்னொரு ஆள் கூட்டி வந்திருக்கலாமே? என்றான்.

முதலாளி சின்னப் பையனாய் தெரிந்தான். ஆள் இருந்திருந்தா கூட்டி வந்திருப்பேன். என்ன செய்யட்டும் என்றான். காலையில் அவனிடம் இருந்த பணிவு காணாமல் போயிருந்தது. இப்ப என்ன பண்லாங்கற என்பது போல இருந்தது அவன் சொன்ன விதம்.

பதினொரு மணிக்கு மேல் அப்படியே விட்டு விட்டுப் போய்விடலாமா என்று பார்த்தான். அப்போதுதான் பத்து கிலோ மைதாவைப் பிசைந்து வைத்திருந்தான். மாவு பிசைய இயந்திரம் இல்லை. பிசைந்து எடுப்பதற்குள் மேல் மூச்சு வாங்கிவிட்டது.

ஜம்பு நல்ல திடகாத்திரமான ஆள்தான். ஆனாலும் தலை கிறுகிறுவென வந்துவிட்டது. இப்போதெல்லாம் சின்னக் கடையில்கூட ரொட்டி மாவு பிசைய மிஷின் வைத்திருக்கிறார்கள். இவன் சரியான கஞ்சப் பிசுனாறியாய் இருக்க வேண்டும். ஆள் இருக்கிற தோரணையைப் பார்த்தால் பல வருஷங்களாகக் கடை வைத்திருப்பவன் மாதிரிதான் இருக்கிறான் என நினைத்துக்கொண்டான். சப்ளையரை அழைத்து டீ வாங்கி வரச் சொன்னான். தாமுதான் இதற்கெல்லாம் சரியான ஆள். இதோ டீ குடிச்சிட்டு வர்றேன் அல்லது பாத்ரூம் போயிட்டு வந்தர்றேன் என்பான். திரும்பிப் பார்க்கும்போது கல் அருகே மாஸ்டர் இருந்த இடம் சூனியமாய் இருக்கும். இவன் இதுவரை அந்த மாதிரி செய்ததில்லை.

தாமு ஒருமுறை கடையில் புரோட்டா மாவு பிசைந்து வைத்து விட்டுக் கிளம்பிவிட்டான். பஸ்சுக்காகக் காத்திருந்தபோது, கடைக்காரர்கள் வந்து பிடித்துக்கொண்டார்கள். அவர்கள் ஏற்கனவே இதே மாதிரி வேறு ஒரு மாஸ்டரிடம் ஏமாந்திருப் பார்கள் போல. அதற்கும் சேர்த்து இவனைப் போட்டுப் பின்னி எடுத்துவிட்டார்கள்.

மதிய சாப்பாட்டு நேரம் ரெஸ்ட்டுக்கு விடுவான் என்று எதிர்பார்த்தான். ஆனால் ரொட்டி இல்லை மாஸ்டர். மாவு பிசைங்க என்றான் முதலாளி. ஏங்க ரெஸ்ட்டுக்குப் போக வேண்டாமா? என்று இவன் சலிப்பாய் கேட்டபோது, சம்பளம்

பேசினதைவிடச் சேத்து தர்றேன். கொஞ்சம் ஒத்தாசை பண்ணுங்க மாஸ்டர். கடைக்கு நானும் புதுசு. திருவிழா அன்னைக்கி இவ்வளவு கூட்டம் வரும்னு எனக்கும் தெரியாது என்றான்.

ஆனா மாவு மளிகை ஜாமானெல்லாம் மட்டும் கணக்கா வாங்கி வெச்சுக்கத் தெரிஞ்சிருக்கு என மனதுக்குள் நினைத்துக் கொண்டான். வெளியில் சொல்லவில்லை. சப்ளையரைக் கூப்பிட்டு டீயும் பீடியும் வாங்கிவரச் சொன்னான்.

ரெஸ்ட்டுக்குப் போனா பாத்ரூம் பக்கத்தில இருக்கிற சின்ன சந்தில்தான் படுக்கணும் அதுக்குப் பேசாம ரொட்டியே போடலாம் எனச் சப்ளையர் பக்கத்தில் வந்து முணுமுணுத்தான். மூன்று தடவை பத்துக் கிலோ மாவு பிசைந்து வீசியதில் கை ஓய்ந்து போய்விட்டது.

முதலாளி எப்போது பார்த்தாலும் யாரையாவது ஏதாவது சொல்லிக்கொண்டே இருந்தான்.

சப்ளையரை, என்ன பராக்கு பாக்கற. சுறுசுறுப்பா வேலையப் பாரு என்றான். கிளீனர் அவசரத்துக்கு ஆகும் ஆளாய் இல்லை எனக் குறைபட்டுக் கொண்டான். மாஸ்டர் மளமளன்னு ஆர்டர்களைப் போட்டுவிடுங்க. கஸ்டமர்ங்க காத்திருக்காங்க பாருங்க என்றான். இவன் எதுவும் பேசவில்லை. எதிர்த்துப் பேசும் மனநிலையையெல்லாம் அவன் இளைஞன் ஆகும் முன்பே கடந்துவிட்டான். முதலாளிகள் எல்லாம் அப்படித்தான்.

உள்ளே சமையல் மாஸ்டர் எப்போது பார்த்தாலும் வெற்றிலையை அதக்கிக் கொண்டிருந்தான். யாரோ ஒரு பெண்ணை நினைவுபடுத்துவது மாதிரி இருந்தது அவன் முக ஜாடை. ஓட்டல் சமையலறைக்கே உண்டான வாசனை அடிக்கடி உள்ளே இருந்து கிளம்பி வந்தது. மதியம் சமையல் மாஸ்டர் இரண்டு பெரிய அடுப்புகளுக்கு நடுவே நின்றுகொண்டு அரிந்து வைத்த வெங்காயங்களை உருளியில் கொட்டுவதும் வதக்குவதுமாய் இருந்தான். ஒரு அடுப்பில் பெரிய போவினியில், ரொட்டிக் குருமா கொதித்துக் கொண்டிருந்தது. அதில்லாமல் வெளியே விறகடுப்பில் பிரியாணி தம் மில் இருந்தது. உள்ளே போகும்போதெல்லாம் இவனை வெகு கூர்மையாகப் பார்த்தான். அவ்வளவு கூர்மையான ஒரு பார்வையை இவன் இதுவரை பார்த்ததே இல்லை. அவன் பார்வையே அப்படித்தானா? அல்லது தன்னைத்தான் அப்படிப் பார்க்கிறானா எனக் குழப்பமாய் இருந்தது. அதற்குப் பின் உள்ளே போகவே தோன்றவில்லை.

சாயந்திரம் வெய்யில் குறைந்ததும், புதுச்சேலை கட்டிய பெண்கள், மாவிளக்கும் பொங்கலுமாய் போய்க் கொண்டிருந்தார்கள். இவன் இதுவரை சாமி கும்பிட்டதில்லை. ஆனால் கோயிலுக்குப் போகிறவர்களைப் பார்க்கும்போது இதமாய் இருந்தது. வழக்கமான தன்மை கொஞ்சம் கொஞ்சமாய் மறைந்து அசாதாரணமான நாளாய் மாறிக்கொண்டிருப்பதாய் தோன்றியது.

சாயந்திரம் ஆறு மணிக்குப் பொழுது சாய்ந்து இருளும் ஒளியுமாக இருக்கும் சமயத்தில் அக்கினி குண்ட ஊர்வலம் வந்தது. பம்பைச் சத்தம் அவன் உடலுக்குள் புகுந்து பாம்பு போல நெளிந்தது. ஆச்சரியமூட்டும் வகையில் அவனுக்குள் உற்சாகம் குமிழியிட்டது. எதற்காக இப்படி உற்சாகம் வருகிறது எனத் தன்னையே வியப்பாய் கேட்டுக்கொண்டான்.

கடைக்குப் பக்கத்திலேயே கயிறு கட்டி ஆட்டம் பாம் வைத்தார்கள். டொம் டொம் மென்ற அடுத்தடுத்த சத்தத்தில் மூச்சு அதிர்ந்தது. அக்கினி குண்டத்துக்குப் பின்னால் அலவு குத்திக் கொண்டு வந்தார்கள். கன்ன அலவு, நாக்கலவு, முதுகில் கொக்கி அலவு. ஒருத்தர் தன் பரந்த முதுகில், ஏராளமான எலுமிச்சம் பழங்களை ஊசிகளில் குத்தித் தொங்கவிட்டிருந்தார். அவருக்கு மிரள் வந்திருந்தது. பம்பைச் சத்தத்திற்கு ஏற்றபடி கால் வைத்து ஆடினார். எலுமிச்சம் பழங்களும் நடனமாடின. இன்னொருவர், முதுகில் கொக்கி மாட்டி, கல் உரலை உருட்டி இழுத்துச் சென்றார். இரத்தம் உறைந்து இழுபடும் உடல் சதையைப் பார்க்கும்போது இவனுக்கு உள்ளங்கால் கூசியது.

கடை வேலை இப்போது அவனுக்குப் பளுவாய் தெரியவில்லை. ஏதோ இப்போதுதான் வந்து கல் அருகே நிற்பவனைப் போல இருந்தான்.

முட்டை தோசை, ஆம்லெட், கலக்கி, ஆனியன், பிளைன் என அடுத்தடுத்து இடைவிடாமல் ஆர்டர்கள் குவிந்துகொண்டே இருந்தன. விறகு அடுப்பு, குண்டம் போல முழங்கியது.

நன்றாக இருட்டிய பின், பட்டுப்புடவை பூவும் நகையுமாக ஒரு பெண், பள்ளிக்கூடம் படிக்கும் பெண் போல ஒரு இளவயது சிறுமியுடன் வந்தாள். அந்தப் பெண் முதலாளியின் மனைவியாகவும், சிறுமி அவன் மகளாயும் இருக்க வேண்டும் என யூகித்தான். பெண்கள் இருவர் முகத்திலும் முதலாளிக் களை சொட்டியது. நேராகக் கல்லா அருகே சென்றார்கள். சிறுமி

அப்பாவைப் பார்த்துச் சிரித்தாள். அவன் காலையிலிருந்து இப்போதுதான் சிரித்தான். அப்போது முகத்தில் படர்ந்த வாஞ்சை அவனை மிகவும் அழகானவனாகக் காட்டியது.

காலையில் இருந்து கடையில் இப்படி அப்படி அசையாமல் உட்கார்ந்திருக்கிறான். அவனை மாற்றி விடக்கூட இந்தப் பெண் வராதது ஆச்சரியமாய் இருந்தது. அவளைப் பார்த்ததும் முதலாளி முகத்தில் தீராத களைப்பு வந்து தேங்கியது. அவள் அதைப் பற்றியெல்லாம் கண்டு கொள்ளவில்லை. கடை என்னவோ இயந்திர விசையில் தானாய் இயங்குவது போலவும், தனக்கு உரிய பங்கு வர யாருடைய தயவும் தேவையில்லை என்பது போலவும் கடையைச் சுற்றி ஒரு பார்வை பார்த்தாள்.

அவன் ஒரு ஐந்நூறு ரூபாய் நோட்டை எடுத்து அவளிடம் நீட்டினான். ஒரு கணம் அவனை முறைப்பது போலப் பார்த்துவிட்டு வாங்கிக் கொண்டாள். இவன் சாப்டீங்களா என்று இருவருக்கும் பொதுவாய் கேட்டான். சாப்டோம் என்றார்கள். நீங்க சாப்டீங்களா என இருவருமே கேட்கவில்லை. அப்போது அவனைப் பார்க்கையில் ஒரு பணம் சம்பாரிக்கும் மிஷினைப் போல ஜம்புவுக்குத் தெரிந்தான்.

ஏழு மணிக்கு மேல் திரும்பவும் பத்துக் கிலோ மாவு போடச் சொன்னான். அவன் காசு வாங்கி வாங்கியே களைத்துப் போனவன் மாதிரி இருந்தான். அதை மறைத்துக் கொள்ள அவன் முயற்சிக்கவில்லை. பெருமையாகக் கண்காட்சி பண்ணுவது போல வேலையாட்களைப் பார்த்தான். வேலை செய்பவர்களும் களைத்திருப்பார்கள் என அவன் யோசித்த மாதிரி தெரியவில்லை.

பத்துக் கடை தள்ளி டாஸ்மாக் இருந்தது. அதில் மதியம் கடை திறந்ததிலிருந்தே இளைஞர்கள் கூட்டம் அலை மோதியது.

நேரம் போனதே தெரியவில்லை. களைப்பு மட்டும்தான் அவன் வெகுநேரம் வேலை செய்துகொண்டிருப்பதை உணர்த்தியது. மற்றபடி ஒரு முழுநாள் அவ்வளவு சீக்கிரமாக ஓடிக் கடந்துவிட்டதற்கான எந்த அறிகுறியும் இல்லை. இரவு ஒன்பதரை மணி ஆனதும் சப்ளையர் பம்மி பம்மி நின்றான். முதலாளி அவனை இரண்டு மூன்று தரம் திரும்பிப் பார்த்துவிட்டு, இரண்டு நூறு ரூபாய்களை எடுத்து டேபிள் மேல் வைத்தான். சப்ளையர் இவனைப் பார்த்தான். இவன் பார்வையை விநாடியில் புரிந்து கொண்டு மாஸ்டருக்கும் காசு கொடுங்க என்றான்.

முதலாளி இவனிடம் கொடுக்கவா என்று கேட்கவில்லை. திரும்பிக் கூடப் பார்க்கவில்லை. இன்னொரு நூறு ரூபாய் நோட்டை எடுத்து டேபிள் மேல் வைத்தான். சப்ளையர் இவனைப் பார்த்துச் சிரித்துக்கொண்டே டாஸ்மாக் கடைக்கு ஓடினான். ஐந்தே நிமிடத்தில் குவாட்டர் பாட்டில்களை வாங்கி பேண்ட் பாக்கெட்டில் செருகிக் கொண்டு வந்தான்.

பத்து மணிக்கு மேல் டாஸ்மாக் கடையை மூடிய பின், சாலையில் சந்தடி கொஞ்சம் அடங்கியிருந்தது. அந்த நேரம்தான் அந்த நாளின் எல்லை போல இருந்தது.

சாலை நெடுக கட்டியிருக்கும் டியூப் லைட் வெளிச்சம், அக்கினி குண்ட ஊர்வலத்தின் போது, மழை பெய்தது போலச் சாலையில் ஊற்றியிருந்த தண்ணீரின் ஈரம் எல்லாம் பண்டிகை நாளின் மிச்சமாய் இருந்தன. அந்த நாளை வேறொன்றாக மாற்றிவிட்டதைப் போல அப்போதும்கூடக் கடைக்கு வந்தவர்கள் முகத்தில் பொலிவு மின்னியது. கடை முதலாளி திருவிழாவுக்கும் தனக்கும் சம்பந்தமே இல்லை என்பது போல இருந்தான்.

பதினொரு மணி வரை சாப்பிட வந்துகொண்டே இருந்தார்கள். ஆனால் எல்லாக் குழம்பும் தீர்ந்து போய்விட்டது. தோசை மாவும் காலியாகிவிட்டது. வருபவர்களிடம் டிபன் முடிஞ்சி போச்சி என வேதனையுடன் சொன்னான். கொளம்பு சேத்தி வச்சிருந்திருக்கலாம் எனச் சமையல் மாஸ்டரைப் பார்த்து முணுமுணுத்தான். அவன் அதைக் கண்டு கொள்ளவே இல்லை.

சாயந்திரம் சமையல் மாஸ்டரிடம் என்னவோ குசு குசுவெனச் சொல்லிக்கொண்டிருந்தான். எப்படியும் வழக்கத்தைவிட ஒரு போவினி குழம்பு சேர்த்துதான் வைத்திருப்பான். ஆனால் குழம்பு தீர்ந்ததும் என்னவோ வஞ்சிக்கப்பட்டவனைப் போல இருந்தான். வேறு வழியே இல்லை என்பது மாதிரி சரி கம்பெனிக்கு டிபன் போடுங்க என்றான்.

சப்ளையர் அதற்காகவே காத்திருந்தவன் போல வெளி போர்டு விளக்குகளை அணைத்தான். சாலை உடனே நடுநிசித் தன்மைக்கு மாறியது. எனக்கு ஒரு பிளைன் ஒரு ஆனியன் என்றான் கிளீனர். எனக்கு ஒரு பிளைன் ஒரு ஆம்லெட், வெங்காயம் அதிகமா என்றான் சப்ளையர். முதலாளி உங்களுக்கு? என்றான் இவன். எனக்கு வேண்டாம் நீங்க போட்டுக்குங்க என்றுவிட்டுக் கல்லாவில் இருக்கும் பணத்தை வலையில் விழுந்த மீன்களை அரித்து எடுப்பது போல அரி சேர்க்க ஆரம்பித்தான்.

இவன் பச்சை மிளகாய் போட்ட ஆம்லெட், கலக்கி, பிளைன் போட்டுக்கொண்டான். மூன்று பைக்குகளில் சில இளைஞர்கள் வந்து டிபன் இருக்குதா என்று கேட்டார்கள். முதலாளி குழம்பு இல்லை என்றான். அவர்கள் பரவாயில்ல ஏதாவது கொடுங்க எனச் சொல்வார்கள் என எதிர்பார்ப்பது மாதிரி இருந்தது அவன் பார்வை. ஆனால் இளைஞர்கள் வண்டியைத் திருப்பிக் கொண்டு போய்விட்டார்கள்.

கம்பெனி ஆர்டர் போடுவதற்குள் மந்திரம் போட்டது போலக் கல் அருகே இருந்த மாவு குண்டான் தண்ணீர் பாத்திரம் எல்லாம் உள்ளே போய்விட்டது. சப்ளையர் அவ்வளவு வேகமாய் வேலை செய்யக்கூடியவன் என்பது இப்போதுதான் ஜம்புவுக்குத் தெரிந்தது.

சரியாய் பதினொரு மணிக்கு முதலாளி கணக்கை முடித்தான். ஒவ்வொருத்தரையாய் கூப்பிட்டுச் சம்பளம் கொடுத்தான். சப்ளையர் முதலாளி நோம்பி காசு எனத் தலையைச் சொரிந்தான். அதான் சேத்தி கொடுத்திருக்கேன் இல்ல என்றான். ஐம்பது ரூபா எதுக்குங்க ஆகும் என மீண்டும் தலையைச் சொரிந்தான்.

பின்ன நோம்பி காசு என்ன ஐயாயிரமா தருவாங்க... எல்லாம் போதும் போ என்றான். இவனைக் கூப்பிட்டு ஐந்நூறு ரூபாய் தாளை நீட்டினான். ஏங்க சம்பளம் சேத்தி தர்றதா சொன்னீங்களே? என்றான். அதான் குவாட்டருக்குக் காசு வாங்கிகிட்டயில்ல என்றான்.

ரெண்டு மாஸ்டர் வேலை நான் ஒருத்தனே செஞ்சிருக்கேன். இன்னும் கொஞ்சம் சேத்தி குடுங்க என்றான்.

அதெல்லாம் முடியாது என்பது போல அவன் உதட்டைப் பிதுக்கினான். மேலே ஒன்றும் பேசாமல் பணத்தை வாங்கிக் கொண்டான்.

மாஸ்டர் சுரேந்திரன் இப்படித்தான் பேசிய சம்பளத்தைவிட அதிகமாய் தருகிறேன் எனச் சொல்லிவிட்டுத் தராமல் ஏமாற்றிவிட்ட முதலாளியைப் பழி வாங்கினான். மறுநாள் குழம்பு வைக்கும்போது, கையில் இருந்த கஞ்சா பொட்டலத்தைப் போட்டுவிட்டான். அவன் போதாத நேரம் சப்ளையர் அதைப் பார்த்துவிட்டான். தர்ம அடி வாங்கி, ஸ்டேஷன் லாக்கப் போய்த் திரும்பினான். அதற்குப் பிறகு லோகு அவனை வேறு எங்கும் வேலைக்கு அனுப்பவில்லை.

சாலை அருகே ஆரஞ்சு நிற சோடியம் விளக்கு இருந்தது. கடை வாசலில் அதன் வெளிச்சம் தகதக வென மின்னியது.

முதலாளி நாளைக்கும் இருக்கிறியா என்றான். இவனுக்கு அப்போது என்னவோ இருக்கலாம் எனத் தோன்றியது. சரி என்பதற்கு அறிகுறியாய் தலையாட்டினான். ஆனால் நான் ஏன் இந்த மயிரானிடம் நாளைக்கும் வேலை செய்யணும் என உள்ளுக்குள் ஒரு குரல் சத்தமாய் கேட்டது.

இவன், சப்ளையர், கிளீனர், சமையல் மாஸ்டர் எல்லோரும் வெளிவாசல் சிமெண்ட் தரையில் இலையைப் போட்டு வட்டமாய் உட்கார்ந்தார்கள். காற்று ஜில்லென்று வீசியது.

சப்ளையர் மூன்று டம்ளர்களை எடுத்து வைத்துச் சரக்கை உடைத்து ஊற்றினான். கொஞ்சமாய் தண்ணீரை ஊற்றி ஒரே மூச்சில் குடித்தான். ஆம்லெட்டைப் பிய்த்து வாய்க்குள் திணித்தான். கண் இமைக்கும் நேரத்தில் அவன் குடி முடிந்து விட்டது.

ஐம்பு அவனை எட்டி உதைக்க வேண்டும் என்பது போலப் பார்த்துவிட்டு நிதானமாக டம்ளரை எடுத்து ஒரு மிடறு குடித்தான்.

சப்ளையர் அதற்குள் டிபனை காலி செய்திருந்தான். சரி நீங்க சாப்டுட்டுப் படுங்க என்று விட்டுச் சற்றுத் தள்ளி நீட்டிப் படுத்துவிட்டான். அடுத்த மிடறு குடிக்கும்போது தூங்கியிருந்தான். இவனால் அதைச் சகிக்கவே முடியவில்லை. ஒரு அஞ்சி நிமிசம் உக்காந்து பொறுமையாகூடச் சாப்பிடாம இது என்ன பொழைப்பு என முணுமுணுத்தான். சமையல் மாஸ்டர் மெதுவாகச் சிரித்தான். இவனுக்கு வாயெல்லாம் கசந்தது. காரணம் சரக்கா அல்லது சப்ளையர் பற்றிய நினைப்பா என்று தெரியவில்லை. ‘தூ’ வென்று துப்பினான்.

சமையல் மாஸ்டர் தன்னோடு சேர்ந்து சிலர் இருக்கிறார்கள் என்ற உணர்வே இல்லாமல், ஏதோ தான் மட்டும்தான் அங்கே இருப்பது போல இருந்தான். அவன் பாட்டுக்குக் குடித்தான். சாப்பிட்டான். கிளீனர் இவன் பார்வையைப் புரிந்துகொண்டு, அவன் ஒரு மண்ணு மாதிரிங்க என்றான். இவன் நீ குடிக்க மாட்டியா என்றான். கிளீனர் வெட்கமாய் சிரித்துக்கொண்டே இல்லை எனத் தலையாட்டினான். இவன் சாப்பிட்டு முடித்துப் பீடி பற்ற வைத்துக்கொண்டான். தூக்கம் வரவில்லை.

திருவிழா கலை நிகழ்ச்சி பாடல்கள் லவுட் ஸ்பீக்கரில் கேட்டன. இந்தச் சத்தத்தில எங்க தூங்கறது? வர்றீங்களா நிகழ்ச்சி

பாக்க போகலாம் எனக் கிளீனரைக் கேட்டான். எனக்குத் தூக்கம் தள்ளுது என்று அவன் படுத்துக்கொண்டான். தின்ற உடனே படுப்பதற்கு இவனுக்கு என்னவோ போல இருந்தது. சமையல் மாஸ்டரைக் கூப்பிடலாமா எனப் பார்த்தான். ஆனால் என்னவோ ஒன்று அவனைத் தடுத்தது. சமையல் மாஸ்டர் கையைக் கழுவிக்கொண்டு அவன் பாட்டுக்கு எழுந்து போய்விட்டான். கொஞ்ச நேரம் கலை நிகழ்ச்சி பார்க்கலாம் என நினைத்தவனாய் இவன் மெல்ல எழுந்து நடந்தான்.

ஸ்பீக்கர் சத்தத்தைக் கேட்டுக்கொண்டே கோயிலுக்குப் போய்விட்டான். கோயில் இரவு பகலையெல்லாம் கடந்திருப்பதைப் போல அந்நேரத்திலும் சீரியல் பல்ப் வெளிச்சத்தில் ஜகஜோதியாய் இருந்தது.

அடுத்திருந்த சந்தைத் திடல் மேடையில் ஆடல் பாடல் நிகழ்ச்சி நடந்துகொண்டிருந்தது. மைதானத்தில் ஒதுங்க முடியாத அளவுக்குக் கூட்டம் கிர்ரென இருந்தது. இவன் ஓரமாய் நின்று பார்த்தான். சரியாய் ஒன்றும் தெரியவில்லை. தூரத்தில் கூட்டமாய் தெரிந்தாலும் கண்கள் பழகியபின் நடுவில் கொஞ்சம் இடம் இருப்பது தெரிந்தது. மெல்ல நகர்ந்து நகர்ந்து நடு மைதானத்துக்குப் போய்விட்டான். ஊரே தன்னுடையது என்பது போலவும் அங்கே இருப்பவர்கள் எல்லாம் அவன் சொந்தக்காரர்கள் என்பது போலவும் ஒரு உணர்வு அவனுக்குள் பெருகியது. அதை எல்லோருக்கும் அறிவிக்கும் விதமாக விரல்களை வாயில் வைத்து, நீண்டதொரு சீழ்க்கையை எழுப்பினான். பக்கத்தில் இருந்தவர்கள் எல்லாம் காதைப் பொத்திக் கொண்டு திரும்பிப் பார்த்தார்கள். இவன் சிரித்துக் கொண்டே மேடையைப் பார்த்தான். ஆடிக்கொண்டிருக்கும் பெண்கள் ஆண்கள் எல்லாம் கல்லூரி மாணவர்களைப் போல இருந்தார்கள்.

இவனைத் தொடர்ந்து மேலும் சில விசில்கள் மைதானத்தின் பல பக்கங்களில் இருந்தும் அழுத்தமாகக் கிளம்பின. அடுத்த பாடலுக்கு ஆட வந்த பெண் ஒரு பிரபலமான நடிகையைப் போல இருந்தாள். மீண்டும் காதைப் பிய்க்கும் விசில் சத்தங்கள் மைதானத்தின் பல பக்கங்களில் இருந்து பறந்து வந்தன. அவன் அப்போதுதான் அவளைக் கவனித்தான். ஏய் என ஏதோ கத்திக் கொண்டே மீண்டும் ஒரு நீண்ட விசில் அடித்தான்.

அந்தப் பெண் ஆடத் தொடங்கியதும் கூட்டத்தில் அங்கங்கே இளைஞர்கள் எழுந்து ஆடத் தொடங்கினார்கள். அந்தப் பெண்ணும் கூட ஆடிய இளைஞனும் அதைக் கவனித்துச்

சிரித்துக்கொண்டே ஆடினார்கள். அவள் தன்னைத்தான் பார்த்துச் சிரிப்பதாக ஐம்பு நினைத்துக்கொண்டான். அவன் உடல் வேகமாக எழுந்து நடனமாடத் தொடங்கியது. இந்த உடலுக்கு ஆடத் தெரியுமா? என அவனுக்கே வியப்பாய் இருந்தது.

அவனுக்கு நினைவு தெரிந்த நாளில் இருந்து இந்த மாதிரி பண்டிகை நிகழ்ச்சிகளை வேடிக்கை பார்த்ததாய் நினைவில்லை. நீரைப் பள்ளத்துப் பக்கம் திருப்பி விட்டதைப் போல அவனுக்குள் வெறி பொங்கிக்கொண்டிருந்தது.

ஆட ஆட அவனுக்குள் என்னவோ நடந்தது. உடல் மெல்ல எடை இழந்தது. உடலை உதறிவிட்டு அப்படியே உயரப் பறந்து விட முடியும் என்பது போல இருந்தது. உடல் இறகு போல லேசானதால், ஆட்டத்தின் தன்மை உற்சாகம் கொப்பளிப்பதாய் மாறியது. அவனைப் பார்த்துப் பக்கத்தில் இருந்த சில இளைஞர்கள் கூட்டமாய் எழுந்து ஆடத் தொடங்கினார்கள்.

ஆட்டத்தில் அவனுக்கு மெல்ல மெல்ல உலகமே மறையத் தொடங்கியது.

பாட்டு முடிந்ததும், அந்தப் பெண்ணைத்தான் கல்யாணம் செய்துகொள்ள வேண்டும் எனத் தோன்றியது. அதைத் தெரிவிக்கும் விதமாக மீண்டும் ஒரு நீண்ட விசிலை வெளியிட்டான். பாடல் முடிந்து மேடை விளக்குகள் அணைந்தன. நிலா வெளிச்சம் பளீரென மைதானத்தில் இருந்த மக்கள் மேல் கொட்டியது. மைதானத்தின் பல பக்கங்களில் இருந்தும் இளைஞர்களின் விதவிதமான வினோதமான குரல்கள் ஒரே நேரத்தில் எழுந்தன. இவனைப் போலவே அவர்கள் எல்லோருமே அவளைக் காதலிக்கிறார்கள் என்பதைப் புரிந்துகொண்டான். வருத்தமாய் இருந்தது.

தூரத்தில் ஹலோ ஹலோ என்று இவனை யாரோ கூப்பிட்டார்கள். இவன் உற்சாகமாய் எழுந்து அருகே போனான். கூப்பிட்டவன் இவன் கைகளை இறுக்கமாய் பற்றிக் கொண்டான். பிரதர் நீங்க இந்த ஊரா? என்றான். இவன் இல்லை எனச் சிரித்துக்கொண்டே தலையசைத்தான். அவன் சரி வாங்க எங்ககூட நீங்க ஒரு பெக் அடிக்கணும் என்றான். இவன் தோள்களை நீண்ட நாள் நண்பன் போல இறுகப் பற்றிக் கொண்டான். அவன் இழுத்த திசையில் பேசாமல் போனான். வட திசையில் மைதானம் முடிவில் சில பாறைகள் குன்றுபோல இருந்தன. குன்று நிறைய இளைஞர்கள் உட்கார்ந்திருந்தார்கள்.

பார்க்க அது ஒரு விளையாட்டு மைதான கேலரி போல இருந்தது. இங்கிருந்து மேடை தூரக் காட்சியில் அழகாகத் தெரிந்தது.

இவனைக் கூட்டிப் போனவன் குன்றைச் சுற்றிக் கொண்டு, பின்னால் போனான். அங்கே சில வாதனா மரங்கள் இருந்தன. மின் விளக்கு வெளிச்சத்தைக் குன்று மறைத்திருந்ததால், நிலா வெளிச்சம் அங்கே பளிச்சென இருந்தது. இளைஞர்கள் கூட்டம் கூட்டமாய் வட்ட வட்டமாய் உட்கார்ந்திருந்தார்கள். இவனைக் கொண்டு போய் ஒரு வட்டத்தில் உட்கார வைத்தான். அந்த வட்டத்தில் இருந்த பசங்கள் எல்லாம் கல்லூரி மாணவர்கள் மாதிரி ரவுடிகள் மாதிரி முட்டாள்கள் மாதிரி விதவிதமாய் இருந்தார்கள். எல்லோரும் இவனிடம் ஆசையாய் கை கொடுத்தார்கள். அண்ணே சூப்பரா டான்ஸ் ஆடறீங்க. இனிமே நீங்க எங்க செட் என்றான் ஒருவன். இவன் சிரித்துக் கொண்டான். இதென்ன லூஸ்தனமா இருக்கு... என நினைத்துக் கொண்டான். அவர்கள் இவனுக்கும் ஒரு டம்ளர் வைத்துச் சரக்கை ஊற்றினார்கள். கடித்துக் கொள்ள ஏதோ ஒரு கறி வைத்திருந்தார்கள். கறிக்கும் சரக்குக்கும் மிகவும் பொருத்தமாய் இருந்தது.

எவ்வளவு சரக்கு வாங்கினார்களோ திரும்பத் திரும்ப ஊற்றிக் குடித்துக்கொண்டே இருந்தார்கள். இவனுக்கும் தீரத் தீர ஊற்றிக்கொண்டே இருந்தார்கள். இவனுடைய எல்லையை அடைந்ததும் நிறுத்திக்கொண்டான். ஆனால், இன்னும் குடித்தால் என்னதான் ஆகிவிடும் எனப் பார்த்துவிட வேண்டும் போல இருந்தது – திரும்பவும் ஊற்றச் சொல்லிக் குடித்தான். ஏதோ ஒரு அபாயகரமான இடத்தில் நிற்பதுபோல இருந்தது. இனி ஒரு மிடறு குடித்தாலும் என்ன நடக்கும் என்றே சொல்ல முடியாது எனத் தோன்றியது. போதும் என்றான். நான் போய் டான்ஸ் பாக்கறேன் என எழுந்தான். அவன் நினைத்த அளவுக்கு மோசமில்லை. ஓரளவு நிதானமாகவே இருப்பதாய் நினைத்துக் கொண்டான். திரும்ப உட்கார்ந்து தன்னைக் கூட்டி வந்தவனைக் கட்டிப்பிடித்து முத்தம் வைத்தான். நாளைக்குக் கடைக்கு வாங்க பிரதர் என்றுவிட்டு மீண்டும் மைதானத்துக்கு வந்தான்.

விளக்குகள் மின்ன பாடல் தொடங்கியது. இப்போது வேறு சில பெண்களும் ஆண்களும் மேடையில் தோன்றினார்கள். ஆனால் பாடல் ஆரம்பித்ததும் முன்பு ஆடிய அதே பெண் மையமாக வந்து ஆட ஆரம்பித்தாள். இவன் கத்திக் கொண்டே விசில் அடித்தான். ஆட்டத்தைத் தொடர்ந்தான். சென்ட் பாட்டிலைத் திடீரெனத் திறந்ததைப் போல அவன் உடலெங்கும் குப்பெனக் கிளர்ச்சி பரவியது. அவனுக்குள் கனவின்

காட்சிகள் தோன்றின. வேறொரு உலகத்துக்குள் முடிவின்றி விழுந்தான்.

திடீரெனப் பாடல் நின்றது. ஒரு நிமிடம் கழித்துத்தான் அவனுக்கு அது புரிந்தது. என்னவென்று தெரியாமல் சுற்றிலும் பார்த்தான். சந்தையின் தெற்குப் பக்கம் இருந்தவர்கள் கும்பலாய் எழுந்து நின்றிருந்தார்கள். அதில் சில பெண்கள் இருந்தார்கள். சில குரல்கள் மிகவும் ஆவேசமாய்க் கேட்டன. அதில் ஆண் பெண் குரல்கள் கலந்திருந்தன.

இவன் 'ஏய் பாட்ட போடுங்கப்பா' என்று கத்தினான். எல்லோரும் இவனை அந்நியமாய் பார்த்தார்கள். தெற்குப் பக்கம் கூட்டம் சேர்ந்துகொண்டே இருந்தது.

மேடையில் இருந்தவர்கள் அங்கே பார்த்து மைக்கில் அமைதி அமைதி என்றார்கள். ஆனால் சத்தம் அதிகமாகிக் கொண்டே வந்தது. மேடையில் திரும்ப வண்ண விளக்குகள் ஒளிர்ந்தன. அடுத்த பாடல் தொடங்கியது. ஆனால் மைதானத்தில் பதற்றம் அதிகமாகிக் கொண்டே இருந்தது. ஒரு தடித்த குரல் டேய் கேனப்... பாட்டை நிறுத்துங்கடா என்று கத்திய சத்தம் மைதானம் முழுக்க எதிரொலித்தது. மேடையின் அத்தனை விளக்குகளும் அணைந்தன.

கூட்டம் அப்படியே திபுதிபுவென ரோட்டுப் பக்கம் ஓட ஆரம்பித்தது. நிறைய பேர் ஓடினார்கள். என்ன நடந்தது எதற்கு ஓடுகிறார்கள் ஒன்றும் தெரியவில்லை.

இவன் ஒரு பக்கம் ஓடினான். ஓடினானா நடந்தானா தெரியவில்லை. கொஞ்ச நேர நடைக்குப் பின் இவன் வேலை செய்த கடை சாலையோரம் இருந்தது. இந்தக் கடை எப்படி இங்கே வந்தது என ஆச்சரியமாய்ப் பார்த்தான். சிரித்துக் கொண்டே சிமெண்ட் தரையில் தொப்பென விழுந்து படுத்துக் கொண்டான்.

என்னென்னவோ காட்சிகள் தோன்றின. அது கனவிலா அல்லது நிஜத்திலா அவனுக்குள்ளேயா அல்லது வெளியிலா என ஒன்றும் புரியவில்லை. அதைப் பற்றிச் சிந்திக்கக்கூட முடிய வில்லை. தாறுமாறான காட்சிகள், பலவிதமான சத்தங்கள் ... ஒரே குழப்பமாய் இருந்தது. இந்தக் களேபரத்துக்கு இடையே எப்படியோ அவன் மூன்று வயதில் இறந்துபோன அம்மா வந்துவிட்டாள். இவன் அது அம்மாதான் என்பதைக் கண்டு கொண்டான். ஆனால் பிரளயத்தில் சிக்கிக் கொண்டவர்கள் போல இருவரும் வேறு வேறு திசையில் சுழற்றிவிடப்பட்டார்கள்.

திடீரெனப் பிரம்படி ஒன்று அவன் முதுகைப் பிளந்தது. அவனை அறியாமல் எழுந்து உட்கார்ந்துகொண்டான். எதிரில் ஒரு போலீஸ்காரர் நின்றிருந்தார். யார்ரா நீ என்றார். அவன் முதுகில் மீண்டும் ஒரு அடி விழுந்தது. அவன் அம்மா சின்ன வயதில் அவன் கையில் புளியஞ்சிமிரால் அடித்தது நினைவுக்கு வந்தது. அதே மூன்று வயதுக் குழந்தை போலவே அழ ஆரம்பித்தான்.

போலீஸ்காரர் அவனைப் பிடித்து நெட்டித் தள்ளினார். நடறா ஸ்டேஷனுக்கு. அவன் போதை விறு விறுவென இறங்க ஆரம்பித்தது. ஊரே இப்போது வேறு மாதிரி இருந்தது. சாலையில் நிறைய போலீஸ்காரர்கள் இருந்தார்கள். இன்னும் ஒரு போலீஸ் வேன் வந்து நின்றது. ஏதோ விபரீதமாய் நடந்துவிட்டது என்பது மட்டும் புரிந்தது. என்னங்க ஐயா ஆச்சு என்றான். திருட்டு நாயே நீதான்டா அந்தக் கொலையைப் பண்ணின. ஒண்ணும் தெரியாத மாதிரி கேக்கறியா? திருவிழாவையே நாசம் பண்ணிட்டியேடா என்று கத்தினார்.

இவனுக்கு ஆச்சரியமாய் இருந்தது. இவனைப் பார்த்து எப்படி இப்படிப் பேச முடிகிறது? ஐயா நான் ஒரு புரோட்டா மாஸ்டர். இன்னைக்கிதான் இந்த ஊருக்கு வந்தேன். என்னை விட்றுங்க போயிர்றேன் என்று கெஞ்சினான். அவன் இதுவரை யாரிடமும் அப்படிக் கெஞ்சியதில்லை. அந்தக் கெஞ்சுதல் அவன் மனதையே ஒரு உலுக்கு உலுக்கிவிட்டது. அவர் மீண்டும் அவனை அடிப்பது மாதிரி புறங்கையை ஓங்கினார். மூடிகிட்டு வாடா என்று கத்தினார். ஸ்டேஷனுக்குப் பக்கத்தில் இருந்த மரத்தடியில் அவனை நிறுத்திவிட்டு இங்கேயே இரு. எங்கியாவது ஓடப் பாத்தையினா அவ்வளவுதான். எலும்பு தனியா சதை தனியா பிச்சி எடுத்துருவேன் என்று உறுமிவிட்டு வாக்கி டாக்கியை எடுத்துக்கொண்டார்.

பேசிக்கொண்டே எங்கோ போனார். இவன் விதி முடிந்தவன் மாதிரி வெறுமையாய் நின்றுகொண்டிருந்தான். பத்து நிமிடங்கள் ஆகியும் யாரும் இவனைத் தேடி வரவில்லை. இங்கிருந்து மெல்ல நழுவி விடலாமா என யோசனை வந்தது. ஆனால், தப்பிக்க முயற்சித்தான் என அதற்கு வேறு அடி பிளந்து கட்டுவார்களோ எனப் பயமாய் இருந்தது. அப்போது ஒரு பஸ் மெதுவாய் வந்தது. இவன் சட்டென அதில் தாவி ஏறிக் கொண்டான். நடந்தது என்னவென்று அவனுக்கே புரியவில்லை. அவனாலேயே நம்ப முடியவில்லை.

அந்தப் போலீஸ்காரர் வெறுமனே தன்னை மிரட்டியிருக் கிறார் என்றுதான் தோன்றியது. இல்லாவிட்டால் அவனை

அவ்வளவு நேரம் விட்டுவிட்டுப் போக மாட்டார். ஆனால் ஒரு வேளை கொலைகாரன் கிடைக்காவிட்டால், மீண்டும் தன்னைத் தேடிக்கொண்டு வருவார்களோ? என்று தோன்றியது. மைதானத்தில் நடந்த அந்தச் சச்சரவின் முடிவில் உண்மை யிலேயே ஒரு கொலைதான் நடந்ததா? அவனால் அதை நம்பவே முடியவில்லை. போலீஸ்காரர் அவனைப் பயமுறுத்த பொய் சொல்லியிருப்பாரோ? ஆனால், வண்டி வண்டியாய் போலீஸ்காரர்கள் குவிந்திருந்தார்களே? அது எதற்கு?

கொஞ்ச நேரம் கழித்துக் கண்டக்டர் அவனிடம் வந்தார். ஏற இறங்கப் பார்த்தார். இவன் பாக்கெட்டைத் துழாவி பத்து ரூபாயை எடுத்து நீட்டினான். டிக்கெட் வாங்கிக்கொண்டு கால் சட்டைப் பையில் பணம் இருக்கிறதா எனப் பார்த்தான். நான்கு நாள் சம்பளப் பணம் இரண்டாயிரம் ரூபாய் அப்படியே இருந்தது. ஆனால் மேல் சட்டைப் பையில் வைத்திருந்த இன்றைய சம்பளப் பணம் ஐந்நூறு ரூபாயைக் காணவில்லை. அதற்காகத் துக்கப்படும் மனநிலை அவனுக்கு அப்போது இல்லை. அல்லது இவ்வளவுக்கும் நடுவிலேயும் பணம் காணாமல் போனது குறித்து அவன் மிகவும் துக்கமடைந்தான்.

போனவுடனே ஜங்சன் பஸ்ஸைப் பிடித்தால், அதிகாலை பெங்களூரு ரயில் இருக்கும் என்று நினைத்துக்கொண்டான்.

காலச்சுவடு, ஜூலை 2017

நோய்

கல்லில் அமர்ந்திருந்த காகம் கல்லைவிட்டுப் பறந்தது. ஜன்னல் வழியே அந்தக் கல்லையே பார்த்துக்கொண்டிருந்தான். கல்லின் மீது காகத்தின் அரூபம் நின்றுகொண்டு இவனைப் பார்த்தது. வெய்யில் தீக்கங்குகளைப் போலக் கனன்று கொண்டிருந்தது. ஏதோ ஒரு புதுமையின் எல்லையற்ற வெளியில் விழுந்துகொண்டிருப்பதைப் போலக் கடும் அச்சம் தரும் அறிகுறிகள் அவனுக்குள் உண்டாகின. முற்றிலும் அழிந்து போய்விடுவதைப் போல மெல்ல மெல்ல வலுவிழந்துகொண்டும் மறைந்துகொண்டும் காணாமல் போய்க் கொண்டுமான ஒரு செயல் அவனுக்குள் நடந்து கொண்டிருப்பதை அவன் எங்கிருந்தோ எங்கோயோ பார்த்துக்கொண்டிருந்தான். அவனால் அதை நிறுத்தவோ மாற்றவோ முடியவில்லை. ஒன்றும் செய்ய முடியவில்லை

வெய்யில் தாழும் வரை வியர்வையின் தெப்பத்தில் மிதந்தபடி தூங்கினான். சாயந்திரம் எழுந்தபோது அதே உருவத்தில் முற்றிலும் வேறொருவனாய்த் தன்னை உணர்ந்தான். அன்பினாலும் கருணையினாலும் நிறைந்திருந்தான். அவனுக்குள்ளிருந்து அவை பிரவாகமாகப் பீறிட்டு உலகெங்கும் வழிந்து அண்ட சராசரம் எங்கும் தாவிப் பாய்ந்துகொண்டிருக்கும் அதிசயத்தை வெகுநேரம் கவனித்துக்கொண்டிருந்தான். கடைவீதிக்குப் போய் ஒரு டீ சாப்பிட நினைத்தான். இன்று ஏன் இப்படி ஆகிறது என அவனுக்குத் தெரியவில்லை.

அவன் எப்போதும் இப்படி ஆனதில்லை. எப்போதும் இப்படி உணர்ந்ததில்லை. சுமதி வெளியில் எங்கேயோ போயிருக்கிறாள். வீட்டை வெறுமனே தாழிட்டு விட்டுக் கிளம்பினான்.

எங்கும் ஒரே வெளிச்சமாய் இருப்பதைப் போல மகிழ்ச்சியாக இருந்தது. தன்னிடம் பிரசித்தமாய் இருந்த கோபத்தின் தகிப்பு சுத்தமாய்க் காணாமல் போய்விட்டதைக் கண்டு வியந்தான். அந்த இடத்தில் ஒரு குளிர்ந்த புன்னகை செய்யக்கூடிய ஒளிர்வு கொண்ட உருவற்ற பொருள் போன்ற ஒன்று இன்பத்தின் நறுமணத்தை அவன் உடலைத் தாண்டியும் வெகுதூரம் பரவ விட்டுக் கொண்டு அமர்ந்திருந்தது.

என்ன ஆகியிருக்கும்? போனவாரம் நாய் குறுக்கே வந்தபோது வண்டியைப் பிரேக் போட்டுத் திருப்பிய வேகத்தில் கீழே விழுந்து விட்டான். பின் தலையில் பலமாக அடிபட்டுவிட்டது. மயங்கி விட்டான். ஆனால் உடனே மயக்கம் தெளிந்துவிட்டது. எல்லாம் சரியாக இருப்பதைப்போல இருந்தது. மருத்துவமனைக்குப் போக வேண்டும் என்று தோன்றவில்லை. இரண்டு மூன்று நாட்களாய் லேசான தலைவலி இருந்துகொண்டிருந்து பிறகு சரியாகிவிட்டது. இந்த மாற்றத்திற்கும் அந்தச் சம்பவத்திற்கும் தொடர்பு இருக்க வேண்டும் என்று அவனுக்கு ஏனோ தோன்றியது.

அவன் கண்களும் இதழும் கருணையின் ஊற்றாக மாறிவிட்டன. ஒரே சமயத்தில் பலவிதமான நினைவுகள் பரபரத்து ஓடும் மனதில் எப்போதும் இல்லாத அமைதி சாந்தம். பெரும் நதியின் மௌன நகர்வு. கடையில் போய் நின்றுகொண்டு தனக்கு ஒரு டீ தருமாறு மிகவும் பணிவுடன் கேட்டான். கடைக்காரர் ஒரு கணம் பிருமித்தி பிடித்தவர் மாதிரி நின்றிருந்துவிட்டுக் கைகள் நடுங்க டீயை அவன் கையில் கொடுத்தார். அவனுக்குப் பழைய சம்பவங்கள் எதுவும் மறந்துவிடவில்லை. இதே மனிதரை வயதில் மூத்தவர் என்றுகூட யோசிக்காமல் ஒருமுறை செவுட்டில் அறைந்ததும் அவர் இயலாமை பொங்கக் கடவுள் உனக்குரிய கூலியைக் கொடுப்பார் என்னும் தோற்றத்தோடு தேம்பி அழுதபடி நின்றிருந்த காட்சி இப்போது அவனை நிலைகுலைய வைத்தது. அவன் காதில் இப்போது ஒலித்தது பளீர் என்ற அந்த அறை. டீயைக் குடித்து முடித்துவிட்டு மெதுவாக டம்ளரைப் பெஞ்சின் மேல் வைத்துவிட்டுச் சில்லறையைத் துழாவி எடுத்துக் கொடுத்தான். கையேந்தி வாங்கியவரின் கையை அன்பு மீதூறப் பற்றிக் கொண்டான். “நான் உங்ககிட்ட எப்பவும் மோசமா நடந்துகிட்டதுக்கு மன்னிச்சிக்கங்க” என்றான். அவன் கண்கள் கண்ணாடிச்

சித்திரம் போல மின்னியது. அவர் வேகமாகக் கைகளை உதறிக் கொண்டார். “பரவாயில்ல தம்பி” என்றவரின் நாக்கு குழறியது. கடையில் டீக் குடித்துக்கொண்டு, பேசிக்கொண்டு இருந்த உள்ளூர்க்காரர்கள் தங்கள் பேச்சுக்கு நடுவே இந்த விநோதமான செயலின் காட்சியைக் கண்களில் உறிஞ்சிக்கொண்டனர். அவர்களின் பேச்சுக்கள் தொடர்ந்துகொண்டிருந்தாலும் அவை சொல் சொல்லாய்ப் பிரிந்து தனித்து அலையும் அளவுக்குத் தடுமாறிப் போய்விட்டார்கள்.

அவனின் இந்தத் திடீர் மாற்றம் கடைவீதியெங்கும் ஒரே நிமிடத்தில் செய்தியாய்ப் பரவிவிட்டது. அந்தப் பக்கம் ஏதோ வேலை மாதிரி ஜனங்கள் கூட்டம் கூட்டமாய்த் தெருவில் திரிந்துகொண்டு ஜாடை மாடையாய் அவனைப் பார்த்தனர். தைரியமாய்ச் சிலர் அவனைப் பார்த்துச் சிரிக்கவும் செய்தனர். அவன் பல ஆண்டுகளாய்ப் பயிற்சி பெற்று மும்மலங்களைக் கடந்து திரிகரண சுத்தியடைந்த யோகியைப் போல நிர்மலமாய் இருந்தான். அவன் புன்னகை, அன்பில் தோய்ந்த மனதின் நறுமணமாய் இருந்தது. சகோதர வாஞ்சையும் மனிதநேயமும் அவன் மனதில் நீரற்ற பாலைவெளியில் சுற்றுப்புறத்தைப் பற்றிக் கவலையில்லாது கள்ளியில் சொட்டும் பாலாய் இடைவிடாமல் வடிந்துகொண்டிருந்தது. அன்பினால் பாரித்துப் போய்விட்ட மனதை அவனால் சுமக்க முடியவில்லை. பெரும் பாரமாய் இருந்தது. எதிர்ப்படும் யாவரையும் கனிவோடு கைகளுக்குள் பொத்திக் கொள்ள வேண்டும் போல இருந்தது. சில இளைஞர்கள் அவனிடம் கைகுலுக்க வந்தபோது அவன் அவர்கள் கைகளை விடாது இறுகப் பற்றிக் கொண்டான். நெஞ்சோடு அணைத்துக் கொண்டான். திடீரென்ற அவனுடைய இந்த வெளிப்பாடு சிலருக்கு மிரட்சியைத் தந்தது.

கோபியின் முன்னால் ராஜி வந்த போது அவன் தன்னிடம் அச்சம் என்ற உணர்வு அறவே இல்லாமல் போய்விட்டதை உணர்ந்துகொண்டான். சென்ற பனிக்காலத்தில் ஏதோ ஓர் தகராறில் இவன் கத்தியால் அவன் வயிற்றை நீளமாய்க் கீறிய சம்பவம் எப்போதும் இருவரும் மறப்பதில்லை. இருவரும் நேருக்கு நேராய் எதிர்ப்படும் போது இருவரின் மனத்திரையிலும் ஓடும் ஒரே காட்சி இப்போதும் ஓடியது. இவர்களைத் தவிர அன்று சாட்சியாய் இருந்த கடைக்காரர்கள், பணியாளர்கள், சில வாடிக்கையாளர்கள் என்று இன்னும் சிலபேரின் மனத்திரையிலும் அதே காட்சி ஓடிக் கொண்டிருந்தது. இதற்குமுன் அவன் எதிர்ப்படும் போதெல்லாம் ஒரு அலட்சியமான புன்னகை, கேலியான இதழ் விரிப்பு என்று அவனை எதிர்கொண்டிருக்கிறான் கோபி. அப்போது முகத்தின்

வெளிச்சமெல்லாம் சுத்தமாய் மறைந்து இருண்டு பாழ்கிணறு போல வெறுமையாய் நின்றிருப்பான் ராஜி.

இன்று ராஜியின் முகத்தில் ஜீவகளை நெளிந்தது. கோபியின் இதழ்களில் விரியும் அந்த அற்புதமான இகழ்ச்சிப் புன்னகை இப்போது அவன் இதழுக்கு இடம் மாறியிருந்தது. ஒருகணம் மாற்றம் நிறைந்த அவனை ஊடுருவிப் பார்த்தவன் மின்னலாய் அவன் முன் முடியைப் பற்றி இழுத்துச் சுழற்றி ரோட்டில் வீசினான்.

கோபிக்குக் கோபம் வரவில்லை. உருளுதண்டத்தில் உருட்டிவிடப்பட்டவனைப் போல மூன்று முறை உருண்டு எழுந்து உட்கார்ந்துகொண்டு அவனை அன்பு கனியப் பார்த்தான். இத்தகைய வெளிப்பாடு ராஜிக்குள் ஒரு அக்னி குண்டத்தை உயிர்ப்பிக்கச் செய்தது.

ராஜியின் அடிகள் கோடை மழையாக அவன் மேல் வலுவாக விழுந்தன. தலையிலும் வயிற்றிலும் முகத்திலும் காட்டுத்தனமான அடிகள். இதே கடைவீதியில் கோபியிடம் அடிவாங்கிய பலரும் கூட்டமாக அவனைச் சுற்றி நின்று பூரிப்புடன் பார்த்துக்கொண்டிருப்பதைப் போல ஒரு காட்சி அவன் மனதுக்குள் தோன்றியது. அவன் சுத்தமாய் மறந்திருந்த பல நிகழ்வுகள் பல முகங்கள் இப்போது நினைவுக்கு வந்தன. துயரத்தின் சாயலோடு அவனுக்குள் பதிவாகியிருந்த அந்த முகங்கள் இப்போது பரவசமாக மாறியிருந்தன. அதைப் பார்க்க இவனுக்கு மேலும் ஆழ்ந்த நிம்மதியும் அமைதியும் உண்டானது. காந்தக் கல்லால் இழுக்கப்பட்டதைப் போல மக்கள் அங்கே குவிந்தனர். போதிய இடம் விட்டு வட்டமாய்ச் சுற்றி நின்றனர். அடித்தலும் அடிவாங்குதலுமாய்ப் பூரணமாய் நடந்துகொண்டிருக்கும் அந்த நிகழ்வு மிகவும் ஒத்திசைந்து காலகாலமாய் முடிவு செய்யப்பட்ட ஒன்றைப் போலத் தீவிரமாய் நடந்துகொண்டிருந்தது. அவன் சுழன்று தூர விழும்போது வட்டம் நெகிழ்ந்து நகர்ந்து தன்னை மாற்றி வடிவமைத்துக் கொண்டது. திடீரென்று வட்டத்தைப் பிளந்துகொண்டு போலீசார் உள்ளே நுழைந்தனர். அவர்கள் கைகளில் நீண்ட லத்திகள் சுழன்று கொண்டிருந்தன. வானத்திலிருந்து கரிய துணி ஒன்று பறந்து விழுந்ததைப் போலக் கோபியைச் சுற்றிச் சுழன்று விழுந்தது சூன்யம்.

வாசனை கலந்த ஒரு மிதமான காரநெடியைத் தொடர்ந்தொரு அசைவு. பச்சையும் வெண்மையும் கலந்ததொரு சுத்தவெளியைக் கொண்டு அவன் தன்னையும் மருத்துவமனையையும் கடைசியாய்

நடந்த நிகழ்வையும் தானாய்த் தொகுத்துக் கொண்டான். கண் விழித்த பின் அமைதியாய் குளூகோஸ் புட்டியில் இருந்து சொட்டும் துளியையும் சீராகச் சுழலும் மின் விசிறியையும் தவிர வேறு எந்தச் சலனமும் அற்ற ஐந்து நிமிடங்களுக்குப் பிறகு சுமதியின் பெருங்குரல் அழுகை ஒரு தலைவலியைப் போல அறையின் காற்றில் கணக்கப் பரவியது. உள்ளே திடும்மென வந்தவள் கோபியின் உடலெங்கும் கூந்தல் சிறகுகள் பரவ அடிபட்ட பறவையைப் போல அவன் நெஞ்சின் மீது விழுந்து துடித்தாள். வெள்ளுடை அணிந்த இளம் யுவதி அவளைப் பலவந்தமாகத் தூர இழுத்தாள். சுமதியின் மீதும் வெள்ளுடை செவிலியின் மீதும் அவனுக்குக் கருணை சுரந்தது.

அவன் காயங்கள் வேகமாகக் குணமாகி வந்தன. ஒன்றுக்கொன்று வித்தியாசமில்லாத ஒரே மாதிரியான ஆறு நாட்களைக் கடந்தபின் அவன் மருத்துவமனையிலிருந்து விடுவிக்கப்பட்டான்.

இந்த மாற்றம் நல்லதிற்கான அறிகுறி அல்ல என்றும் யாருக்குப் பயப்படவில்லையென்றாலும் கனகசபைக்குப் பயப்படவேண்டும் என்றும் அவன் ஒரு மோசமான நச்சுப் பாம்பு என்றும் அவன் இவனைக் கொல்வதற்குச் சபதமேற்றிருப்பதையும் சுமதி வேறு வேறு வார்த்தைகளால் விவரித்துக்கொண்டே இருந்தாள். அவன் தூரத்தில் ஓடும் நதியின் இன்பச் சலசலப்பைக் கேட்பதுபோல அவள் பேச்சைக் கேட்டுக்கொண்டு இருந்தான். தன்னுடைய எந்த வார்த்தையும் அவனிடம் எந்த மாற்றத்தையும் உண்டாக்கவில்லை என்பதையறிந்தவள் கடைசியாகக் கையறு நிலையின் தவிப்பில் அழ ஆரம்பித்தாள். அவன் அவளைச் சமாதானம் செய்தான். தன்னால் இனி ஒருபோதும் தானாய்ப் பழைய இடத்திற்குத் திரும்பிப் போக முடியாது, தன்னைக் கொல்வதனால் யாருக்காவது ஒரு சந்தோசம் உண்டாகும் என்றால் கொல்லட்டும் என்றான். அப்படியானால் என் கதி? இரண்டு வீட்டிலும் என்னைச் சேர்த்துக் கொள்ள மாட்டார்கள். நான் ஒரு தேவடியாளாய்த்தான் இந்த வீதியில் திரியணும் என்று கத்தினாள். அவன் அவளைச் சட்டை செய்ய வில்லை.

ஊரில் ஒரே வாரத்தில் அவனைப் பற்றிய அபிப்ராயங்கள் எல்லாம் தலைகீழாக மாறிவிட்டன. அவனைப் பார்க்கப் பழங்களோடும் தின் பண்டங்களோடும் நிறைய பேர் வந்து கொண்டே இருந்தனர். கோபிக்கு ஆச்சரியமாய் இருந்தது. இவர்களுக்கென்ன பைத்தியமாய் இருக்குமா? என்று யோசித்தான்.

இப்போது அவனைப் பார்ப்பவரெல்லாம் புன்னகைக் கிறார்கள். அவனிடம் அடிவாங்கியவர்கள் கூடச் சுத்தமாய் அதை மறந்துவிட்டவர்களைப் போல இவனைப் பார்த்துச் சிரிக்கிறார்கள். இவன் அவர்களின் கைகளை இறுகப் பற்றிக் கொள்கிறான். சிலர் அவனைப் பக்தியோடு வணங்குகிறார்கள். இவன் அஞ்சியவனாகக் கைகூப்பி நிற்கிறான்.

அவன் எதுவும் கேட்காமலேயே கடைக்காரர்கள் அவர்களாகவே தங்களுடைய சகோதரனுக்குத் தருவதைப் போல வாஞ்சையோடு திண்பண்டங்களையும் காசு பணத்தையும் அவன் கையில் திணிக்கிறார்கள். அவனுக்கு நிறைவாய் இருந்தது. அவன் திகட்டத் திகட்டத் தித்திப்பான இந்த வாழ்க்கையை இப்படியே வாழ்ந்து தீர்த்துவிடுவது என்று முடிவு செய்துகொண்டான்.

○

சுமதி கோயிலுக்குப் போய் விளக்குப் போட்டுவிட்டு வந்தாள். யாருக்கும் பயமில்லாமல் போய்விட்டதை நினைத்து ஆச்சரியமாய் இருந்தது. இவன் கோபிதானா அல்லது கோபி மாதிரி இருக்கும் வேறு யாராவதா என்று சந்தேகமாய் இருந்தது. எல்லாம் அப்படியே தலைகீழாக மாறிவிட்ட அதிசயத்தை அவளால் விளங்கிக் கொள்ளவே முடியவில்லை.

வைரம் பாய்ந்த அந்த உடல் கடற்பஞ்சு போல அவ்வளவு மிருதுவாகிவிட்டது. எங்கிருந்திருக்கும் இவ்வளவு மிருது? முகமே சிரிப்பது மாதிரி ஒரு களை எப்படி வந்திருக்கும்? இதைப்போய் எப்படிக் களை என்று சொல்ல முடியும்? முன்பிருந்த முகம் தான் கோபி. பார்த்தாலே பயம் வரும் மாதிரியான கண்கள். இப்போது அந்தக் கண்களில் பால் வடிகிறது. கண்றாவி. யாரைப் பார்த்தாலும் கை குலுக்குவதும் பெண்ணைப் போல மெல்லிதாகப் பேசுவதும் அவளால் நினைத்துப் பார்க்கவே முடியவில்லை. இவன் பழைய மாதிரி ஆவானா மாட்டானா? எதனால் இப்படி ஆகியிருக்கும்? கோபியைக் கேட்டால் நாய் குறுக்கே வந்தது, வண்டியில் இருந்து கீழே விழுந்துட்டேன் என்கிறான். நாய் குறுக்கே வந்து கீழே விழுந்ததிற்கும் இதற்கும் என்னதான் சம்பந்தம் இருக்க முடியும்? மொட்டைத் தலைக்கும் முழங்காலுக்கும் முடிச்சு போடும் கதையாக இல்லையா இருக்கிறது? நாளை வெள்ளிக்கிழமை. கோகிலா சாயந்திர பூஜையில் வாக்காடுவாள். சாமி வாக்குக் கேட்டாலாவது என்ன ஏதென்று தெரியுமா? என்று யோசித்தாள். ஒன்றும் புரியவில்லை. மாரியம்மன் கோயில் இருந்த திக்கில் திரும்பித் தாயே அவருக்குச் சரியாயிடுச்சின்னா இந்த வருஷம் நோம்பியப்ப பால் கொடம்

குமாரநந்தன்

எடுத்துப் பொங்க வைக்கிறேன் என்று நெஞ்சில் கை வைத்து வேண்டிக்கொண்டாள்.

வீட்டுக்கு வந்து திருநீறைக் கோபிக்குப் பூசிவிட்டாள். யாரோ ஒருத்தர் அவன் கையைப் பிடித்து நெற்றியில் வைத்துக் கும்பிட்டுக் கொண்டிருந்தார். “உங்களப் பாத்தா மனப் பாரமெல்லாம் குறையுது தம்பி. இப்பேர்ப்பட்ட நிலமை தவமா தவமிருக்கறவங்களுக்குக் கூட வாய்க்கறதில்ல. உங்களுக்கு வாய்ச்சிருக்கு. இதெல்லாம் ஒரு குடுப்பிணை . . . போன ஜென்மத்து விட்ட குறை தொட்ட குறை”. அம்மா என்று சுமதியின் பக்கம் திரும்பிக் கையைத் தலைக்கு மேல் தூக்கிக் கும்பிட்டார். “பத்திரமா பாத்துக்குங்க... புண்ணியவதி நீங்க” என்று கண்ணத்தில் போட்டுக் கொண்டார். அவள் இது எந்த ஊரு கிறுக்கோ தெரியவில்லை என்று நினைத்துக் கொண்டாள். கோபி கண்கள் கலங்க அவரை வணங்கினான். “என்ன திரும்பவும் அழுவாச்சியா . . . கடவுளே கேவலமா இருக்குது. முதல்ல நாளைக்கி யாரும் உங்கள வந்துப் பாக்கக் கூடாதுன்னு சொல்றேன். ஒருத்தன் கொஞ்சம் இளிச்ச மாதிரி தெரிஞ்சிடக் கூடாதே . . . உடனே வந்துருவாங்களே” என்று சத்தம் போட்டாள்.

“ஜனங்களப் பாக்காம என்னால இருக்க முடியாது சுமதி. நீ யாரையும் பாக்க வரவேண்டாம்னா நான் அவங்களத் தேடிப் போயிருவேன்.” “அய்யா சாமி வேண்டாம்பா. இங்கியே இருங்க . . . எவன் வேணாலும் வந்து பாத்துட்டுப் போயித் தொலையட்டும். சீக்கிரமே இதுக்கெல்லாம் ஒரு வழி பண்றேன்.”

சூடம் பத்திக்குச்சி, சாம்பிராணி, வெத்தலை பாக்கு, கிள்ளு சரம், தேங்காய்ப் பழம் தட்டோடு வெள்ளிக் கிழமை சாயந்திரம் கோயில் பூஜைக்குப் போனாள். கோகிலாம்மா இவளைப் பார்த்துப் புன்னகைத்தாள். மடப்பள்ளியில் சின்னச் சொப்பில் பச்சரிசி வெந்து கொண்டிருந்தது.

தழுவ சோறு தயாரானதுமே பூசாரி மணியடிக்க ஆரம்பித்தார். கோகிலாவுக்கு உடனே மிரள் வந்துவிட்டது. ‘உஸ் உஸ்’வென்று சத்தம் போட்டுக்கொண்டு கைகளைத் தலைக்கு மேலே தூக்கி முறுக்கிக்கொண்டே இருந்தாள். சீக்கரம் போட்றா பூசய என்று நாக்கைக் கடித்தாள். பூசாரி எதையும் கண்டுகொள்ளாமல் மணியாட்டிக் கொண்டே பிள்ளையாருக்கும் நவக்கிரகத்திற்கும் பத்திக்குச்சி காட்டிக் கொண்டிருந்தார். சுமதி பயபக்தியோடு தாயே எனக்கு ஒரு வழியக் காட்டு என மனம் உருக வேண்டிக்கொண்டு நின்றாள்.

பூசை முடித்துத் தீர்த்தம் தெளித்துச் சுடரைக் கண்ணில் ஒற்றிக் கொண்டு கூட்டம் உக்காருவதற்கு இடம் பார்த்தது. வாக்குக் கேட்க வந்தவர்கள் கோகிலா பக்கம் நகர்ந்தார்கள். முதல் வாக்கு சுமதிக்குத்தான் வந்தது. "பயப்படாத... ஒரு சின்ன சோதனை காட்டுனேன். சரி பண்ணிடறேன். தலையில அடிபட்டுதான் புத்தி மாறாட்டமா போயிட்டது. நா உனக்குச் சரி பண்ணித் தர்றேன். நீ வந்து கோயிலுக்கு ஒரு வேல் எடுத்து வைய்யி. நாளைக்கி சாயந்திரம் ஆறு மணிக்கி நான் ஒன் வீட்டுக்கு வருவேன். நீ தேங்கா பழம் வச்சி மாவிடிச்சி வச்சி பொங்க வச்சி ரெடியா இரு" என்றது சாமி.

வீட்டுக்கு வந்ததும் கோபியிடம் கதை கதையாய் சொன்னாள். "ஏங்க சாமி இல்லன்னு யாரு சொன்னது. எல்லாத்தையும் அப்பிடியே புட்டுப் புட்டு வச்சது தெரியுமா? நாங்கூட நம்பல... ஆனா சாமியே சொன்னது தெரியுமா? தலையில அடிபட்டுதான் உங்களுக்கு இந்த மாறி ஆயிடுச்சாம். நாளைக்கி சாமி இங்க வந்து உங்கள சரி பண்ணி பழைய மாறி பண்ணிக் காட்டறேன்னு சொல்லிச்சிங்க" என்று விழிகள் விரிய சொல்லிவிட்டு "ஆத்தா அப்படி மட்டும் பண்ணிட்டினா நீ கேட்டமாறியே ஒங்கோயிலுக்கு ஒரு வேலு எடுத்து வச்சிர்றேன் தாயி" என்று தெற்கே பார்த்துக் கன்னத்தில் போட்டுக் கொண்டாள்.

மோடமாய் இருந்தது. சனி மோடம் போட்டால் ஒருவாரத்திற்கும் இப்படியேதான் இருக்கும் என்று சொல்லுவார்கள். பரவாயில்ல... இருக்கற வேலைக்கி இன்னும் வெய்யிலும் அடிச்சிகிட்டிருந்தா கஷ்டம்தான். எல்லாம் அந்த மாரியாயோட மகிம என்று நினைத்தவளாய் சுமதி வீட்டைத் துடைத்தாள். துணிகளை அலசிப் போட்டாள். மாவிடித்துப் பொங்கல் வைத்தாள். காலையில் இருந்து ஒரு நிமிசம் நிக்க நேரமில்லை. "இப்பதான் விடிஞ்ச மாதிரி இருக்குது. அதுக்குள்ள மணி அஞ்சி ஆயிடுச்சா" என்று வாயைப் பிளந்தாள். அவன் இதற்கும் தனக்கும் எந்தச் சம்பந்தமும் இல்லை என்பது போல இருந்தான். அவனைப் பார்க்க ஒருத்தர் மாற்றி ஒருத்தர் வந்துகொண்டே இருந்தனர். வாங்கடி வாங்க இன்னைக்கி ஒண்ணுதானே... நாளைக்கி பாரு அவனவன் வேட்டிய இறுக்கிக் கட்டிகிட்டுப் போறத... என்று நினைத்துக்கொண்டாள். "ஐயா சாமி உங்க அருள் வாக்கக் கொஞ்ச நேரம் நிறுத்திகிட்டு கை கால் கழுவிகிட்டு வந்து தயாரா இருங்க... சாமியாடியம்மா வருவாங்க. அவங்க என்ன சொல்றாங்களோ அதுபடி கேட்டு

நடங்க" என்றாள். அவன் சிரித்துக்கொண்டே போய் கைகால் கழுவிக்கொண்டு வந்தான்.

இடுப்பில் வெள்ளை வேட்டி மீது துண்டைக் கட்டிக் கொண்டு நிற்பதற்கும் வெளியே சத்தம் கேட்பதற்கும் சரியாய் இருந்தது. "பூசய ஆரம்பி பூசய ஆரம்பி" என்று சன்னமாய் சொல்லிக்கொண்டே கைகளைத் தலைக்குமேல் கோத்துக் கொண்டு நின்றாள் கோகிலா. கோபி மெலிதாகச் சிரித்துக்கொண்டு இரண்டு பேரையும் மாறி மாறிப் பார்த்துக்கொண்டிருந்தான். சுமதி கும்பிட்டு உள்ள வாங்க என்றாள். தெருக்காரர்கள் எல்லாம் வரலாமா வேண்டாமா என்று யோசித்துக்கொண்டு வீதியிலேயே நின்று பார்த்துக்கொண்டிருந்தனர். சுமதி ஓடிப் போய் மரக் கேட்டை இழுத்துச் சாத்திவிட்டு வந்தாள்.

சுமதிக்கு உடலில் மெல்ல ஒரு நடுக்கம் ஓடிக்கொண்டிருந்தது. பதட்டத்தோடே பத்திக்குச்சி கொளுத்தி வைத்துப் பூசையென்று என்னவோ செய்தாள். இதற்கு வேறு சாமி கோவித்துக் கொள்ளுமோ என்று நினைத்து மேலும் பதட்டமடைந்தாள். ஆனால் சாமி எதையும் கண்டு கொள்ளவில்லை.

தீபாராதனை முடிந்ததும் "உம்புருசன கிழக்க பாத்த மாதிரி செவுத்தோரமா உக்கார வெய்யி" என்றது சாமி. சுமதி கோபியைப் பார்த்தாள். கோபி போய் சுவரோரமாகச் சம்மணங்கால் போட்டு உட்கார்ந்துகொண்டான்.

"நீ போய் அவன் தலையப் பிடிச்சி பின்னாடி சுவத்தில மூணு தடவ மோது" என்றது. சுமதிக்குக் கைகள் வெளிப்படையாக நடுங்கின. பல்லைக் கடித்துக்கொண்டு போய் கோபியின் தலையை இரண்டு கைகளாலும் பற்றினாள். அவன் சிரித்துக் கொண்டே "எதுக்கு சுமதி இப்படிப் பயப்படற . . . சாமிதான" என்றான். அவள் கொஞ்சம் தெம்பு வந்தவளாய் அவன் தலையை மெல்லச் சுவரில் மூன்று முறை தட்டினாள். அவன் கண்களை மூடி எந்த மாற்றமும் இல்லாமல் அப்படியே உட்கார்ந்திருந்தான். சுமதி எழுந்து நின்று கைகூப்பியபடி கோகிலாவைப் பார்த்தாள்.

கோகிலா திடீரென்று மிகவும் ஆவேசம் வந்தவளாய் நாக்கைக் கடித்துக்கொண்டு துள்ளிக் குதித்தாள். மேல் மூச்சு வாங்கினாள். ஜன்னி வந்ததைப் போலக் கைகளை நெட்டி முறித்தாள். அவள் கண்கள் மூடியிருந்தன. ஆனாலும் அதற்குள் கூர்மையான பார்வையை உணர முடிந்தது. அந்தப் பார்வை கோபியின் மீது நிலைத்திருந்தது. என்னவோ நடக்கப் போகிறது எனச் சுமதிக்கு அச்சமாய் இருந்தது. கோபி சலனமில்லாமல்

பார்த்தான். இரண்டு வெவ்வேறு சக்திகளின் மோதலைப் போல இருந்தது. கோகிலா திடீரெனக் கோபியை நோக்கி ஓடி வந்தாள். சுமதியின் கண்கள் பயத்தில் தாமே மூடிக்கொண்டன. டொம் டொம்மென்று திடுக்கிட வைக்கும் சத்தம் தொடர்ந்து கேட்டது. என்னவாய் இருக்கும் என்று தெரியவில்லை. என்னவாயும் இருந்துவிட்டுப் போகட்டும் என்று அவள் கண்களை இறுக்கி மூடிக்கொண்டாள். ஒன்றிரண்டு நிமிடங்கள் எதுவுமே சத்தம் இல்லை. சுமதிக்கு ஒன்றும் புரியவில்லை. மெல்லக் கண்ணைத் திறந்தாள்.

கோபி கீழே சரிந்துகிடந்தான். சுவரெல்லாம் தரையெல்லாம் ஒரே இரத்தமாய் இருந்தது. கோகிலா கோயில் பிரகார கல் தளத்தில் பரவியிருக்கும் தண்ணீரைப் போல அதை மிதித்தபடி இன்னும் சாமியாடிக் கொண்டிருந்தாள். அவ்வளவு இரத்தத்துக்கு நடுவே கோபியின் முகத்தில் அந்தப் புன்னகை கொஞ்சம்கூட மாறாமல் இருந்தது.

புது எழுத்து, 15ஆம் ஆண்டு சிறப்பிதழ், 2014-15

மற்றொரு வனத்தில்

நகர்ப் பகுதியான அந்த இடத்தில் திடீரென நிற்கக் காரணம் என்னவென்று பஸ்ஸில் இருந்த எல்லோரும் யோசித்துக்கொண்டிருக்கும் போது வலது புறத் தெருத் திருப்பத்திலிருந்து கலா வேகவேகமாக வந்து பஸ்ஸில் ஏறிக்கொண்டாள்.

குணா டிரைவர் சீட்டிலிருந்து தலையைத் திருப்பிப் பார்க்கவும் அந்த இடத்தில் கும்பலாய் நின்றவர்கள் ஓரளவு ஒதுங்கிக்கொண்டு அவளுக்கு வழிவிட்டனர்.

"வீட்டப் பூட்டினியா அவசரத்துல ஓடி வந்துட்டியா?" என்றவனிடம் வீட்டுச் சாவியைக் கொடுத்தாள். "டூட்டி முடிஞ்சதும் வீட்டுக்கு வந்து சாப்டுங்க.

சாப்பாடு செஞ்சி வச்சிருக்கேன்" என்றாள். குணா மேற்கொண்டு என்ன என்று கண்களாலேயே கேட்டான். அவள் கவனமான எச்சரிக்கையுடன் "சாயந்திரம் தான் வருவாரு" என்றாள். "பாத்து ஜாக்ரதையா போ ... நாளைக்கி வந்திருவியா ரெண்டு நாள் ஆவுமா?" என்றான். "தெரியல போனாதான் தெரியும். போன் பண்றேன்" என்று விட்டு ரோட்டைப் பார்த்து ஓட்டுமாறு ஜாடை செய்தாள்.

கரூர் பஸ் ஸ்டேண்டில் இறங்குகையில் நல்ல வெய்யிலாய் இருந்தது. ஆட்டோ பிடிக்கலாம் என்று பார்த்தாள். ஆனால் மினி பஸ் நின்றது. வீட்டுக்கு வந்தபோது அம்மா நன்றாகத் தூங்கிக்

கொண்டிருந்தாள். இவள் உள்ளே போய் இரண்டு நிமிடம் உட்கார்ந்து பார்த்தாள். அம்மா எழுந்திருப்பதைப் போலத் தெரியவில்லை. குளியலறைக்குள் போய் குளிக்க ஆரம்பித்தாள். தலையில் ஊற்றும் தண்ணீர் உடலிலிருந்து கீழே இறங்கும் போது கொஞ்சம் சூடாகிவிடுவதைப் போல இருந்தது. முடித்து வெளியே வரும்போது அம்மா எழுந்து உட்கார்ந்துகொண்டு வாடீ என்றார்.

குளித்தும் கண் லேசாக எரிவது போல இருந்தது. வெய்யிலில் வந்த சூட்டு எரிச்சல் என்று நினைத்துக்கொண்டாள். "மீனா ஸ்கூலுக்குப் போயிட்டாளா?" சம்பிரதாயமாகக் கேட்டுவிட்டுக் கட்டிலில் சாய்ந்தாள்.

நாலு மணிக்குக் கண் விழிக்கையில் அவளுக்கு ஒரு கணம் எங்கே இருக்கிறோம் என்று தெரியவில்லை. வெளியே மோகனின் சத்தம் கேட்டது.

"இப்பிடியே திங்கறது தூங்கறதுன்னு இருந்தா என்ன அருத்தம்? ரெண்டு வருசம் ஓடிப்போச்சி. இன்னிக்கி ஒரு முடிவு செஞ்சாவணும் . . . வர்றாளாமா இல்லியாமா?"

குரலை உயர்த்திக் கத்தினான். கலாவுக்கு ஒன்றுமே தோன்றவில்லை. "நா என்ன மாப்பிள்ள பண்றது? அடிக்கறீங்கன்னு அவ ரொம்பப் பயந்துக்கறா" என்று அம்மா மெதுவாகச் சொன்னாள். உயர்ந்த அவன் குரலுக்கு அஞ்சிவிட்டாள் போலிருக்கிறது.

"ஆமா ரொம்பப் பயந்தவதான் இவ. ஒழுங்கா நடந்துகிட்டா நா என்னத்துக்கு அடிக்கிறேன். நா இந்தட்ட கெளம்பனதும் இந்தாட்ட ஊரு பூரா சுத்திகிட்டு வந்தா மனுசனுக்கு எரிச்சல் வருமா வராதா?"

"இன்னும் நீங்க இப்பிடியே பேசுனா என்ன பண்றது? ஒரு தெரிஞ்சவங்க வீடு பழகனவங்க வீடுன்னு போக்கூடாதா?" கேட்டுக்கொண்டே உள்ளே போய் தண்ணீர் கொண்டு வந்து கொடுத்தாள். அவன் அதை லட்சியம் செய்யாமல் "அத்த நானும் பல தடவ சொல்லிட்டேன். நீங்களும் அவளுக்கு இப்பிடி வக்காலத்து வாங்கறது நல்லால்ல" என்று பட்டென்று சொன்னான். இன்று ஒரு முடிவோடு தான் வந்திருப்பான் போலத் தெரிந்தது.

கட்டிலில் உட்கார்ந்துகொண்டு எல்லாவற்றையும் கேட்டுக் கொண்டிருந்தவள் எழுந்து வெளியே வந்தாள். மோகன் அவள் தலையைப் பார்த்ததும் "என்ன நீ இப்ப எங்கூட வர்றியா

இல்லியா" என்றான். இவள் எதுவும் பேசவில்லை. "இல்ல . . . பிள்ளையவாவது அனுப்பு". அதற்கும் அவள் எதுவும் பேசாததைக் கண்டு எரிச்சலுடன் எழுந்தான். "இப்பிடியெல்லாம் பண்ணா மட்டும் டைவர்சுல கையெழுத்துப் போடுவேன்னு நெனைக்காத. என்னையே நீ இந்த ஆட்டங் கட்டற" என்று வேகமாய் அடிக்கப் பாய்ந்தான்.

"இந்தா . . . எங்கண்ணு முன்னாலயே எம்புள்ளைய அடிச்சிருவியா?" என்று குறுக்கே விழுந்து சீறினாள் அம்மா. "என்னடி பண்ணுவ?" என்றான். "இந்த அடி புடிங்கற வேலையெல்லாம் வெச்சிக்காத. ஆளப் பார்றா . . . வரதட்சண புகார் கொடுத்தன்னா என்ன நடக்கும் தெரியுமா . . ? போனாப் போவுதுன்னு பாத்தா" என்று சத்தம் போட ஆரம்பித்துவிட்டாள்.

மோகன் வெறிபிடித்தவன் மாதிரி எழுந்து வெளியே போனான்.

ஐந்து மணிக்கு ஸ்கூல்விட்டு மீனா வந்ததும் அய் அம்மா என்று கத்திக்கொண்டு ஓடிவந்து 'எப்பம்மா வந்த' என்று கட்டிக்கொண்டாள். 'அம்மா எப்பம்மா வந்த . . . அப்பிடி எங்கதான் போவ . . .' கேட்டுவிட்டு ஒரு நிமிடம் யோசித்து "அப்பா வந்தாரா . . . அவர நான் வர்ற வரைக்கும் இருக்கச் சொல்லி ஏன் சொல்லலை. அப்பா வரும்போது மட்டுந்தான் வர்ற. அவரு இப்பிடிப் போனா நீ இப்பிடிப் போயிர்ற . . . இந்த வாட்டி என்னையும் கூட்டிகிட்டேப் போ ஆமாம்." என்றாள்.

"பள்ளிக்கூடத்தத் தல முழுவிடுறியா . . ? இந்தப் பத்தாவத முடிடீன்னா" அவள் தலையை ஆசையாக வருடிக்கொண்டே சொன்னாள் கலா. "அப்ப நீ இங்கியே இரு."

"இங்க செவுத்த செவுத்த பாத்துக்கிட்டு எத்தன நாளைக்கி இருக்கிறது? அங்க துணி தெச்சிகிட்டாவது பொழுது போவுது."

"அப்ப ஒரு மிசின வாங்கிப் போட்டு இங்கியே தய்யி."

"இங்க எவடி துணி தர்றதுக்கு கியூவுல நிக்கிறா . . ? சுத்தி சுத்தி ஒம்பது லேடீஸ் டெய்லருங்க. நீ போயி துணிய மாத்து. வந்ததும் தொணதொணன்னுட்டு" என்று எழுந்து லைட்டைப் போட்டாள்.

வெடுக்கெனத் தலையைத் திருப்பிக்கொண்டு போம்மா என்றபோது மீனாவின் கண்களில் கண்ணீர் தெறித்தது. "ஏன்டி இன்னும் ஆறு மாசம் பொறுத்துக்க மாட்டியா. நாந்தா கூட்டிகிட்டுப் போறேங்கரனில்ல." மீனா தன்மீதே தனக்குப்

பொங்கிவரும் கழிவிரக்கத்தைத் தாங்க முடியாதவளாய் கேவி அழ ஆரம்பித்தாள். அம்மா, 'இந்தப் பாவத்தப் பாருடி' என்பது போலப் பேத்தியின் பக்கம் கையைக் காட்டிக்கொண்டு நின்றாள். கலா உள்ளே போய்விட்டாள்.

மறுநாள் மீனா சிரித்துக்கொண்டே இருந்தாள். அம்மாவுக்கு முத்தம் வைத்துவிட்டு ஸ்கூலுக்குக் கிளம்பினாள்.

பத்து மணிக்கு மேல் கலா ஊருக்குப் போகக் கிளம்பினாள். "அம்மா ஏன்டி நேத்துதான வந்த உடனே அப்பிடிக் கிளம்பாட்டி என்ன ... ரெண்டு நாளைக்கி இருந்துட்டுதான் போறது? மீனா பிள்ள அம்மாவும் இல்லாம அப்பனும் இல்லாம ஏங்கிப் போயிடறா தெரியுமா? இல்லாட்டி அவ வந்ததும் ரெண்டு நாளைக்கி அவளையும் உங்கூடக் கூட்டிகிட்டுப்போ" என்றாள்.

"இப்ப இவளக் கூட்டிகிட்டுப் போயி என்ன பண்ண? நீயும் அவளாட்டம் சின்னக் குழந்தையா? பத்தாவது முடிக்கட்டும்"

"அப்புறம் . . . ரெண்டு பேரும் அங்கியும் இங்கியும் போயிகிட்டும் வந்துகிட்டும் இருப்பீங்களா . . ? மொதல்ல இதுக்கு ஒரு வழி பண்ணு." பண்ணலாம் பண்ணலாம் சொல்லிக் கொண்டே பேக்கை எடுத்து மாட்டிக்கொண்டாள். "இப்பப் போனாத்தான் அவரு வர்ற பஸ்ல போயி வீட்டுகிட்டயே இறங்க முடியும். இல்லாட்டி லொங்கு லொங்குன்னு நடக்கணும். நா வரட்டுமா" என்று கிளம்பிவிட்டாள். கரூரில் சரியான நேரத்துக்குத்தான் பஸ் ஏறினாள். ஆனால் நாமக்கல் வரும்போது குணா ஓடும் வண்டி கிளம்பியிருந்தது. சலிப்போடு வேறு பஸ் ஏறி நிறுத்தத்தில் இறங்கி நல்ல வெய்யிலில் நடந்து வீடுவந்து சேர்ந்ததும் மின்விசிறியைப் போட்டுக்கொண்டு படுத்துவிட்டாள்.

எழுந்து மணி பார்த்தாள். பத்து நிமிடம்தான் ஆகியிருந்தது. முகத்தைக் கழுவிக்கொண்டு காபி வைத்தாள். சுரேஷ் வந்து ஷூவை வேகமாகக் கழட்டி வீசிவிட்டுச் சேரில் பொத்தென உட்கார்ந்தான். கலா அவனுக்கும் காபி கலந்து கொடுத்துவிட்டு டிவி போட்டாள்.

சுரேஷ் டிவியையே வெறித்தபடி "வீட்ல அடிக்கடி டிவி போடாதீங்க" என்றான்.

இவள் ஒன்றும் சொல்லவில்லை. ஓடிக்கொண்டிருக்கும் பாடலை அவன் கவனிக்காதது போல இருந்தாலும் உள்ளூர இரசிப்பது தெரிந்தது. டிவியை இப்போது நிறுத்தி அவனின் நடவடிக்கையைக் கவனிக்க வேண்டும் போல ஆசையாய் இருந்தது. ஆனால் மனசு வரவில்லை. பாட்டு முடிந்ததும்

டிவியை நிறுத்திவிட்டாள். "நானே எங்க மாமங்கிட்ட பிச்ச எடுத்து காலேஜ் படிச்சிக்கிட்டு இருக்கேன். இப்படி ஆடம்பரமா இருக்கறத அவரு வந்து பாத்தா எல்லாம் கட்டாயிடும்". கலாவுக்குத் தெரியும் அவர் அப்படிப்பட்ட ஆள் இல்லை. ஆனாலும் அவள் எதுவும் சொல்லவில்லை.

"ஆமா... நீங்க ஏன் எங்க சொந்தக்காரங்க வீட்டுக்கெல்லாம் போயிகிட்டிருக்கீங்க" என்றான்.

"ஏன் போகக் கூடாதா?" என்று மெல்லச் சிரித்துக்கொண்டே கேட்டாள். அவனுக்கு எரிச்சல் சுழன்று கொண்டு வந்தது. "என்னால அவிங்க மூஞ்சியில முழிக்க முடியல நீங்க பண்றது." இவள் ஏங் கண்ணு என்று ஏதோ சொல்ல வாயெடுத்தாள். "முதல்ல என்ன கண்ணுன்னு கூப்டறத நிறுத்துங்க" என்று கத்தினான். இவள் விக்கித்துப்போய் திறந்த வாயோடு அப்படியே இருந்தாள். சுரேஷ் எழுந்து செருப்பைத் தொட்டுக்கொண்டு எரிச்சலாய் எங்கோ போய்விட்டான்.

கலா மீண்டும் டிவி போட்டுக்கொண்டாள். ஒரு சேனலில் ஏதோ குடும்பப் பிரச்சினையைப் பற்றி அலசிக்கொண்டிருந்தார்கள். கீழே ஓடிக்கொண்டிருந்த நம்பருக்குச் செல்லை எடுத்து முயற்சித்தாள். பதிவு செய்யப்பட்ட குரல் லைனிலேயே காத்திருக்கவும் என்றது. யாராவது லைனில் வருவார்கள் என்று பார்த்தாள். ஐந்து நிமிடத்திற்கு மேல் மண்டை வெடித்துவிடும் போல இருந்தது. போனைக் கட் செய்தாள். பில் ஐம்பது ரூபாய் ஆகியிருந்தது. குணா வந்து பேலன்சைப் பார்த்துக் கத்துவாரோ என்று பயமாய் இருந்தது. டிவியை அணைத்துவிட்டாள்.

மணி பத்து ஆகியிருந்தது. குணாவையும் காணவில்லை சுரேஷையும் காணவில்லை. என்ன செய்வதென்று தெரியவில்லை. வெறுமனே கதவைச் சாத்திவிட்டு வந்து சாமி படத்துக்கு முன் சம்மணம் போட்டு உட்கார்ந்து கண்களைத் தியான பாவமாக மூடினாள். கைகள் முழங்காலின் மீது சின் முத்திரையில் படிந்தன. ஒரு நிமிடம் கழித்து ஓம் ஓம் எனச் சீரான மெல்லிய உச்சரிப்பு அவளிடம் இருந்து வந்தது.

கணகணவென்று மணி ஒலித்தது. கண் விழித்து மலங்க மலங்கப் பார்த்தாள். குணா மணியை டேபிள் மேல் வைத்துவிட்டு உள்ளே போய் லுங்கி மாற்றினான். பெட்ரூமில் லைட் எரிந்தது. சுரேஷ் வந்துவிட்டானோ? உள்ளே எட்டிப் பார்த்தாள். மெலிதாக வாயைத் திறந்துகொண்டு தூங்கிக்கொண்டிருந்தான். சாப்பிடச் சொல்லி எழுப்பினாள். சுயநினைவே இல்லாத மாதிரி இருந்தது. குடித்திருப்பானோ என்று சந்தேகம் வந்தது.

குணாவுக்குச் சாப்பாடு போட்டு வைத்தாள். எதுவும் பேசாமல் சாப்பிட உட்கார்ந்தவனிடம் “ஏங்க... சுரேஷ் என்ன ரொம்பப் பேசறான். எங்கியும் போக்கூடாதுன்றான் . . . டிவி பாக்கக் கூடாதுங்கறான். நான் என்னதான் பண்ணட்டும்” என்றாள். அவன் எதுவும் சொல்லாமல் சாப்பிட்டுக்கொண்டிருந்தான். அவளுக்கு மேற்கொண்டு என்ன பேசுவது என்று தெரியவில்லை. ‘மோகன் எப்ப கிளம்பினான்’ என்று திடீரென்று கேட்டான். அந்தக் கேள்வியில் இருந்த எதிர்பார்ப்பு அவளுக்குத் தாங்க முடியாததாய் இருந்தது. நைட் இருந்துட்டு காலைலதான் போனார் என்று சொல்லலாமா என்று யோசித்தாள். ஆனால் அவரு வந்துட்டு அப்பவே கிளம்பிட்டார் என்றாள். அவனுக்குள் ஏதோ ஒரு நிம்மதி பரவுவதை உணர முடிந்தது. இந்த அபத்தமான நிம்மதிக்கு என்ன அர்த்தம் என்று யோசித்தாள்.

மறுநாள் மத்தியானம்தான் குணாவுக்கு டூட்டி போட்டிருந்தது. கைலியைக் கட்டிக்கொண்டு ஈசி சேரில் சாய்ந்து டிவி பார்த்துக்கொண்டிருந்தான்.

சுரேஷ் இப்போது எதுவும் சொல்லாதது அவளுக்கு எரிச்சலாய் இருந்தது. “ஏங்க . . . டிவிய பொழுதனைக்கும் போட்டுப் பாக்காதீங்க. அவிங்க மாமா பாத்தாருன்னா சுரேசுக்கு கட்டற காலேஜ் பீஸ கட்ட மாட்டாராம்” என்றாள். “அவன் கட்டுலைன்னா மயிரே போச்சி” என்றுவிட்டு வேறு சேனலை மாற்றினான். சுரேஷ் கையிலிருந்த டம்ளரை வீசி எறிந்தான். சளாரென்ற சத்தம் வீட்டை உலுக்கியது. இவர்கள் இரண்டு பேரின் உடலும் தூக்கிப் போட்டமாதிரி அதிர்ந்தது. “அப்ப நீயும் காலேஜிக்குப் பணம் கட்ட மாட்ட... என்னை என்ன தெருவுல நிக்கச் சொல்றியா?” என்றான். குணா அவனை அமைதியாகப் பார்த்து “யாருடா கட்ட மாட்டேன்னு சொன்னாங்க” என்றான். “பின்ன போன வருசம் காலேஜ் பணமெல்லாம் கட்ட முடியாது நின்னுக்கன்னு சொன்ன ஆளுதான நீயி” என்று கத்தினான். “சரிப்பா அதுக்காக அப்பிடியே விட்டுடுவாங்கன்னு அர்த்தமா” என்றாள் கலா. “நீ வாய மூடு” என்று சுரேஷ் கத்தினான். குணா எழுந்து பளாரென்று அவனை அறைந்தான். அவன் சட்டெனச் சின்னக் குழந்தைபோல அழுதபடி அவளை வன்மமாய்ப் பார்த்துக்கொண்டு வெளியே கிளம்பினான். அந்த அழுகையும் வன்மமும் ஒன்றுக்கொன்று பொருந்தாததாய் அவன் முகத்தை அவலட்சணமாக்கிவிட்டது. “என்னங்க, தலைக்கி மேல வளந்த பையனப் போயி கைய்ய நீட்டி அடிச்சிகிட்டு” என்றாள். “ஏய் பீடை போ அந்தாண்டை” என்று கத்தினான். கலாவுக்கு அவமானமாய் இருந்தது. என்ன செய்வது என்று புரியாதவளாய் கட்டிலில் உட்கார்ந்துகொண்டாள். வீடு அமைதியாய் இருந்தது.

மெல்ல எழுந்து கைப் பையை எடுத்துக்கொண்டு கிளம்பினாள். வெளியே போகும்போது குணா 'ஏய் கலா' என்று கத்தினான். அவள் எதுவும் பேசாமல் பஸ் ஸ்டாப் பக்கமாக நடந்தாள்.

நிறுத்தத்தில் நின்று கொண்டிருந்தபோது குணா ஸ்கூட்டியில் வந்து அருகில் நிறுத்தி வண்டியில ஏறு என்று உறுமினான். ஸ்டாப்பிங்கில் நிற்பவர்கள் எல்லாம் அவர்களையே பார்த்தனர். அப்போது வந்த நாமக்கல் பஸ்சில் அவள் ஏற முயற்சிக்கவில்லை. அவன் ஒருவேளை ஏதாவது அசிங்கமாய் செய்துவிடுவானோ என்று பயமாய் இருந்தது. குணா "இப்ப நீ வீட்டுக்கு வர்றியா இல்ல நான் மண்ணெண்ணைய ஊத்திகிட்டுச் சாவுட்டுமா" என்று கத்தினான். அவளுக்கு அங்கே நிற்பவர்களைத் தலையை நிமிர்ந்து பார்க்க அவமானமாய் இருந்தது. பேசாமல் அவன் பின்னால் வண்டியில் உட்கார்ந்துகொண்டாள். அவளைக் கொண்டு வந்து வீட்டில் விட்டுவிட்டு மகனைத் தேடிக்கொண்டு போனான். கலா மத்தியாண சாப்பாட்டுக்கு சுரேஷுக்குப் பிடித்த கருவாட்டுக் குழம்பை வைத்தாள்.

சனிக்கிழமை அமாவாசை. துணியெல்லாம் துவைத்துப் போட்டுவிட்டு வீட்டைத் துடைத்துக்கொண்டிருந்தாள். அம்மாவிடம் இருந்து போன் வந்தது.

"ஏன்டி ஒம் மக அம்மா கிட்ட கூட்டிகிட்டுப் போயேதான் ஆவுனும்னு நேத்தில இருந்து மல்லுக்கு நிக்கிறா ... நா என்னாடீ பண்ணட்டும்" என்றாள். டக்கென்று சரி கூட்டிக்கிட்டு வாயேன் என்றாள். எதிர் முனையில் பேச்சையே காணோம்.

என்னம்மா என்றாள். எனக்குப் பயமா இருக்குதுடி என்று அம்மா மெல்லச் சொன்னாள். என்ன பயம்? என்ன கொலையா பண்ணிட்டோம் ... அதெல்லாம் பாத்துக்கலாம் கூட்டிகிட்டு வா என்று விட்டுப் போனை வைத்தாள்.

சாம்பார் ரசம் பொரியல் வைத்து இலை போட்டுப் படைத்துக் காக்காய்க்குப் போட்டுவிட்டுச் சாப்பிட உட்காரும்போது மூன்று மணி ஆகியிருந்தது. அசதியில் சரியாய் சாப்பிட முடியவில்லை. பேருக்குக் கொஞ்சம் சாப்பிட்டுவிட்டு எழுந்தாள்.

ஐந்து மணிக்கு காலிங் பெல் அடித்தது. அம்மாவும் மீனாவும் வந்திருந்தார்கள். மீனாவின் முகம் அப்படியே பிரகாசமாய் இருந்தது. உள்ளே வந்ததும் அம்மாவைக் கட்டிக்கொண்டாள். கலா சிரித்துக்கொண்டு மகளை அணைத்தபடி சாப்டுறியா என்றாள். வேண்டாம் அப்புறமா சாப்டுறேன் என்றபடி சுற்றும் முற்றும் பார்த்தாள். எங்க தையல் மிசின்?

கலா அந்தக் கேள்வியை எதிர்பார்த்துமிருந்தாள் எதிர்பார்க்காமலும் இருந்தாள். குரலில் எந்த பாவமும் இல்லாமல் அது கடையில இருக்குது என்றாள்.

கடையிலயா? சரி வா கடைக்கிப் போவோம் என்றதும் கடை இன்னிக்கி லீவுடி என்று அடுத்து எதுவும் கேட்கக் கூடாது என்றுவிட்டு மிரட்டும் பாவனையில் காப்பி குடிக்கிறியா என்றாள். மீனா அதைச் சட்டை செய்யவில்லை. சாவி உங்கிட்டதான இருக்கும். வா போலாம் என்றாள். "ஏன்டி வந்ததும் தொணதொணனுட்டு ... சாவிய இன்னொருத்தி எடுத்துகிட்டுப் போயிட்டா." மீனாவுக்குப் பொக்கென்று இருந்தாலும் ஆசையாக வீட்டைச் சுற்றி வந்தாள். அவளுக்கு என்னவோ சந்தேகம் வந்துவிட்டது. "ஏம்மா இங்க யார் யாரெல்லாம் இருக்காங்க..? இதென்ன பேண்ட் ஜட்டியெல்லாம் காயுது?" என்றாள். "அதெல்லாம் பக்கத்து வீட்டுக்காரங்களோடது. நீ வந்து எங்கிட்ட உக்கார்றயா இல்லையா?" சொல்லிக்கொண்டே டிவியில் மீனாவுக்குப் பிடித்த கார்ட்டூன் சேனலைப் போட்டாள். அவள் ஏதோ மர்மப் படத்தைப் பார்ப்பது போல டாம் அண்ட் ஜெர்ரியை ஒரு நிமிடம் பார்த்தாள்.

பிறகு அதை அலட்சியம் செய்தவளாய் மீண்டும் சுற்றிச் சுற்றிப் பார்த்தாள்.

ஹேங்கரில் தொங்கும் சட்டைகள் பேண்ட்டுகள் நடையில் கிடக்கும் செருப்பு ஷூ எல்லாவற்றையும் பார்த்துவிட்டு எதுவும் பேசாமல் உம்மென்று கொஞ்ச நேரம் சோபாவில் உட்கார்ந்திருந்தாள். டிவியில் டாமும் ஜெர்ரியும் அவள் மனநிலையை லேசாக்க பிரம்மப் பிரயத்தனம் செய்வது போலிருந்தது.

திடுக்கென்று எழுந்து பாட்டி கிளம்பு போலாம் என்றாள். கலா என்னவோ சொல்வதற்காகக் கையைப் பிடித்ததும் வெடுக்கென உதறினாள். கலா அதட்டலாக என்னாடி என்றாள். மீனா வெளியே போய் செருப்பை மாட்டிக் கொண்டு ரெடியாக நின்றாள்.

பாட்டி, "ஏம்மா அங்க என்ன கூட்டிகிட்டுப் போ கூட்டிகிட்டுப் போன்னு ராவுடி பண்ணி வந்துட்டு, இப்ப உடனே கிளம்புடின்னா என்னால ஆவுமா" என்றாள். மீனா "அங்கியே சொல்ல வேண்டியதுதானே?" என்று கத்தினாள். பக்கத்து வீட்டிலிருந்து கஸ்தூரி எட்டிப் பார்த்துவிட்டு உள்ளே போனாள்.

"என்னான்னுடி சொல்லச் சொல்ற" என்றாள் பாட்டி. "இந்தாடி காலையில எந்திரிச்சிப் போவியாம் ... இரு இப்ப என்ன ஆயிடிச்சி" என்றாள் கலா. "பாட்டி இப்ப நீ வர்றியா இல்லை நா மட்டும் போவட்டுமா" என்றாள்.

பாட்டிக்குப் பயமாகிவிட்டது இந்தா வந்துட்டன்டியம்மா என்றாள். கலாவுக்குக் கோபம் வந்தது. இந்தாடி அவ்வளவு தானா ... இனிமே அம்மான்னு ஒருத்தி வேண்டாமா என்றாள்.

மீனா எதையும் சட்டை செய்யாமல் நடந்தாள். அம்மா அவள் பின்னாலேயே பலி ஆட்டைப் போலப் போய்க்கொண்டு திரும்பித் திரும்பிக் கலாவைப் பார்த்துத் தலையில் அடித்துக் கொள்வதைப் போல ஜாடை செய்தாள்.

கலா கதவைச் சாத்திக்கொண்டு உள்ளே போனாள். டிவியை எரிச்சலுடன் நிறுத்திவிட்டுச் சேரில் உட்கார்ந்தாள். அம்மாவை நினைக்கப் பாவமாய் இருந்தது. நல்லவேளை போய்விட்டார்கள் என்று நிம்மதியாய் இருப்பது போலவும் தோன்றியது. மீனா ஒருவேளை அப்பனுக்குப் போன் போட்டுச் சொல்லிவிடுவாளோ என்று கவலையாய் இருந்தது. ஆனாலும் சொல்ல மாட்டாள் என்று தீவிரமாக நம்பினாள். மீனாவைச் சமாதானப்படுத்த முடியுமா என்று யோசித்தாள். முடியுமென்றுதான் தோன்றியது.

ராத்திரி பத்து மணிக்குத் திடீரென்று கதவு படபடவென்று விடாமல் தட்டப்பட்டது. சுரேஷாய் இருக்கும் என்று நினைத்தாள். ஆனால் சட்டென்று மோகனின் வெறிபிடித்த உருவம் அவளுக்குள் தோன்றி மறைந்தது. பெரும் அச்சத்தோடு கதவைத் திறக்கலாமா வேண்டாமா எனப் புரியாதவளாய் பித்துப் பிடித்த மாதிரி நின்றுகொண்டிருந்தாள்.

மேடை, செப். 2015

சூன்ய நதி

நான் யார் என்கிற கேள்வி புவனைத் தலையைப் பிய்த்துக் கொள்ள வைப்பதாய் இருந்தது. அவனுடைய சூழல் ஒரு காரணமாய் இருக்கலாம். சித்தர் மலை அடிவாரத்தில் அவன் குடும்பத்தோடு குடியிருந்தான். மலையில் சித்தர் கோயில் இருந்தது. பதினெட்டுச் சித்தர்களுக்கும் பிரதிஷ்டை இருந்தது. தினம் யாராவது காவி வேட்டியுடனோ வெள்ளை வேட்டியுடனோ அல்லது சாதாரண உடையிலோ மலையில் தென்படுவார்கள். வனக்காட்டுக்குள் குகைகளுக்குள்கூட யாராவது ஒருவர் ஆழ்ந்த தியானத்தில் இருப்பதைப் பார்க்க முடியும். பௌர்ணமி நாட்களிலும் அமாவாசை நாட்களிலும் திருவிழாவைப் போல இவர்களின் கூட்டம் அதிகமாக இருக்கும். இவர் இப்படி ஒரு அதிசயத்தைச் செய்தார் அவர் அப்படி ஒரு அதிசயத்தைச் செய்தார் போன்ற பேச்சுக்களை எப்போதும் கேட்க முடியும். அங்கே உலவிக்கொண்டிருக்கும் சித்தர்கள் பற்றிய கதைகளுக்கு அளவில்லை. சின்ன வயதில் அவைகளைத் தேடித் தேடிக் கேட்டு, பித்துப் பிடித்து அலைந்திருக்கிறான். நாளா வட்டத்தில் அவை பெரும்பாலும் ஆதாரமின்றிக் கை கால் முளைத்துப் பரவும் கதைகள் என்பதைப் புரிந்து கொண்டான். அங்கே உலவிக் கொண்டிருப்பவர்களின் பார்வை கூர்மையுடையதாய் இருந்தாலும்

பரந்த மனப்பான்மையும் சகிப்புத் தன்மையும் உடையவர் களாய் இருந்தாலும் அவர்களுடைய லோகாயதத் தன்மைகள் புவனுக்கு விசித்திரமாய்த் தோன்றிக் கொண்டிருந்தன. முதல் பார்வையிலேயே அவன் பெரும்பாலானவர்களை நிராகரித்துவிட்டான். பார்வையில் எதுவும் தெரியவில்லை என்றால் அவன் தன்னைக் குடைந்து கொண்டிருக்கும் கேள்விகளை அவர்களிடம் பணிந்து கேட்பான்.

பதின் பருவத்திலேயே குண்டலினி தீட்சை எடுத்திருந்தான். பலவிதமான சத்சங்கங்களில் கலந்துகொண்டிருக்கிறான். புத்த தியானத்தையும் சமண தியானத்தையும் கற்றிருந்தான். ஆன்மீகப் புத்தகங்களை விதம் விதமாகப் படிப்பது அவன் பொழுது போக்காய் இருந்தது. இப்படியான சூழலில்தான் அவன் அவரைப் பார்த்தான். தோற்றம் சாதாரணமாய் இருந்தாலும் ஒரு அசாதாரணத் தன்மை அவரைச் சுற்றிப் புலனாகாமல் படர்ந்திருந்தது.

புவன் அவரைத் தன் கேள்விகளோடு சந்தித்தான்.

இந்த உலகம் ஒரு மாயை எனச் சொல்கிறார்கள். உலகம் மாயை என்றால் உலகில் உள்ள நாமும் மாயை தானே? நாமும் மாயை என்றால் மாயையாகிய நாம் எப்படி உண்மையைத் தேட முடியும்?

உலகம் மாயை என்றால் அது நம்மைப் பொறுத்தவரையிலான மாயையா? அல்லது பொதுவான மாயையா? அதாவது நாம் மரணமடையும் போது இந்த உலகம் பிரபஞ்சம் என்கிற விசயங்களும் மாயையாய் உதிர்ந்து வெறும் சூனிய வெளியாக ஆகிவிடுமா? அல்லது நாம் மட்டும் மறைந்துவிட இந்த உலகம் வழக்கம் போல இயங்கிக் கொண்டிருக்குமா? நாம் மறைந்த பிறகும் இந்த உலகம் இயங்கிக் கொண்டிருக்கும் என்றால் அதை எப்படி மாயை என்று சொல்ல முடியும்?

குருவை முதன் முதலில் சந்தித்தபோது அவனைக் குடைந்து கொண்டிருந்த இந்தக் கேள்விகளைத்தான் கேட்டான்.

அவர் கண்கள் பிரகாசமடையும் என்று நினைத்தான். அவர் ஆச்சரியமடைவார் என்று எதிர்பார்த்தான். இந்தக் கேள்விகளுக்கு அவன் வழக்கமான சில பதில்களைப் பெற்றிருக்கிறான்.

இதுக்குப் பதில் தெரிஞ்சி நீ என்ன பண்ணப் போறே?

நீ இப்படிக் கேள்வி கேட்கறதுக்காக ஆன்மீகப் பயிற்சி பண்றியா? அப்போ நீ எப்பவுமே கேள்வி கேட்டுகிட்டே இருக்க வேண்டியதுதான். வேற எதுவும் பண்ண முடியாது.

நல்ல கேள்வி. இதற்கான விடை தானா ஒருநாள் உனக்கே தெரியும். நான் சொன்னா உனக்குப் புரியாது. கண்டவர் விண்டிலர் விண்டவர் கண்டிலர்.

எல்லாம் மாயைதான். இந்தக் கேள்வியை உனக்குள்ள இருந்து வெளியே வீசி எறி. இயல்பாக இரு. இயல்பாக வெறுமனே பார். புரியும். நீ கேள்வியப் புடிச்சித் தொங்கிகிட்டிருக்க, அதனால எந்தப் பிரயோஜனமும் இல்ல கேள்வி, கேட்கிற உன்னைப் பார்.

இவர் என்ன சொல்வார் என்று பார்த்தான். இதற்கு முன் யாரோ ஒருவர் சுவாமி நெற்றியில் விபூதி பூசிக்கொள்வதன் தாத்பரியம் என்ன என்ற கேள்விக்கு நெற்றியில் விபூதி பூசிக்கொள்வதற்கு ஒரு தாத்பரியமும் இல்லை தம்பி என்கிற பதிலைச் சொல்லியிருந்தார். அந்தப் பதில் அவனுக்கு ஒரு நம்பிக்கையைத் தந்திருந்தது.

இவனுடைய கேள்வியால் அவர் எந்தவிதப் பாதிப்பும் அடையவில்லை. எல்லாம் மாயைதான் அதை உன்னால புரிஞ்சிக்க முடியலை. அதுதான் பிரச்சினை. புரிஞ்சிக்க முடியாம தடுத்துக்கறதும் நீ தான். நீ உன்னைக் கை விட்டயானா புரிஞ்சிக்குவ.

அவனுக்குச் சப்பென்று இருந்தது. பத்துவிதமான பதில்களில் இதுவும் ஒன்று என நினைத்தவனாய் எழுந்து கிளம்பத் தயாரானான். அவர் ஒரு நிமிசம் உட்கார் என்றுவிட்டுப் பக்கத்தில் இருந்தவனிடம் சாப்பாடு ரெடியாயிடுச்சா என்றுவிட்டுத் திரும்பினார். அவர் அந்தச் சமயத்தில் சாப்பாட்டைப் பற்றிப் பேசியது இன்னும் நம்பிக்கையைக் கலைத்தது.

நான்கிறது வெறுமனே நீ மட்டும் இல்லை. இந்த உலகம் இந்த அண்ட சராசரம் எல்லாத்தையும் உள்ளடக்கியதுதான் உண்மையான நான். ஆனா நாம் வெறும் உடல் சார்ந்த நானோட மட்டுமே இருக்கோம். அதனால உடல் சார்ந்த நான் மறைஞ்சாலும் பொதுவான நான் இருந்துகிட்டேதான் இருக்கும். இப்போ இந்த உடல் செல்லுல ஒண்ணு செத்துப் போச்சுன்னா உடம்பே செத்துப் போறதில்ல.

ஆனா ஒருசெல் செத்துப்போறது உடம்புக்கும் தெரியற தில்ல.

உதாரணம் சொன்னா அதை எப்படிப் புரிஞ்சிக்கணுமோ அப்படிப் புரிஞ்சிக்கணும். உதாரணத்துல இருக்கற குறைய பொருள் மேல ஏற்றக் கூடாது.

சரி அப்போ பொதுவான நானுக்கு ஒரு மையம் இருக்கா? அதுதான் கடவுளா? அது தெரியாது. உன்னோட கேள்வி நான் மறைஞ்சா உலகம் இருக்குமா இருக்காதாங்கறது. உலகம் இருக்கும்னு நான் சொன்னா அதுக்கொரு ஆன்மா இருக்கான்னு நீ அடுத்த கேள்விக்குத் தாவிட்டே. மனம் எப்போதும் நிறைவடையாதது. கேள்விகள் வந்துகிட்டே இருக்கும். கேள்விங்கறது நான்ங்கிற அகங்காரத்தோட தீனி.

ஆனா கேள்வியில்லாம நான் எப்படித் தேடலைத் தொடர்வது..?

அதைக் கேள்வியில்லாம சந்தேகம் இல்லாமதான் தொடரணும். கேள்வியும் பதிலும் உன்னை எதிர்த்திசைக்குத் திருப்புவது. வானத்தில இருக்கும் நிலாவின் பிரதிபிம்பத்தை நதியில் பார்த்துட்டு நதிக்குள்ள இறங்கி நிலாவைத் தேட முயற்சி பண்ணுவதற்குச் சமமானது. உன் பார்வையை முற்றிலும் எதிர்த் திசையில் திருப்பு. அங்கேதான் உண்மையிருக்கு.

அவனுக்கு ஒன்றும் புரியவில்லை. ஆனால் அவர்தான் அவனுக்குக் குரு என்று கண்டுகொண்டான். தினம் எழுந்ததும் மலைக்கு வந்து அவர் அருகில் இருப்பதை வாடிக்கையாக்கிக் கொண்டான்.

நாம் தியானம்தான் செய்கிறோமா என்கிற சந்தேகம் அவனுக்கு எப்போதும் இருந்தது. சித்தர் பாரம்பரியத்தைச் சேர்ந்த ஒருவர் இவனுடைய நெற்றியில் சுழிமுனையைத் தொட்டுக் குண்டலினி தீட்சை கொடுத்திருந்தார். அப்போது முதல் இவன் நெற்றி தடித்துவிட்டதைப் போல ஒரு உணர்வு தொடர்ந்து இருந்துகொண்டிருந்தது. அதற்குள் ஒரு ஈர்ப்பு, ஒரு விசை மிகப் புதுமையான இந்த உணர்வுகளால் புவன் அதீதப் பரவசத்தை உணர்ந்தான். ஒருநாள் அவன் முக்தியாகிவிட முடியும் என்று நம்பிக்கை வந்தது. ஆனால் தியானத்தில் ஒரு இடத்தில் தேங்கிப் போய் விடுவதை அவனால் தெளிவாக உணர முடிந்தது. உடலையும் அவனையும் வேறுபடுத்திக் கொள்ள முடிகிறது. மனதையும் அவனையும் வேறுபடுத்திக் கொள்ள முடிகிறது. ஆனால் காலத்தை அவனால் வேறுபடுத்தி வெளியேற முடியவில்லை. ஒருவேளை தான் பேராசைப் படுகிறோமோ என்று தோன்றியது. காலம் என்பது உண்மையில் என்ன என்பதைப் பற்றி அவன் பல அறிவியல் புத்தகங்களிலும் சித்தர் பாடல்களிலும் தேடினான். காலம் என்பது உண்மையில் ஒன்றுமில்லை. பொருட்கள் இருப்பதால் காலம் இருப்பதைப் போன்ற ஒரு தோற்றத்தை உணர முடிகிறது என்ற நிலைப்பாட்டிற்குப் பின்

பொருட்களிலிருந்து விடுபட்டுவிட்டால் காலத்திலிருந்தும் விடுபட முடியும்; காலத்திலிருந்து விடுபட்டுவிட்டால் எந்தக் காலத்திற் குள்ளும் இறங்க முடியும் என்று அவன் நம்பத் தொடங்கினான். ஆனால் வருடக்கணக்கான தியானப் பயிற்சியிலும் அவனால் காலத்தின் பிடிப்பை விலக்க முடியவில்லை. பொருட்களின் பாதிப்பால் தான் இயங்கிக் கொண்டிருப்பதையும் தவிர்க்க முடியவில்லை எனும் போது அவன் தன்னைச் சராசரியாக உணர்ந்து கொண்டான். என்றாலும் இவரைப் போன்ற யாராவது தென்பட்டால் அவர்களிடம் மாயை பற்றிய அவன் கேள்விகளைத் தவறாமல் கேட்பது பழக்கமாகிவிட்டது.

குரு பற்றி அவனுடைய மேல் மனதிற்குப் பெரிதாக அபிப்ராயம் இல்லை. ஆனால் அவனுடைய அடி மனதில் இவரால் தன்னுடைய தடையை உடைக்க முடியும் என்று தோன்றியது.

குருவைப் பார்க்கும் போது ஆச்சரியமாய் இருந்தது. தான் ஒரு தனித்துவமானவன் என்கிற எண்ணமோ சிந்தனையோ கொஞ்சமும் இல்லாமல் இருந்தார். சாதாரணமாக யாரோ ஒரு பெரியவரைப் போலப் பேசிக்கொண்டிருந்தார். தெரியாத பல விசயங்களின் மீது பிரமிப்புக் கொண்டவராய் இருந்தார். புதிய மனிதர்களை வியப்புடனும் அவர்களைத் தன்னால் கவர முடியுமா என்கிற சந்தேகத்துடனும் பார்த்தார். ஒவ்வொரு மனிதரையும் ஒவ்வொரு மாதிரி பார்க்கும் அவருடைய குணம் இவனுக்கு வேடிக்கையாய் இருந்தது. ஒருவேளை வேண்டுமென்றே இப்படிச் செய்கிறாரோ?

அன்று மஞ்சள் நிற வெய்யில் வெளிச்சத்தையே வியப்புடன் பார்த்துக்கொண்டிருந்தவர் புவன் நாம இங்கிருந்து போலாமா என்றார். சரி என்று எழுந்தான். அவர் பலமாகச் சிரித்தார். இங்கிருந்துன்னா இந்த ஊரில இருந்து . . . எல்லாவிதமான பந்தங்களிலிருந்தும் . . .

இவனுக்குத் திக்கென்றிருந்தது. அந்த அளவுக்குத் தனக்குப் பக்குவம் வந்துவிட்டதா? அவர் இவன் முகத்தைப் படித்துவிட்டுக் கேட்டார். சரி எப்ப உன்னால இந்த பந்தங்களை விட முடியும்னு நினைக்கிற? அவனால் எதுவும் சொல்ல முடியவில்லை. ஏன் சுவாமி இந்த இடத்திலிருந்தே நாம பயிற்சி பண்ண முடியாதா?

உன்னோட அன்றாட வாழ்க்கைப் பிரச்சினைகளை இறுக்கிப் பிடிச்சிகிட்டே தியானத்துல உட்காரும் முன்னாடியே தியானம் பண்ணினதும் வந்து செய்ய வேண்டிய வேலைகளைத்

திட்டமிட்டுக்கிட்டே உனக்குக் கிடைக்கும் அதிகபட்சமான அல்லது குறைந்த பட்சமான வசதிகளை அனுபவிச்சிக்கிட்டே நீ விடுதலை அடையணும்னு நினைக்கிறியா? அவனுக்கு என்ன சொல்வதென்று தெரியவில்லை.

நீ உண்மையிலேயே விடுதலையை விரும்பறியா? அப்போதுதான் அவன் யோசித்தான். நாம் உண்மையிலேயே விடுதலையை விரும்புகிறோமா? தன்னுடைய போலித்தனம் பிடிபட்டதைப் போல இருந்தது. நீ உண்மையிலேயே உன்னுடைய விடுதலையை விரும்பறதா இருந்தா இந்த நிமிசத்திலேயே உன்னுடைய கட்டுக்களை அறுத்து எறி.

அவன் எழுந்து நின்றான். சரி போவோம். நீச்சல் தெரியாமல் கிணற்றுக்குள் குதித்துவிட்டதைப் போல அவன் சட்டெனத் துறவு வாழ்க்கைக்குள் குதித்துவிட்டான்.

காலை நேர நடை பேப்பர் காபி வேலை மெதுவடை மைசூர் ரசம் சினிமா டிவி விவாதம் பாடல்கள் கதைகள் பணம் வீடு வீட்டின் அமைதியான தாழ்வாரம் தோட்டம் உறவினர்கள் மனதுக்குப் பிடித்தவர்கள் நண்பர்கள் பிடிக்காதவர்கள் உடைகள் மகளின் சிரிப்பு மனைவியின் உறவு எல்லாவற்றிலிருந்தும் வெளியேறிவிட்டான். அல்லது வெளியேறிவிட்டதாய் நினைத்துக் கொண்டான்.

அன்று மிகவும் இருண்டிருந்ததாகத் தோன்றியது. அதில் வெளிச்சமிருப்பதையும் உணர முடிந்தது. லௌகீக வாழ்க்கைத் தன்னை எவ்வளவு தூரம் அடிமைப்படுத்தியிருக்கிறது என்பதைப் புரிந்துகொள்ள முடிந்தது. இன்றிரவு உணவு எங்கிருக்கிறது? தெரியாது சாப்பிட என்ன கிடைக்கும்? கிடைக்குமா? தெரியாது என்கிற நிலை அவனுடைய கவனம் முழுவதையும் நிகழ்காலத்தில் குவித்தது. நெற்றியில் சுழிமுனைச் சக்கரம் போலச் சுற்றியது. ஆனந்தமாக இருந்தது. எங்கேயாவது உட்கார்ந்து தியானம் செய்ய வேண்டும் போல இருந்தது. தியானத்தில் கரைந்து இன்னும் தளைப்படுத்தியிருக்கும் விசயங்களிலிருந்து விடுபட்டுவிட வேண்டும் போல இருந்தது. இந்த மூச்சிலிருந்து, இந்த உணவிலிருந்து, இந்த உடலிலிருந்து, இந்த மனதிலிருந்து விடுதலையாகி மௌனப் பெருவெளி ஒப்பிட முடியாத அமைதியின் ஆனந்தப் பெருவெளி அதை அவனால் இப்போது துல்லியமாகக் கற்பனை செய்ய முடிந்தது. அவன் முகத்தில் அமைதியும் பொலிவும் உண்டாகியிருக்கலாம். குரு அதைக் கண்டு கொண்டிருக்கலாம். அவர் அவனை ஆழ்ந்து பார்த்துப் புன்னகைத்தார்.

அவர்கள் இருவரும் இரட்டைப் பிறவிகள் மாதிரி எங்கெங்கும் சேர்ந்தே சுற்றினர். குரு சிஷ்ய உறவு உன்னதமானதாய் இருந்தது. சிறிய மலை அமைதியான நதி ஒதுக்குப் புறமான ஓடைகளின் கரைகளில் உட்கார்ந்து தியானம் செய்தனர். கண்மூடி உட்காரும் போதும் உள்ளுக்குள் தொடர்ந்து வந்து ஆதிக்கம் செலுத்தும் இடங்களை விட்டு வெளியேறினர். பசித்தபோது வீடு கண்ட இடங்களிலும் கடைத்தெருக்களிலும் கையேந்தி நின்றனர். கெட்டுப்போன சாப்பாடாயிருந்தாலும் உணவு ருசியற்றிருந்தாலும் அருமையாய் இருந்தாலும் ஆனந்தமாகவே இருந்தனர். துயரத்தின் நிழல்கூட அவர்களின் மீது சாயவில்லை. விதவிதமான மனிதர்கள் செய்கைகள் நிகழ்வுகள் நிலங்களைப் பார்க்கும்போது புவனுக்கு மாயையின் சக்தியைப் புரிந்துகொள்ள முடிந்தது. தியானத்திலேயே ஒரு நாள் முழுக்கவும் கூட உட்கார முடிந்தது. வெளியே நடந்த நிகழ்வுகளினால் உள்ளே உண்டாகும் சலனங்களை அவனால் வெறுமனே கவனித்துக்கொண்டிருக்க முடிந்தது. இந்த அற்புதங்களைத் தனக்கு அறிமுகப் படுத்திய குருவை நினைக்கும் போதெல்லாம் அவனுக்கு உடல் சிலிர்த்தது.

நாட்கள் மாதங்களைப் பற்றிய பிரக்ஞை இல்லை. ஒரு குளிர் காலத்தில் அவர்கள் கொல்லிமலையின் அரப்பளீஸ்வரர் கோயில் வாசலில் சுற்றுலா வாசிகள் தந்த புளி சாதத்தைச் சாப்பிட்டுக்கொண்டிருந்தனர். மத்தியான நேரத்தில் சுள்ளென அடிக்கும் வெய்யிலுக்கு அடியில் குளிரின் கூர்மையும் இருந்தது. கூட்டம் அதிகம் இல்லாததால் அருவியின் ஓசை இங்கே வரை மெலிதாகக் கேட்டுக்கொண்டிருந்தது. இடது புறம் கீழே ஓடிக்கொண்டிருக்கும் மீம்புலி ஆற்றின் நெடுங்கோட்டைப் போன்ற ஓசை தனியே கேட்டது.

புவன் சாப்பிட்டுக்கொண்டே சிரித்தான். குரு அவனை என்னவென்பது போலப் பார்த்தார். சுவாமி இத்தனை கோடி ஜனங்கள் கடவுளை உருவமாக நினைத்துக்கொண்டிருக்கிறார்களே ... அவர்களின் அறியாமையை எப்படிப் புரிந்துகொள்வது?

இப்போது குரு சிரித்தார். கடவுள் உருவமாக இல்லை என்று உனக்குத் தெரிந்துவிட்டதா? ஏன் சுவாமி உங்களுக்குத் தெரியவில்லையா என்று ஆச்சரியமாகக் கேட்டான்.

கடவுள் சக்தி இந்த அண்ட சராசரம் முழுக்கப் பரவி இருப்பதை நீ நம்புகிறாயா?

அதில் என்ன சந்தேகம்.

உருவங்களும் இந்தப் பிரபஞ்சத்தில் இந்த உலகத்தில் தானே இருக்கின்றன?

ஆனால் நமக்கு மிகப் பக்கமாக இருப்பது நாம் தானே . . ? நமக்குள்தானே கடவுளைத் தேட வேண்டும்? வெளியே எப்படித் தேடுவது?

அதனால் வெளியே இருப்பது இல்லையென்று ஆகிவிடுமா?

உள்ளே இருப்பதே நமக்கு அகப்படாதபோது வெளியே இருப்பது எப்படி அகப்படும்?

வெளி இல்லாமல் உள் எங்கிருந்து வந்தது?

புரியவில்லை.

வெளியும் உள்ளும் ஒன்றேதான் என்றால் வெளியிலும் தேடலாம்.

ஆனால் உள்ளைப் புரிந்துகொள்ளாமல் வெளியை எப்படிப் புரிந்துகொள்வது? உள்ளேயும் எண்ணற்ற சிக்கல்கள்தானே?

நீங்கள் வேண்டுமென்றே பேசுகிறீர்கள்?

அவர் சிரித்தார். கடவுள் வெளியேதான் உருவமாக இருக்கிறார் என்று நம்பும் சிந்தனையில்லாத எளிமையான ஒரு மனிதனுக்குக் கடவுள் இல்லாமலே போய்விடுமா? அவனுக்குத் திகைப்பாய் இருந்தது. அவர் அவன் திகைப்பை அமைதியாய் ரசித்தார். தெளிவாக இருப்பதாய் அவன் நினைத்ததெல்லாம் தலைகீழாகக் குழம்பிவிட்டன.

நீ கடவுள் உருவத்தை வணங்கும் மனிதனை முட்டாள் என்று நினைக்கிறாய். அதனால் நீ உன்னைப் புத்திசாலியாகவும் உனக்கு எல்லாம் தெரிந்துவிட்டதாகவும் நினைத்துக்கொண்டிருக்கிறாய். எல்லாம் தெரிந்த ஒருவனுக்குத் தெரிந்துகொள்ள என்ன இருக்கிறது? தெரிந்த ஒன்றையே நீ ஏன் தேடிக்கொண்டிருக்கிறாய்? நீ யாரை ஏமாற்றுகிறாய்? அவனுக்குச் சாட்டையால் யாரோ அடித்த மாதிரி இருந்தது அழுகை வந்தது. நான் எங்கே இருக்கிறேன்? என்று வாய்விட்டு முணுமுணுத்தான். முட்டாள் யார் புத்திசாலி யார்?

அதற்குப் பின் மனிதர்களை முட்டாள்களாகவும் தன்னைத் தனித்துவமானவனாகவும் குருவைத் தனித்துவமானவராகவும் பார்க்கும் போக்கு கைவிட்டுப் போனது. மனிதர்கள் என்றால் மனிதர்கள். நிகழ்வுகள் என்றால் வெறும் நிகழ்வுகள்.

அவ்வளவுதான். மனதில் இவனாகச் செய்யும் யோசனைகளின் மீது சலிப்பு உண்டானது. கண்கள் தானே பார்த்தன. காதுகள் தானே கேட்டன, இந்தப் பாதிப்புகளினால் மனதில் தானே எதுவோ தோன்றியது. அவன் இவற்றிலிருந்து தன்னை விடுவித்துக்கொண்டான். விசயங்கள் என்னென்னவோ புரிந்துகொண்டு வந்தது. தனக்கு வெகு சீக்கிரமே என்னவோ நடக்கப் போகிறது என்பதை உள்ளுணர்வு உணர்த்தியபடி இருந்தது. கொல்லிமலையில் இருந்து வெளியேறும் எண்ணமே தோன்றவில்லை. அது அவனைக் கருந்துளை போல ஈர்த்துப் பிடித்துக்கொண்டிருந்தது.

புரட்டாசி மாத மழை நாட்களில் சுற்றுலாவாசிகளின் வருகை சுத்தமாக நின்றுபோயிருந்தது. அங்கிருக்கும் கடைக்காரர்கள் அவர்களுக்குத் தின்பதற்கு இல்லை என்னாமல் ஏதாவது கொடுத்துவிடுகின்றனர்.

அன்று பௌர்ணமி. வானம் மேக மூட்டமில்லாமல் தெளிந்திருந்தது. நிலா வெளிச்சத்தில் வெள்ளிச் சவுக்கு மரங்களின் இலைகள் மின்னி அசைந்தன. குரு நிலா வெளிச்சத்தில அருவியப் பாக்கலாம் வர்றியா என்றார். படிகளில் இறங்கி அருவிக்கருகில் போகப் போகத் தண்ணீரின் சத்தம் போதையூட்டியது. ஆகாய கங்கை அபூர்வமான உலகக் காட்சி போலத் தெரிந்தது. புவனுக்குள் காலத்தின் இறுக்கம் மெல்ல மெல்லத் தளர்ந்தது. அது எந்த வருடம் என்பது மறந்துபோனது. ஐந்நூறு ஆண்டுகள் ஆயிரம் ஆண்டுகள் என்கிற கணக்கெல்லாம் வெறும் அபத்தம் போலத் தோன்றியது. அங்கே அவன் ஏதோ ஒரு அரசனின் காலத்தில் நிற்பதைப் போல அல்லது ஆதி மனிதர்களின் காலத்தில் நிற்பதைப் போல உணர்ந்தான். மயக்கமாய் இருந்தது. குரு அருவியில குளிக்கலாமா என்றார். காட்டாற்று வெள்ளம் திபுதிபுவெனக் கொட்டிக்கொண்டிருந்தது. இதில் குளிக்க முடியாது. தண்ணி அதிகமா வருது என்றான். கொஞ்சம் கண்களை மூடி அமர்ந்தான். அருவியின் பெரும் ஓசை மட்டும் நின்றது. அவனுக்குப் பயமாய் இருந்தது. நான் எங்கே போனேன் என்று விழித்தான். குருவிடம் திரும்பி, சரி மேலே போலாம் என்றான். குரு அவனைக் கவனித்துக்கொண்டே இருந்தார். மௌனமாக இருவரும் படிகளில் ஏறினர்.

புவன் தியானம் செய்யப் போகலாம் என்றான். அன்று பெரும்பாலும் அவர்கள் தியானத்திலேயேதான் இருந்தனர் என்றாலும் இப்போது அவனுக்குத் திடீரென்று தியானம் செய்யும் உந்துதல் பெருகியது. வழக்கமான இடத்தில வேண்டாம். மீம்புலி ஆத்துக் கரையில வனாந்திரத்துக்கு உள்ள போவோம்

என்றான். அவனுடைய நடவடிக்கைகள் குருவுக்கு விசித்திரமாய் இருந்தன. இப்போ வேண்டாம். படி இறங்கி ஏறினதில களைச்சிப் போயிருக்கோம். உக்காந்தா தூக்கம் வந்துடும் என்றார். அவன் இல்ல இப்பவே உட்காரணும் என்றான்.

மீம்புலி ஆற்றில் இறங்கி மறுகரைக்கு ஏறினர். கரையை ஒட்டி இருந்த கொடித்தடத்தில் நடந்தனர். மனித மலங்கள் வழியெங்கும் இறைந்து கிடந்தன. அவற்றில் கால் வைக்கத் தயங்கித் தயங்கி குரு பின் தங்கிவிட்டார். புவன் எதையும் இலட்சியம் செய்யாமல் மேலே மேலே நடந்துகொண்டே இருந்தான். சின்னச் சின்ன அருவிகள் இரண்டைக் கடந்ததும் காடு மனித சஞ்சாரமற்றதாய் மாறியது. மேலும் கொஞ்ச தூரம் போனதும் சின்ன நதியைப் போல நதி அமைதியாய் இருக்கும் இடம் வந்தது. "புவன் நில்... நீ என்ன உன்னை மறந்துட்டியா" என்றார். அவன் விழிப்பு வந்தவனைப் போல நின்று நதியைப் பார்த்தான். ஆற்றின் நடுவரை நீண்டிருந்த பாறையைக் காட்டினார். ஆற்றிலிருந்து இரண்டடி உயரத்தில் தட்டுப் பாறை அவர்களை ஏந்திக் கொள்ளத் தயாராய் இருந்தது. வானில் நிலா அவர்கள் என்ன செய்யப் போகிறார்கள் என்று மௌனமாய்ப் பார்த்துக்கொண்டிருந்தது. காற்றும் குளிரும் அவர்களைத் தொந்தரவு செய்ய விருப்பமற்று நெளிந்துகொண்டிருந்தன. புவன் ஏதோ ஒரு சக்தியின் வசப்பட்டவனைப் போல விறுவிறுவென நடந்து பாறை முனையில் பத்மாசனத்தில் உட்கார்ந்து கண்களை மூடினான். கைகள் சின் முத்திரையில் முழங்காலின் மீது உறைந்து கொண்டது.

நிலா வெளிச்சம் அவன் உச்சி வழியாக உள்ளெங்கும் ஊடுருவி இறங்குவது மாதிரி இருந்தது. உச்சியின் மீது மத்தியான வெய்யில் மாதிரி துல்லியமான வெப்பம் பரவி வழிந்தது. ஞாபகத்தில் அருவியும் மலையும் தவழ்ந்துகொண்டிருந்தன. குழலியும் மீனாட்சியும் கொஞ்ச நேரம் வந்து பேசிக்கொண்டிருந்தனர். உடல் அசைவற்றிருந்தது. அவன் உடலிலிருந்து வேறுபட்டிருந்தான். மூச்சின் இழைகள் நேர்த்தியாய் அடுக்கப்பட்ட கற்றைகளாக உள்ளே சென்றன. வெளியேறின. உள் மூச்சையும் வெளி மூச்சையும் கவனித்துக்கொண்டே இருந்தான். உள் வெளி என்கிற வித்தியாசம் மெல்ல மெல்லக் கரைந்தது. ஏதேதோ எண்ணங்கள் தோன்றின. மறைந்தன. தோன்றித் தோன்றி மறைந்தன. அவன் எண்ணங்களின் உணர்வுகளைக் கவனிக்காமல் தோன்றுதலையும் மறைதலையும் கவனித்து வந்தான். தோன்றி மறையும் வேகம் வேகமாகத் தணிந்தது. உடலின் எடை பற்றிய பிரக்ஞை மறைந்து போக அவன் தாளில் எழுதப்பட்ட சித்திரத்தைப் போலத் தன்னை

உணர்ந்தான். மூச்சின் கற்றைகள் வெகுவாகக் குறைந்து ஒரு இழை மட்டும் உள்ளே ஓடுவதும் வெளியேறுவதுமாய் இருந்தது. கவனிக்காத போது அதுவும் நின்று விடுவதாகவும் இருந்தது. அவன் தன்னை ஒரு துகளைப் போலவும் ஒளியைப் போலவும் உணர்ந்தான். உலகமும் வானமும் மறைந்துகொண்டு வந்தன. இதயத் துடிப்பு எப்போது நின்றதெனத் தெரியவில்லை. கொய்ய் என்ற ரீங்காரம் உண்மைக்கும் கற்பனைக்கும் இடையேயான வெளியில் பொங்கிப் பரவியது. நான் என்பதும் உடலும்கூட மனதில் தோன்றும் ஒரு எண்ணமே என்கிற நினைவு தோன்றியது. பல நினைவுகள் தோன்றி மறைவதைப் போல உடல் பற்றிய எண்ணமும் தோன்றுவதும் மறைவதுமாக இருந்தது. தானும் வெளியுமாக ஒரு உணர்வு கொஞ்ச நேரம் நீடித்தது. பிறகு தானும் வெளியும் என்கிற வேறுபாடும் உணரமுடியாத அளவுக்குக் கரைந்து போனது. தன்னுடைய நினைவுகள் மறைவதைப் போலவே வெளியைப் பற்றிய நினைவுகளும் தன்னுடைய மனதில் தோன்றுபவையே என்கிற எண்ணம் உண்டானது. பிறகு வெளியில் இருக்கும் எல்லாப் பொருட்களும் மறைய, தன்னுணர்வும் சூனிய வெளியுமாக இருந்தான். தன்னுணர்வும் சூனிய வெளியும் பிரிக்க முடியாமல் பிணைந்துகொண்டது. தன்னுணர்வு மெல்ல மெல்ல வலுவிழந்து சூனியமாக மாறியது. இப்போது அங்கே அவன் என்று எதுவும் இல்லை. உலகம் என்று எதுவும் இல்லை. பிரபஞ்சம் என்று எதுவும் இல்லை. எல்லாம் வெறும் பாழில் திரும்பவும் தோன்ற முடியாத அளவுக்கு மூழ்கி மறைந்துவிட்டன.

குரு கண்களைத் திறந்தார். நிலா அவருக்குப் பின் பக்கமாகச் சென்றிருந்தது. சலனமற்ற நீர்ப்பரப்பில் அவர்கள் இருவருடைய நிழலும் நீண்டு கிடந்தன. அவர் திரும்பி அவனையே வெறித்துப் பார்த்தார். மெல்ல அருகில் வந்து மூக்கின் அடியில் விரலை வைத்துப் பார்த்தார். மூச்சு சுத்தமாக இல்லை. இதயத்தின் மீது கை வைத்துப் பார்த்தார். ஆழ்ந்த அமைதியாய் இருந்தது. நாடியைப் பிடித்துப் பார்த்தார். மூன்று நாடிகளும் அசையாமல் நின்றன. அவர் நம்ப முடியாதவராய் திகைத்துப் போய்ப் பார்த்தார். பார்த்துக்கொண்டே இருந்தார். வெகுநேரம் கழித்துக் கண்களில் இருந்து கண்ணீர் வழிய ஆரம்பித்தது. மெல்லிய சத்தம் கிளம்ப முகம் கோணிக்கொண்டு வாய்விட்டு அழுதார். கொஞ்ச நேரத்தில் பேரழுகையாக மாறியது. அவருடைய அலறலும் கதறலும் அவரைச் சுற்றியிருந்த எல்லையற்ற வெளியில் பரவிச் சென்றன. எழுந்து நின்று கடவுளே என்னை இப்படி ஏமாற்றிவிட்டாயே என்று வானத்தைப் பார்த்துக் கூவினார். நான் உனக்கு எத்தனை பூஜைகளையும் பலிகளையும் செய்திருப்பேன்.

ஏன் என்னை விலக்கித் தள்ளினாய் என்று கத்தினார். புவனின் உடல் ஒரு சிற்பம் போல எந்தச் சலனமும் இன்றி இருந்தது. வெறி பிடித்தவர் மாதிரி புவனின் அருகே அமர்ந்து அவன் முகத்தைத் தீவிரமாகப் பார்த்தார். கண்களை மூடி உட்கார்ந்துகொண்டு வாய் விட்டு ஏதேதோ வார்த்தைகளைச் சொன்னார். அவை அர்த்தமற்ற ஒலி அலைகளாக அங்கே புகையைப் போலக் கிளம்பியது. நிலா மேலும் தாழ்ந்து பழுப்பு நிறமேறத் தொடங்கியது. எழுந்து நின்றார். இப்போது அவர் ஒரு சமநிலையை எட்டியிருப்பது போலத் தோன்றியது. மந்திர உச்சரிப்புகள் நிறைவை எட்டிவிட்டதைப் போன்ற தொனியில் மாறி மெல்ல மெல்ல அடங்கி நின்றன. கீழ்த் திசை வானத்தைப் பார்த்துக் கடவுளே இதோ என்னுடைய உன்னதமான பலி... இதையும் ஏற்றுக்கொண்டு என் மீது இரக்கம் காட்டு என்று கத்திக் கொண்டு புவனின் வலது முழங்காலுக்கு அடியே இரண்டு கைகளையும் கொடுத்துத் தூக்கிவிட்டார். புவனின் உடல் இடது புறம் கீழே நதியில் பத்மாசனமும் சின் முத்திரையும் கலையாமல் சரிந்தது.

மலைகள்.காம், இதழ் 49, மே 2014

நகரப் பாடகன்

அந்த மத்தியான நேரத்தில் இரயிலில் கூட்டம் அச்சம் தருவதாய் இருந்தது. காற்று ஒலிப்பானின் கூரிய சத்தத்தோடு இரயில் கிளம்பியதும் பதிவு செய்யப்படாத பெட்டியில் நின்றுகொண்டிருந்தவர் களில் சிலர் புதை குழிக்குள் இறங்கியவர்களைப் போல அப்படி அப்படியே உட்கார்ந்துகொண்டார்கள். இப்படி அப்படி அசைவதற்கு இல்லை. எல்லோரும் ஆணி அடித்த மாதிரி இருந்த வாக்கில் சபிக்கப்பட்ட பயணத்தைத் தொடர்ந்துகொண்டிருந்தனர். எதோ ஒரு நிறுத்தத்தில் நின்றபோது மேலும் திபுதிபுவென மக்கள் ஒவ்வொரு பெட்டியிலும் ஒரு படையெடுப்பைப் போல நுழைந்தனர். ஏற்கனவே நெருக்கமாகக் காற்றுகூட நுழைய முடியாத அளவுக்கு இருந்த பெட்டிகளில் எப்படி இவ்வளவு பேர் மீண்டும் ஏறினார்கள் என்பது யாருக்கும் புரியவில்லை.

இரயில் கிளம்புவதற்கான சிக்னல் விழுந்தவுடன் இன்னும் சில இளைஞர்கள் இந்தப் பெட்டியில் ஏற முயன்றனர். வாசலில் நின்றவர்கள் தங்களுக்குள் பின்னிக்கொண்டு “இங்க இடமில்ல . . . வேற கம்பார்ட்மெண்ட் பாருங்க” என்று சொல்வதைப் பொருட்படுத்தாமல் அவர்களின் கைகள் பரபரவென்று கம்பியைத் துழாவின. அவர்கள் ஏற்கனவே எல்லாப் பெட்டிகளையும் ஒரு சுற்றுப் பார்த்துவிட்டுத்தான் வந்திருந்தனர். இதில்தான் கூட்டம் கொஞ்சம் குறைவாக இருப்பதாகத் தங்களுக்குள் பேசிக்கொண்டு இரயில் நகரும் போது கூட்டமில்லாத பேருந்தில் தொற்றுவதைப் போல அநாயாசமாகத் தொற்றிக் கொண்டனர்.

114 குமாரநந்தன்

இரயில் நகர ஆரம்பித்ததும் இனிமையான குழலோசை காற்றை நிறைத்தது. எல்லோரும் தங்கள் மன நெருக்கடியில் இருந்து கொஞ்சம் இயல்புக்கு வருவதைப் போன்ற ஆசுவாசத்தில் மூச்சின் சிக்கல்கள் பிரிந்தன. பார்வையற்றவர்கள் நான்குபேர் கழிப்பறை அருகே நின்றுகொண்டிருப்பதை அப்போதுதான் அந்தப் பக்கம் இருந்தவர்கள் கவனித்தனர். அவர்கள் நான்கு பேரும் முன்னோக்கி நகர முயற்சிப்பது மாதிரி தெரிந்தது. அந்த இடத்தில் நின்றுகொண்டிருந்த இருபது பேருக்கும் என்ன செய்வதென்றே தெரியவில்லை. இருந்தாலும் இரக்கத்தின் காரணமாக உடலைச் சற்றே பின்புறமாக வளைத்து நெளிந்து இடத்தை உண்டாக்க முயன்றனர். வெற்றிடத்தில் அந்தப் பார்வையற்றவர்கள் முதலில் தங்கள் மார்பைத் திணித்துக்கொண்டனர். கூட்டத்தில் நசுக்கப்படும் மார்பு முன்னோக்கி நகரும்படியாகச் சக்தியைத் தங்களுக்கு முன்னால் திசையில் குவித்து வைத்துக்கொண்டார்கள். கொஞ்ச நேரம் கடையப்படுவதைப் போல உடல்கள் நசுங்கிக் கொண்டிருந்தாலும் அவர்களில் ஒருவன் குழல் வாசித்தான். இன்னொருவன் ஒளிமயமான எதிர்காலம் பாடலைப் பாடினான். இன்னொருவன் இறைவனிடம் கையேந்துவதைப் போல அத்தனை மனிதர்களிலும் ஒருவரைக் கூடக் குறிப்பிடாத திசையில் கையேந்தினான். இன்னொருவன் வெறுமனே அவர்களைப் பின் தொடர்ந்தான். அந்த நான்கு உடல்களும் கடையப்பட்டு முன்னோக்கி நகர்ந்துகொண்டிருந்தன. பின்னாலிருந்து வெறுப்பின் குரல்கள் மெல்லக் கிளம்ப ஆரம்பித்தன.

"இன்னிக்குக் கூட வசூல் பண்ணாம விடக்கூடாதா? அவனவன் இங்க மூச்சிவிடக்கூட முடியல... இதுல இவனுங்க தொந்தரவு வேற..." இவ்விதமாக ஆரம்பித்த விமர்சனம் பல்கிப் பலவாறாகப் பெருகிக் குரல்களின் அலையாகப் பெட்டி எங்கும் வீச ஆரம்பித்தபின் அவர்களால் நகர முடியவில்லை. அதே நேரத்தில் இன்னொரு நிறுத்தம் வந்துவிட அவர்கள் நால்வரும் பழத்திலிருந்து பிதுக்கித் தள்ளப்படும் கொட்டைகளைப் போல வெளியே வழிந்தனர்.

இரயில் இயல்பான வேகத்தை எட்டியதும் அந்தக் கணவான் தன்னுடைய இருக்கையிலிருந்து தொண்டையைச் செருமிக்கொண்டு ஏதோ சொல்வதற்காக எழுந்து நின்று, "இந்த மாதிரியான தொல்லைகளிலிருந்து உங்களைக் காப்பாற்றத்தான் நான் ஒரு திட்டம் வைத்திருக்கிறேன்" என்றார். அந்த இடத்துக்கு அவருடைய தோற்றம் சம்மந்தமில்லாததாய் இருந்தது. நல்ல உயரத்தில் சிவப்பாக வயதானாலும் இளைஞனைவிடக் கம்பீரமாக, உயர்தரமான சூட் போட்டு டை கட்டியிருந்தார். அவருடைய குரல் ஒலிபெருக்கியைப் போல ஒலித்தது.

மொணமொணவென்ற பேச்சுக்கள் சட்டென அடங்கி விட்டன. "நீங்கள் மிகக் குறைவான ஒரு தொகையைக் கொடுத்துப் பதிவு செய்துகொண்டால் உங்களுக்குத் தேவையான பாடல்கள் தினந்தோறும் உங்கள் எதிரில் பாடப்படும். பிச்சைக்காரர்களை எந்தக் குற்ற உணர்ச்சியும் இன்றி விரட்டியடிக்கலாம். சில்லறையைத் தேடிக் கொண்டிருக்க வேண்டிய அவசியமில்லை. இனிமையான பாடல்களைத் தினந்தோறும் கேட்டு மகிழலாம்" என்று விவரிக்க ஆரம்பித்தவுடன் கூட்டத்தில் நல்ல திட்டமாய் இருக்கிறதே என்று பேச்சுப் பரவ ஆரம்பித்தது. பெட்டியிலிருந்த பெரும்பாலானோர் அவர் குறிப்பிட்ட பணத்தைக் கொடுத்துத் தங்கள் பெயரை அங்கேயே பதிவு செய்துகொண்டனர்.

இப்படித்தான் அது ஆரம்பித்தது. இது எதிர்பாராமல் உருவானது என்று சொல்ல முடியாது. நீண்ட காலமாக மனதுக்குள் ஒத்திகை பார்க்கப்பட்டு அன்று எதேச்சைபோல் செயல் வடிவத்திற்கு வந்துவிட்டது. ஒரு மனோவேகத்தில் ஆரம்பிக்கப்பட்டிருந்தால் ஒருவேளை நல்ல திட்டமாக இருந்தாலும்கூட எல்லோரும் அதைக் கேட்டு விழுந்து விழுந்து சிரித்திருக்கக் கூடும். நீண்ட காலத்திய மனோவலிமையால் அது ஒரு நடைமுறைக்குச் சாத்தியமான விசயமாக அங்கே வலிமையோடு வெளிப்பட்டுவிட்டது.

கோட் சூட் போட்ட அந்தக் கணவான் நகரமெங்கும் சுற்றித் திரிந்தான்.

தன்னிடம் பெயர் பதிவு செய்துகொண்டவர்கள் எதிர்ப்படும்போது அவர்களுக்காக ஒரு பாடலைச் சிறிது தூரம் பாடிக்கொண்டு அவர்களுடன் சென்றான். தேவதூதனைப் போல ஒருவன் திடீரெனத் தங்களுடன் வருவதைப் பலபேர் நம்ப முடியாமல் கர்வத்தோடு சுற்றிலும் பார்த்துக்கொண்டனர். அவர்கள் கணவானின் தோழர்கள் என்பது மாதிரியான தோற்றம் ஆகாய மாளிகையில் குடியமர்த்தியதைப் போன்ற எல்லையில்லாத வெளிச்சத்தை அவர்களைச் சுற்றி வாரி இறைத்தது. அடுத்த நான்கைந்து நாட்களில் நகரத்தின் ஏராளமான பேர் தங்களைக் கணவானிடம் பாடல் கேட்பாளராகப் பதிவு செய்துகொண்டனர்.

கணவான் நகரில் எங்கெங்கும் திரிந்துகொண்டிருந்தான். தனக்கு எதிரே வருபவர்களுக்காகக் குதூகலமானப் பாடல் களைக் குஷியாகப் பாடினான். ஒரே சமயத்தில் நான்கைந்து பேர்கள் எதிர்ப்பட்டால் அவர்கள் எல்லோருக்கும் பொதுவாக ஒரு பாடலைப் பாடினான். பெயரைப் பதிவு செய்யாதவர்கள் பாடலைக் கேட்டு விடுவதைத் தவிர்க்க,

பதிவு செய்தவர்களின் காதருகே இரகசியம் போலக் கையைக் குவித்துப் பாடிச்சென்றான். இதனால் அவமானமடைந்தவர்கள் தங்களும் பாடல் கேட்பாளராகப் பெயரைப் பதிவு செய்து கொண்டனர். கணவானிடம் பாடல் கேட்பவன் என்கிற கர்வம் ஒவ்வொருவருக்கும் தேவைப்படுவதாய் இருந்தது. அது ஒரு நாகரீக அடையாளமாகிவிட்டது. கணவான் முன்பைவிடச் சிவப்பாகவும் அழகாகவும் ஆகிவிட்டான். தலைமுடிகள் பொன்னைப் போல ஒளிர்ந்தன. இதழ்கள் ஏதோ ஒரு பழத்தினுடையதைப் போலக் கவர்ச்சிகரமாக மாறிவிட்டது. உருவம் தேவனுடையதைப் போல ஒளி வீசியது.

நகரத்தில் இருக்கும் ஒவ்வொரு மனிதனைப் பற்றியும் அவனிடம் குறிப்புகள் இருந்தன. என்னதான் நவீன உலகின் அடையாளமாக அவனிடம் பாடல் கேட்பது இருந்தாலும் நகரில் பாதிப் பேர் அவனிடம் பாடல் கேட்கும் ஆர்வம் இல்லாதவர்களாய் இருப்பதும் ஒரு அதிர்ச்சிகரமான உண்மைதான். அது அவனுக்கு மட்டுமே தெரியும். ஒவ்வொருவரும் நகரின் மற்ற மனிதர்கள் எல்லோருமே பாடல் கேட்பவர்கள் என்றுதான் நினைத்துக்கொண்டிருக்கிறார்கள். ஆனால் அப்படி அல்ல என்ற உண்மை தன்னைத் தவிர வேறு ஒரே ஒருவருக்குத் தெரிந்தாலும் தன்னுடைய நிலைமை சரிந்துவிடும் என்பதை உணர்ந்திருந்த கணவான் அடுத்து என்ன செய்வது என்று தீவிரமாக யோசித்தான். வரிசையாக அவனிடத்தில் திட்டங்கள் தோன்ற ஆரம்பித்துவிட்டன. தலையில் பெரிய வெள்ளை உருமால். நெற்றியில் துல்லியமான நாமம். பெரிய மீசை. பட்டுத்துணியால் தைக்கப்பட்ட கோட். இடுப்பில் பஞ்ச கச்சத்தின் மீது பெரிய பெல்ட். சற்றேறக்குறைய அவன் ஒரு குடுகுடுப்பைக்காரனைப் போல இருந்தான். பாடல் விரும்பாதவர்களிடம் சந்தடி மிக்கச் சாலைகளில் எதிர்ப்பட்டு உங்களுக்காக என்னிடம் ஒரு சேதி இருக்கிறது என்றான்.

வாகனங்கள் சீறிப் பாய்ந்துகொண்டு இருக்கும் அந்த இடத்தில் கோடங்கியின் தோற்றம் மிகச் செயற்கையாய் இருந்தது. அவனுடைய மல்டி மில்லியனர் தனத்தை ஒப்பனையால் மறைக்க முடியவில்லை. எல்லாம் விளக்கமாகவே தெரிந்தாலும் அவனை யாரும் தவறாக நினைக்கவில்லை. என்னதான் சொல்கிறான் கேட்போமே என்று நின்றபோது அவன் அவர்களுக்கான மிகவும் பொதுப்படையான நல் நிமித்தங்களைக் கூறினான். மேலும் ஒரு குறிப்பிட்ட தொகையைச் செலுத்திப் பெயரைப் பதிவு செய்துகொண்டால் எதிர்ப்படும் போதெல்லாம் அவர்களுக்கான வருங்காலங்கள் தெரிவிக்கப்படும் என்ற திட்டத்தை அறிவித்தான். இந்தத் திட்டமும் அளவில்லாத வெற்றி. பணம் கட்ட மக்கள்

நாளெல்லாம் வரிசையில் காத்துக்கிடந்தார்கள். சிலர் பாடலுக்கும் ஜாதகத்துக்குமாகப் பணம் கட்டினார்கள்.

ரோல்ஸ் ராய்ஸ் காரில்தான் கணவான் சுற்றினான். மக்கள் கூட்டத்தில் இறங்கி அவர்களுக்கான பாடல் அவர்களுக்கான ஜோசியம் போன்றவற்றைச் சொல்லிக்கொண்டே சென்றான். அவனுக்குத் தன்னுடைய திட்டங்களின் மீது மிகுந்த நம்பிக்கை உண்டாகிவிட்டது. தினம் புதுப் புதுத் திட்டங்களை அறிவித்துக் கொண்டே இருந்தான். பணம் கட்டினால் தினம்தோறும் ஜோக் சொல்லப்படும். பணம் கட்டினால் தினம்தோறும் காதல் டிப்ஸ் தரப்படும். பணம் கட்டினால் சுய முன்னேற்ற சுலோகங்கள் தினம் தரப்படும். பணம் கட்டினால் உலகச் செய்திகள் தினம் ஒன்றாய்ச் சொல்லப்படும். பணம் கட்டினால் ஒரு பெண்ணைப் போல விரக தாபத்தோடு பேசி அவர்களைக் கிளர்ச்சி அடையச் செய்யப்படும். ஆரூடம் சொல்வதற்காக மட்டுமே அவன் கோடங்கி வேடம் போட்டு ஒருமுறை சுற்றினான். மற்றவைகளுக்காக அவன் எந்த வேடமும் புனையவில்லை. எதையும் வேடமிட்டுச் சொல்வதை விட இயல்பான தோற்றத்தில் வந்து சொல்வதையே மக்கள் நின்று கேட்க விரும்புகிறார்கள் என்பதைக் கண்டு கொண்டான்.

கணவானின் ரோல்ஸ் ராய்ஸ் கார் அந்த நடுத்தர ஓட்டல் வாசலில் நின்றது. பொதுவாக இந்த மாதிரியான கார்கள் ஐந்து நட்சத்திர ஓட்டல்களின் வாசலில் நிற்பதுதானே வழக்கம். தங்களுடைய கடை எந்த ஒரு பண்டத்துக்கும் புகழ் பெற்றதும் அல்லவே என்று கடைக்காரர் புரியாமல் விழித்துக்கொண்டு யோசித்தார். கணவான் தன்னுடைய அரக்கு நிறக் கோட்டைச் சரி செய்துகொண்டு ஓட்டலுக்குள் நுழைந்து ஒரு டேபிளின் எதிரே உட்கார்ந்துகொண்டார். அவருக்கு முன்னால் யாரோ ஒரு நடுத்தர வர்க்கத்து சுரேஷோ ரமேஷோ நூடுல்ஸை சாப்பிட்டுக் கொண்டிருந்தான். ஒரு ஃபிரைடு ரைஸுக்குச் சொல்லிவிட்டு மாதத்திற்கு மொத்தமாகத் தன்னிடம் பணம் கட்டினால் தினம் அவன் விரும்பும் பாடல் பாடப்படும். அல்லது தினசரி செய்திகள் சொல்லப்படும். அல்லது காதல் டிப்ஸ்... அவன் காதில் எதுவும் விழுந்ததாகவே தெரியவில்லை. அவன்பாட்டுக்கு நூடுல்ஸை சாப்பிட்டு முடித்துப் பேரர் என்று கூப்பிட்டவாறே டிஷ்யூ பேப்பரில் கைகளைத் துடைத்து அந்த அழுக்கான பேப்பரை டேபிளின் மீது விட்டெறிந்து (டைனிங் டேபிளைக் கணவானின் முகமாக அப்போது அவன் நினைத்திருக்கக் கூடும்) தொகையைக் கிண்ணத்தில் அலட்சியமாகத் தூக்கிப் போட்டுவிட்டு அவன் பாட்டுக்குப் போய்க்கொண்டே இருந்தான். கணவானுக்கு உச்சந்தலை

மீது ஆணி அடித்த மாதிரி இருந்தாலும் தன்னுடைய உள்மன நிலையை அணு அளவிற்குக்கூட முகத்தில் பரவவிடாமல் மேற்கொண்டு பிரைட் ரைஸை சாப்பிடுவதில் கவனமானான்.

மக்கள் மெல்ல மெல்ல அவனிடம் ஆர்வமிழக்க ஆரம்பித்து விட்டார்கள். மனிதர்கள் எங்காவது இழவுக்குப் போகும் போதும் கணவான் எதிர்ப்பட்டுத் தன்னுடைய குதூகலமான பாடலைப் பாடினான். காலையில் வேளைக்குப் போகும் அவசரத்தில் பேருந்துக்காகக் காத்திருக்கும் வேலையில் ஆனந்தமாகப் பாடலைப் பாடிக்கொண்டு வந்தான். அப்போது எல்லோருக்குமே அந்தப் பாடல்கள் தங்களுக்கானதில்லை, அவனுக்கானப் பாடலைத் தங்களுக்காகப் பாடுவதுபோல் பாடுகிறானோ என்று யோசிக்க ஆரம்பித்தனர். எல்லோருமே ஏதோ ஒன்றிற்காக அவனிடம் பணம் கட்டியிருக்கிறார்கள் என்று சொல்ல முடியாது. எந்த விசயத்திற்காகவும் பணம் கட்டாதவர்களும் அந்த நகரத்தில் இருக்கும் போதே இப்படி ஒரு சிந்தனை மக்களிடம் வந்துவிட்டது. அவனுக்குக் கடுமையான அதிர்ச்சியாய் இருந்தது. அப்படிப் பணம் கட்டாதவர்களின் தகவல்களைத் திரட்டி எதேச்சையாக அவர்கள் முன்னால் வந்ததைப் போலக் காட்டிக்கொண்டு பணம் கட்டினால் இன்னின்ன வசதிகள் கிடைக்கும் என்று சொல்ல ஆரம்பித்த போதே அவர்கள் பாட்டுக்குக் கிளம்பிப் போய்க் கொண்டிருந்தனர். என்ன அவமானம் . . . ஆனால் கணவான் எந்த அவமானத்திற்கும் அஞ்சியவனல்ல. அவன் தன்னம்பிக்கை தரும் சுயமுன்னேற்ற நூல்கள் ஒரு ஆயிரத்தையாவது கரைத்துக் குடித்திருப்பான். மக்களிடம் எப்படி முகத்தை வைத்துக் கொண்டு அவர்கள் பணத்தைக் கறக்க வேண்டும். தன்னை எதிர்ப்பவர்களை எப்படி ஒரு புன்சிரிப்போடு விலக்க வேண்டும் என்பது அவனுக்குத் தெரியும். யாராவது அவன் தலை மீது மலத்தை அள்ளிக் கொட்டினாலும் ஆத்திரப்பட மாட்டான். ஏனென்றால் கொட்டியவன் தன்னுடைய வாடிக்கையாளன். இன்றில்லாவிட்டாலும் என்றாவது ஒருநாள், ஒரு நூறு வருடம் கழித்துக் கூட அவன் ஒரு வாடிக்கையாளராக மாற சாத்தியம் உண்டு. அவமானங்கள் வெற்றியின் படிக்கட்டுகள். தலையில் சூட்டப்படும் மலர்க் கிரீடங்கள்.

கணவானுக்குச் மேலும் ஒரு சோதனை போல அவன் மீது மஞ்சள் நகர் காவல் நிலையத்தில் புகார் ஒன்று சமர்ப்பிக்கப் பட்டது. சந்திர சூட் என்கிற பெங்களூருக்காரர் அந்தப் புகாரை அளித்திருந்தார். கணவான் எதேதோ திட்டங்கள் என்று சொல்லித் தன்னை ஏமாற்றிவிட்டதாகவும் அவனைக் கைது செய்து விசாரிக்க வேண்டும் என்றும் அதில் குறிப்பிட்டிருந்தது. இந்த உப்புச் சப்பற்ற புகாரை விசாரிக்க இன்ஸ்பெக்டர்

ஆர்வமின்றி இருந்தார். ஏமாற்றிவிட்டான் என்றால் என்ன ஏமாற்றிவிட்டான்? சொத்துக்களைக் கைப்பற்றிக் கொண்டானா? இல்லை மோசடி செய்து பணத்தைக் கபளீகரம் செய்து கொண்டானா? எதுவுமில்லை. ஒரு சேவிங்கிற்கு ஆகும் பணத்தை அவன் பெற்றுக் கொண்டு இவன் எதிரில் ஒரு அடிமை போல, பார்க்கும் போதெல்லாம் பாடுகிறான். இதை மோசடி என்று மனசாட்சி இல்லாதவன்தான் சொல்வான் என்று அவரைத் திருப்பி அனுப்பினார். சந்திர சூட்டுக்கு என்ன செய்வது என்று தெரியவில்லை.

தன்னுடைய வக்கீல் நண்பனைக் குழப்பத்துடன் அணுகினார். வக்கீல் இவரை அழைத்துக்கொண்டு மீண்டும் காவல் நிலையத்திற்கு வந்தார். வக்கீலைப் பார்த்ததும் இன்ஸ்பெக்டர் கடுப்புடன் சந்திர சூட்டைப் பார்த்து "ஏய்யா உனக்கு வேற வேலையே இல்லையா என்றார்?" சந்திர சூட் ஆமாம் என்பது போலத் தலையாட்டவும் போலீஸ் மேலும் கடுப்பானார். "சரி சொல்லுங்க . . . உங்க புகார் என்ன?" "கணவான் ஒருவன் தினமும் எதிரில் வந்து பாடல் பாடுவதாகப் பணத்தைப் பெற்றுக் கொண்டான். இது ஏதோ மோசடி போலத் தெரிகிறது அவரை அழைத்து விசாரிக்க வேண்டும்." "ஆக இது மோசடி கூட இல்லை ... அப்படித் தெரிகிறது. அப்படித் தானே?" "இல்லை மோசடிதான். அது என்ன மோசடி என்று நீங்கள்தான் கண்டுபிடிக்க வேண்டும்." "காலங்காத்தால எழவு மோளம் கொட்டறதுக்குன்னே சில பேர் கிளம்பிடறாங்க" என்று சத்தமாக முணுமுணுத்துவிட்டுப் புகாரைப் பெற்றுக் கொண்டு சரி போங்க என்று துரத்தினார்.

ஒரு வாரம் போய்விட்டது. என்ன ஆனது என்றே தெரிய வில்லை. சந்திர சூட் மஞ்சள் நகர் காவல் நிலையத்திற்கு மீண்டும் போனபோது இன்ஸ்பெக்டர் பிரியாணி பொட்டலத்தில் மும்முரமாக இருந்தார். இவரைப் பார்த்ததும் அவருக்குப் பிரியாணி கசந்துவிட்டது. பொட்டலத்தைக் கோபத்தோடு வீசி எறிந்துவிட்டு "அந்த ஆளை எங்கியும் பாக்க முடியலைய்யா" என்றார். சந்திர சூட் அது ஒரு போலீஸ் ஸ்டேசன் என்பதையும் மறந்தவராய் வெடித்துச் சிரித்தார். போலீஸ் ஆவேசத்தோடு டேபிளில் இலத்தியை டமீர் என்று தட்டவும் "ஏன் சார் வர்றப்பகூட இதுக்குப் பக்கத்துத் தெருவுல அவனைப் பார்த்தேன்" என்றதும் இன்ஸ்பெக்டர் ஆவேசமாக இருக்கையை விட்டுத் துள்ளி எழுந்தார்.

"பாத்தையின்னா புடுச்சிகிட்டு வரவேண்டியதுதானே. என்ன ஒரு பொறுப்பில்லாத தனம். இதுக்கே உன்னப் புடிச்சி உள்ள தள்ளலாம் தெரியுமா?" என்றார்.

கோபத்தில் அவர் கண்கள் சிவக்க ஆரம்பித்தன. சந்திர சூட் பயந்து போனவராய் ஸ்டேசனை விட்டு வெளியேறி விட்டார். இரண்டு நாள் கழித்து வக்கீலின் உதவியோடு ஆட்கொணர்வு மனு ஒன்றைக் கோர்ட்டில் தாக்கல் செய்தார். நீதிபதியின் உத்தரவுப் படி கணவானைக் கோர்ட்டில் கொண்டு வந்து நிறுத்தவேண்டிய கட்டாயம் காவல் துறைக்கு உண்டாகிவிட்டது. ஒரு வாரத்தில் கணவான் கோர்ட்டார் முன் ஆஜர் படுத்தப்பட்டான். நீதிபதியைச் சார்ந்தவர்களும்கூட நகரப் பாடகனின் திட்டத்தில் இணைந்திருக்கக்கூடும். நீதிபதி அதிகமாக நீட்டி முழக்கி விசாரிக்காமல் கணவானுக்குப் பதினைந்து நாள் நீதிமன்றக் காவல் என்று உத்தரவிட்டார்.

ஆனால் அடுத்த நாளே கணவானை நகரின் முக்கியமான வீதிகளில் அவரின் கம்பீரத்துக்கு இம்மியும் குறைவில்லாமல் பார்க்க முடிந்தது. மக்களுக்குக் குழப்பமாக இருந்தது. உண்மையில் கணவான் என்பது ஒருவரா அல்லது பலரா என்பது நகரின் மில்லியன் டாலர் கேள்வியாய் இருந்தது. இதைக் கண்டுபிடிக்கப் புலனாய்வுப் பத்திரிகைகள் தீவிரமாகக் களத்தில் குதித்தன. கணவானின் ரிமாண்டுக்குப் பிறகு வந்த இரண்டு பிரபலமான புலனாய்வு இதழ்களில் இரண்டு விதமான கட்டுரைகள் வந்தன. ஒன்றில் கணவான் போலீசாருக்கு இலஞ்சம் கொடுத்துச் சுதந்திரமாய் வெளியே சுற்றிக் கொண்டிருக்கிறார் என்றும் இன்னொன்றில் கணவான் உண்மையிலேயே சிறையில்தான் இருக்கிறார். நகரில் இருப்பது வேறு நபர் என்றும் உண்மையில் வேறு நபர்கூட ஒருவர் மட்டும் இருக்க முடியாது இன்னும் பலபேர் இருக்கக் கூடும் என்றும் புகைப்பட ஆதாரத்துடன் செய்தி வெளியிட்டது. இந்தச் செய்தி நகரையே ஒரு உலுக்கு உலுக்கிவிட்டது. கணவான் ஒருவர் அல்ல பலர். பலர் அல்ல ஒருவர். ஒருவரே பலராகித் திரிகிறார். பலரே ஒருவர் போல இருக்கிறார். கணவான் எங்கேயும் இல்லை. மாயமான ஒரு இடத்தில் இருந்துகொண்டு தான் நினைக்கும் இடத்துக்குத் தன்னுடைய பிம்பத்தை ஏவுகிறார். மக்கள் இன்னும் என்னென்னவோ விசயங்களை ஒரு இதிகாசத்தின் அளவுக்குப் புனைந்து அந்த நகரத்தையே புனைவில் மூழ்கடித்துவிட்டனர்.

கணவானின் மீது மயாவி என்னும் சாகசப் பிம்பம் படிந்து விட்டது. இனி அவரை நீதி மன்றத்தின் வழியாக அணுகுவது என்கிற சிந்தனையை மக்கள் அடியோடு மறந்துவிட்டனர். கணவானுக்கு ஒரு வகையில் இது நிம்மதியாய் இருந்தது என்றாலும் பதினைந்து நாள் காவலில் இருக்க நேர்ந்த துரதிருஷ்டத்தை நினைத்து நினைத்து அவர் வேதனைப்பட்டார். நடப்பதற்குச் சாத்தியமான விசயத்திற்காகத் தான் ஏன் இவ்வளவு தூரம் கவலைப்பட

வேண்டும் என்று அதை மறக்க முயன்றவனாய் கணவான் விரைவிலேயே ஒரு புதிய திட்டத்தை வடிவமைத்துவிட்டார். அது அபாயகரமானது என்று சொல்ல முடியாவிட்டாலும் துணிச்சலானது. இதுவும் வெற்றிகரமாக நடந்தால் அவன் உலகப் பணக்காரர்கள் வரிசையில் ஒருவனாக நகர்ந்துவிடுவான்.

காலையிலேயே மழை வருவதைப்போல ஒரே மேகமூட்டமாய் இருந்தாலும், ஏதோ ஒரு மேக இடுக்கு வழியே பாய்ந்துவரும் சூரியனின் முதல் கிரணமே சுள்ளெனப் பூமியின் மீது வந்தது. அந்த வெய்யிலின் ஒளியும் வெப்பமும் வழக்கமானதைப் போல இல்லாமல் வித்தியாசமாக இருந்தது. இது மழைக்கான அறிகுறி என்று பேருந்து நிலையத்தில் இருந்த ஒவ்வொருவருமே தங்களுக்குப் பக்கத்தில் இருப்பவரிடம் சொல்லிக்கொண்டனர். கூட யாரும் வராமல் தனியாக வந்திருப்பவர்கள்கூடப் பக்கத்தில் நிற்கும் யாரோ ஒருவரை உடனடி நண்பராகப் பாவித்து “வெய்யிலப் பாத்தா மழ வரும் போல இருக்கு” என்று சொல்லிச் சிரித்தார்கள். கணவான் கத்திரிப் பூ நிறக் கோட்டுடன் பேருந்து நிலையத்தில் வலம் வந்தான். யாருமின்றித் தனியே நிற்கும் ஒரு நடுத்தர வயது நபருக்கு அருகில் நின்று கொண்டு “வெய்யிலப் பாத்தா மழ வரும் போல இருக்கு” என்று சொல்லிச் சிரித்தான். அந்த நபரும் இவனைப் பார்த்துச் சிரித்தார். இவனும் புன்னகையைக் கொஞ்சமும் குறைக்காமல் அவரிடம் நெருங்கி நின்றான். இருவரின் மூச்சும் மற்றவர் மேல் வெப்பமாய்ப் பட்டது. அந்த நபர் இப்போது வசியப்படுத்தப்பட்டதைப் போல அப்படியே நின்றார். கணவான் மெல்லத் தன் கையை எடுத்து அந்த நபரின் பாக்கெட்டில் விட்டான். கற்றையாகத் தட்டுப்பட்ட பணத்தை எடுத்துச் சாவகாசமாக எண்ண ஆரம்பித்தான். பின் தினசரி செய்திகளுக்காகத் தீர்மானிக்கப்பட்டிருந்த பணத்தை எடுத்துக்கொண்டு மீதியை அவர் பாக்கெட்டிலேயே வைத்துவிட்டுத் தினமும் உங்களுக்கு உலகச் செய்திகளைக் கொண்டு வந்து சொல்லுவேன் என்று காதில் கிசுகிசுத்துவிட்டு விலகி நடக்க ஆரம்பித்தான்.

இந்தத் திட்டமும் வெற்றிதான். கணவான் போட்ட எந்தத் திட்டம்தான் தோல்வியில் முடிந்திருக்கிறது..? இப்பொழுதெல் லாம் வசியப் பார்வைக்காக புன்னகைக்காகக்கூட அவன் மெனக்கெடுவதில்லை. எதிரில் நபர் வந்தால் ஒரே விநாடியில் தன்னுடைய குறிப்பில் அவர் பெயர் இருக்கிறதா இல்லையா என்பதைக் கணக்கிட்டு இல்லையென்றால் ஏதோ தன்னுடைய பாக்கெட்டிலிருந்து பணத்தை எடுப்பதைப் போல எடுத்துக் கொண்டு போய்க்கொண்டே இருந்தான். அவர்கள் என்னத்

திட்டத்தின் கீழ் இணைக்கப்பட்டிருக்கிறார்கள் அவர்களுக்குப் பாடலா விளையாட்டுத் தகவலா பொது அறிவா என்று கூடச் சொல்வதில்லை. அடுத்த முறை எதிர்ப்படும் போது அவன் சொல்லுவதை வைத்துத்தான் தாம் எதற்காகப் பணம் கட்டியிருக்கிறோம் அல்லது எதற்காகத் தம்முடைய பணம் களவாடப்பட்டிருக்கிறது என்பதே அவர்களுக்குத் தெரியும். இன்னும் சிலரிடம் கூட்டத்தோடு கூட்டமாக நின்றுகொண்டு ஜேப்படித் திருடன் போலக் கூடப் பணத்தை எடுத்துக் கொண்டான்.

கல்லூரி இளைஞன் ஒருவனிடம் அவனுக்கான ஜோக்கை கணவான் சொல்ல ஆரம்பித்தபோது அவன் கையைத் தூக்கி நிறுத்தச் சொன்னான். கணவானுக்கு ஒன்றும் புரியவில்லை. இனிப்பான குரலில் கேட்டான் "ஏன் நண்பரே?" "நான் எதுக்காகவும் உங்ககிட்டப் பணம் கட்டலியே. நீங்க எதுக்காக எங்கிட்ட இப்ப ஜோக் சொல்லிக்கிட்டிருக்கீங்க?" "பணம் கட்டியிருக்கீங்களே நண்பரே" "எப்போ?" "கடந்த ஜூன் மாதம் முதல் திங்கள் கிழமை நீங்கள் இரயிலில் சென்றீர்கள் அல்லவா? அப்போதுதான் தினசரி ஜோக் சொல்ல வேண்டி என்னிடம் பணம் கட்டினீர்கள்." "இல்லையே அப்போ நான் வண்டி ஏறியதிலிருந்து சென்னை வந்து சேருகிற வரைக்கும் மேல் பெர்த்தில் படுத்துத் தூங்கிகிட்டேதானே இருந்தேன்." "ஆமாம் நண்பரே மிகச் சரியாகச் சொன்னீர்கள். அப்போது தூக்கத்தில் என்ன பேசினீர்கள் என்று நினைவிருக்கிறதா?" "தூக்கத்தில் நான் பேசினேனா எனக்கு அப்படி எந்தப் பழக்கமும் இல்லையே?" "பிறகு எப்படி நண்பரே நான் உங்கள் கணக்கில் பணத்தை வரவு வைத்திருக்க முடியும்?" இளைஞன் என்ன சொல்வதென்றே தெரியாமல் ஸ்தம்பித்துப் போய்ப் பார்த்தான். கணவான் தன்னுடைய ஜோக்கை விட்ட இடத்திலிருந்து தொடர்ந்தான். இளைஞன் காதுக்குள் புண் உண்டானதைப் போன்ற பாவனையில் அந்த ஜோக்கைக் கேட்டுவிட்டு என்ன செய்வது கட்டிய பணம் வீணாய்ப் போகிறதே என்று சிரித்து வைத்தான்.

இந்தக் கணவானின் தொல்லை தாங்க முடியவில்லை என்று நகரில் பேசிக்கொள்ள ஆரம்பித்தார்கள். ஒவ்வொன்றுக்கும் பணம் கட்டியவர்கள் அடுத்த மாதம் பணம் கட்டுவதைத் தவிர்க்க ஆரம்பித்தார்கள். ஜோப்புகளில் ஜிப் பட்டன் போன்றவற்றை வைத்துக்கொண்டு அலைய ஆரம்பித்தார்கள். சில முன்னெச்சரிக்கையாளர்கள் கணவான் எந்த நேரத்தில் எங்கு வருவான் எங்கு இருப்பான் என்பதை ஒருவாறாகக் கணக்கிட்டுக்கொண்டு (ஆனால் உண்மையில் அப்படி எந்தக்

கணக்கும் இல்லை. அவன் எந்த நேரத்திலும் எங்கேயும் இருக்கத்தான் செய்தான்.) அவன் முன்னால் தோன்றுவதையே தவிர்த்துக்கொண்டிருந்தார்கள். அவர்கள் தாங்கள் அந்தக் கணவானைச் செமத்தியாக ஏமாற்றிவிட்டதாய் குதூகலமடைந்து திரிந்தனர். கிட்டத்தட்ட இது ஒரு கண்ணாமூச்சி விளையாட்டு மாதிரி. இரயில்வே ஸ்டேஷனில் ஒரு ஐயாயிரம் பேர் இரயிலை விட்டு இறங்கினால் அதில் ஒரு ஐந்நூறு பேர் இரயில்வே டிராக்கிலும் சுவர் ஏறிக் குதித்தும் ஓடிக்கொண்டிருப்பார்கள். நகரில் ஒவ்வொரு இரயில் வருகையின் போதும் இது சகஜமான காட்சி. அவர்கள் கணவானிடமிருந்து தப்பி ஓடுகிறார்கள் என்பது எல்லோருக்குமே தெரியும். ஒரு முறை செக்கிங் இன்ஸ்பெக்டர் ஒருத்தரும் இரயிலின் டிரைவரும்கூட டிராக்கில் மூச்சிரைக்க ஓடத் துவங்கிவிட்டனர். அவர்கள் தங்களைத்தான் துரத்தி வருகிறார்கள் எனப் பயணிகள் மேலும் பதறிக்கொண்டு ஓடியது ஒரு மறக்க முடியாத காட்சி.

உண்மையில் கணவான் அவர்களைத் துரத்த விரும்பவில்லை. இன்னும் சொல்வதென்றால் அத்தகையவர்களைக் கண்டு அவனே ஓடி ஒளிந்து கொள்ள நினைத்திருந்தான். ஏனென்றால் அவர்கள் அவனுக்கு முன்பாக வந்து கணக்கை முடித்துக் கொள்ளச் சொல்லிக் கேட்டால் வேறு வழியில்லை. கணக்கை முடித்துத்தான் ஆகவேண்டும். ஆனால் எதிர்ப்படாமலேயே இருந்துவிட்டால் திரும்ப அந்த மாதத்திற்கானத் தொகையை அவர்கள் பெயரில் பற்று வைத்துக்கொள்ளலாம். கணக்கை முடித்துக்கொள்வதாகச் சொன்னாலன்றி அவன் நிலுவைத் தொகையை மாதா மாதம் கூட்டிக்கொண்டே இருந்தான். எதிர்ப்படும் போது கணக்கை முடிப்பதைப் பற்றிப் பேசலாம் என்று நினைத்துக் கொண்டிருப்பவர்களின் முன்னால் அவன் அவ்வளவு சாதாரணமாக எதிர்ப்படுவதில்லை.

என்ன செய்தாலும் கொடாக்கண்டர்களாகப் பணம் கட்டாதவர்கள் இன்னும் ஏராளமான பேர் இருந்தார்கள். இவர்களையெல்லாம் என்னதான் செய்வது..? நினைத்துப் பார்க்கவே அவனுக்கு எரிச்சலாய் இருந்தது. எல்லோரையும் ஒரே தொட்டியில் போட்டு சூப் வைத்துத் தினம் கொஞ்சமாகக் குடித்துவிடலாமா என்று யோசித்துக் கொண்டிருந்தான்.

திடீரென நகரமெங்கும் ஜொலிக்கும் வண்ணத்தில் பிரம்மாண்டமாக ஒட்டப்பட்டிருந்த போஸ்டர்கள் மக்களின் கவனத்தை வெகுவாக ஈர்த்தன. பாடல் இன்ன பிற வசதிகளுக்காகப் பணம் கட்டிவிட்டு அதற்கான காலம் காலாவதியான பின் தொடர்ந்து அந்தச் சேவையில் இருந்தபடி

பணம் கட்டாதவர்களின் பட்டியல் அதில் இடம் பெற்றிருந்தது. அந்தந்த பகுதியில் வசிக்கும் நபர்களின் புகைப்படங்களுடனான இப்படியான தகவல், பகுதியின் எல்லா நுழைவாயில்களிலும் பிரம்மாண்டமான போஸ்டர்களாக நின்றுகொண்டிருந்தன. அது கிட்டத்தட்ட பேருந்து நிலையங்களிலும் இரயில்வே சந்திப்புகளிலும் காட்சிக்கு வைக்கப்பட்டிருக்கும் திருடர்களின் பட்டியலுக்கு ஒப்பாக இருந்தது. போஸ்டர்களில் இடம் பெற்றுவிட்ட துர்ப்பாக்கியசாலிகள் அவமானத்தினால் குறுகிப் போய் இரவிரவாகக் கணவானைத் தேடி அலைந்தனர். அவன் கண்ணில் தென்பட்டால் நிலுவைப் பணத்தைத் தலையைச் சுற்றி வீசிவிடலாம். அவர்களின் நல்ல நேரம் இப்போது கணவான் எங்கெங்குப் பார்த்தாலும் எந்த நேரத்திலும் தென்படுகிறான். கடவுளுக்கு நன்றி. அவர்கள் தங்களுடைய நிலுவைத் தொகையை ஒருவிதக் குற்ற உணர்வோடு கட்டிக்கொண்டே இருந்தனர். பணம் அவர்கள் பெயரில் வரவு வைக்கப்பட்டதும் ஒவ்வொருவரும் தவறாமல் வைத்த வேண்டுகோள் தங்களுடைய பெயரை அந்தப் பட்டியலிலிருந்து உடனே நீக்க வேண்டும். கணவான் அவர்கள் முதுகை ஆதரவாகத் தட்டிக் கொடுத்து உடனடியாகச் செய்து விடுகிறேன் என்றான். ஆனால் பல நாட்களாக அந்தப் பேனர்கள் அப்படியேதான் இருந்தன. கணவான் அவர்களிடம் பாட வரும்போது சிலர் அழுதனர். சிலர் கையெடுத்துக் கும்பிட்டனர். பெண்களில் சிலர் அவனைக் கட்டிப் பிடித்துக்கொண்டு ஒப்பாரி வைக்க முயற்சித்தனர். ஆனால் கணவான் "நான் என்ன செய்வது... பட்டியல் போஸ்டர் தயாரிக்க எக்கச்சக்கமாய் செலவாகிவிட்டது. இப்போது அதை நீக்கினால், திரும்ப அடுத்த மாதம் இதே போல நீங்கள் பணம் கட்டாமல் போனால் மீண்டும் போஸ்டர் தயாரிக்க வேண்டும். எனவே அது அப்படியே இருந்துவிட்டுப் போகட்டுமே" என்றான். அவர்களுக்கு என்ன செய்வதென்று தெரியவில்லை. பட்டியலில் இடம் பெற்றவர்களில் சிலர் வீட்டுக்குள்ளேயே என்றென்றுமாக முடங்கிவிட்டனர். சிலர் இரவு வேளைகளில் மட்டும் வெளியே வந்தனர். சிலர் மாறுவேடமிட்டுக் கொண்டு நடமாடினர். சிலர் பெண் வேடம் பூண்டு திரிந்தனர். சிலர் முகத்தில் சின்னதாக பிளாஸ்டிக் சர்ஜரி செய்து கொண்டு விதியை வென்றுவிட்ட பூரிப்போடு வலம் வந்தனர்.

சாலைகளில் மக்கள் நடமாட்டம் பாதியாகக் குறைந்து விட்டது.

போக்குவரத்து நெரிசலின்றி அழகாக இருந்தது. இதற்காகக் கணவானுக்குச் சில அமைப்பினர் கூட்டம் போட்டுப் பாராட்டுத் தெரிவித்துக் கொண்டிருந்தனர்.

ஆனாலும் கணவானின் செயல்பாடுகள் மீதான எதிர்ப்பு மக்கள் மத்தியில் புயலைப் போல வலுவடைந்து கொண்டிருப்பதை உணர்ந்து கொண்டாலும் தன்னுடைய செயல்பாடுகளில் ஓர் அடியைக் கூட அவன் குறைவாக எடுத்துவைக்கவில்லை. அப்படிக் குறைத்துக் கொண்டால் எதிர்ப்பலை ஒரு சூறாவளியைப் போலச் சுழன்று அவனைக் கவிழ்த்துவிடும். இப்படியே தொடரவும் முடியாது என்பதையும் அவன் உணர்ந்துதான் இருந்தான். சில வாரத்தில் நகரெங்கும் இராணுவப் பச்சை வண்ணத்தில் திடும்மெனக் கஸ்டமர் கேர் நிலையங்களைத் துவக்கி வைத்தான். இனி மக்கள் இது சம்மந்தமாக ஏதாவது புகார் இருந்தால் இங்கே தெரிவிக்கலாம் என்று அறிவித்தபின் கஸ்டமர் கேர் நிலையங்களில் கூட்டம் நெரிய ஆரம்பித்தது. நாளெல்லாம் வரிசையில் நின்றிருந்தால்கூடப் புகார் பெறுபவரைப் பார்க்க முடியவில்லை. அடேங்கப்பா பெரிய கம்பெனிதான் என்று பார்த்தவர்களெல்லாம் வாயைப் பிளந்தனர். கணவானைத் தாங்கள் தவறாகப் புரிந்துகொண்டதாகவும் அவர் மிகுந்த நியாய உணர்வு உள்ளவர் என்றும் இல்லாவிட்டால் இப்படி ஒரு கஸ்டமர் கேர் செண்டர் திறக்கப்பட்டிருக்குமா என்றும் தங்களுக்குள்ளாகப் பேசிக்கொண்டு பக்கம் பக்கமாக மனு எழுதிப் புகார் பெறுபவரிடம் புன்னகையோடு நீட்டிவிட்டு வெற்றிபெற்றுவிட்ட இறுமாப்போடு திரும்பிக் கொண்டிருந்தனர்.

புது எழுத்து, மார்கழி 2011

காபி ஹவுஸ் கதைகள்

காருக்கு எதிரே தெரிந்த பெரிய ஒற்றை மேகத்தைச் சுட்டு விரலால் நீட்டிக் காட்டி மழை வரும் என்றார். அது ஏதோ மிகவும் முக்கியமான, எங்கள் வாழ்க்கையைத் தீர்மானிக்கக் கூடிய பிரச்சினை போன்ற தொனியில் சொன்னார். எனக்கு ஒன்றுமே தோன்றவில்லை. வெறுமனே பார்த்துவிட்டுச் சாலையைக் கவனித்தேன். போக்குவரத்து அதிகம் இல்லாமல் வெறிச்சோடி இருப்பது போல இருந்தது. ஸ்பீடா மீட்டர் கார் என்பதில் போய்க்கொண்டிருப்பதாகக் காட்டியது. அவ்வளவு வேகத்தில் போகும்போது போக்குவரத்து குறைவாக இருப்பதுபோல எப்போதும் தோன்றுவது லாஜிக்கா இல்லை மாயத் தோற்றமா என்கிற நினைவு எப்போதும் வருவது போல இப்போதும் வந்தது.

எல்லாவற்றையுமே முக்கியமானவைகளாகவும் வரலாறாகவும் சென்டிமெண்டாகவும் புதிராகவும் மாற்றிப் பார்க்கக் கூடிய தன்மை பிரபாகருக்கு இருந்தது. அந்த இயல்பு எனக்கு எரிச்சலூட்டுவதாய் இருந்தாலும் சில சமயம் நல்ல தகவல்களும் கிடைக்கின்றன.

இடதுபுறமாக இருந்த கயல்விழி காபி சென்டர் என்ற போர்டு வைத்திருந்த கடையைக் காட்டி இங்கே வண்டிய நிறுத்து டீ சாப்பிடுவோம் என்றார். கியரை மாற்றி வண்டியை மெதுவாக்கி இடதுபுறம் மண்சாலையில் இறக்கி நிறுத்தினேன். டயர்களை ஒரு பார்வை பார்த்துவிட்டுத் திரும்பினேன்.

துருப்பிடித்த போர்டில் ஏதோ ஒரு பழங்காலத்துக் கனவுக் கன்னியின் ஓவியம் இருந்ததற்கான அறிகுறி தெரிந்தது.

வெய்யில் சுள்ளென உரைத்தது. பிரபாகர் மீண்டும் அண்ணாந்து வானத்தைப் பார்த்துவிட்டு என்னைப் பார்த்துப் புன்னகைத்தார்.

அப்போ தமிழ்நாடு காபி கிளப்னு ஒரு காபிக்கடை இங்க இருந்தது. பழைய படத்திலயெல்லாம் பார்த்திருப்பியே ஒரு பேன் . . . இப்பவும் தாசில்தார் ஆபீஸ்ல பார்த்திருக்கலாம். அப்படி ஒரு பேன் ஓடிக்கிட்டிருக்கும். இந்த பஜார்ல எல்லாக் கடையிலயும் ஒருத்தரோ ரெண்டு பேரோ இருந்தாங்கன்னா காபி கிளப்ல மட்டும் ஜோன்னு கூட்டம் இருக்கும். காபித் தூளை நெய்யில வறுத்துச் சொந்தமா அரைச்சிதான் காபி போடுவாங்க. ரோட்டுல போகும் போதே காபி வாசம் நம்மளை மயக்கி இழுத்து வந்துரும். அதே மாதிரி நல்ல மணமான உளுந்து வடை. அவ்வளவு காத்தாலயே பறக்கும். பேசிக்கொண்டே டீ மாஸ்டரைப் பார்த்து இரண்டு விரல்களைக் காட்டினார்.

அப்போ நான் ஸ்கூல் பையன். இந்தப் பக்கம்தான் காந்தி சிலைகிட்ட குடியிருந்தோம். காலையில எங்கப்பா தினமும் காபி கிளப்புக்குக் கூட்டிக்கிட்டு வருவார். கூட்டம்னா எல்லாம் சாதாரண ஆளுங்கன்னு நினைச்சிக்காத . . . எல்லா ஸ்டேட்டஸ்காரங்களையும் பாக்கலாம். இப்போ சினிமால பெரிய காமடியனா இருக்காரே துரை . . . அவரை இங்க தினமும் பார்ப்பேன். நான் கேள்வியுடன் நிமிர்ந்து பார்த்தேன். உனக்குத் தெரியுமா தெரியாதா? அவர் இந்த ஊர்தான்.

எனக்கு ஆச்சரியமாய் இருந்தது. சிலருக்கு உண்மையிலேயே வாழ்க்கை வரலாற்றுத் தன்மையோடு இருக்கிறதா? இல்லை வாழ்க்கையை நாம்தான் அப்படி மாற்றுகிறோமா? என்னுடைய வாழ்க்கையில் இப்படிச் சொல்லும்படி எதையாவது கவனித்திருக்கிறேனா அல்லது நடந்திருக்கிறதா . . ? ஆண்டுக்கணக்காக விவரம் தெரிந்த நாளிலிருந்து அதே சிலசில சுவாரஸ்யமற்ற மாற்றங்களுடன் அதே வாழ்க்கை. கடைசி விழுங்கைக் குடித்துவிட்டு மண்டியைக் கீழே ஊற்றிவிட்டுத் திரும்பினேன். டீ எப்படி இருந்தது என்றார். நான் சிரித்தேன். அவரும் சிரித்துக்கொண்டே மாஸ்டரிடம் திரும்பி தேங்க்ஸ் என்றார். காசைக் கொடுத்து விட்டுக் கிளம்பினோம். திரும்ப ஒருமுறை சாயந்திரத்தில வந்தோம்னா இங்க உருளைக்கிழங்கு போண்டா சாப்பிடலாம். ரொம்ப அருமையா இருக்கும் என்றார்.

சிவன் கோயிலுக்கு இன்னும் பதினைந்து கிலோமீட்டர் இருந்தது.

சின்ன வயசுல நடந்தது . . . எனக்கு இன்னும் நல்லா ஞாபகத்தில இருக்கு. இப்படித்தான் ஒருதடவை சிவராத்திரி விரதத்தை முடிச்சிக்கிட்டுக் காலையில நாங்க கோயிலுக்குப் போறோம். இந்தக் கோயில்ல சிவராத்திரி அன்னைக்குக் காலையில பூஜையப்ப சரியா லிங்கத்துமேல பிறை மாதிரி சூரிய வெளிச்சம் விழும். கோயில்ல கூட்டமான கூட்டம். வானத்தில புயல் சின்னம் மாதிரி ஒரே மேக மூட்டம். இந்த வருசம் சூரிய வெளிச்சத்த தரிசனம் பண்ண முடியாம போயிடுச்சேன்னு நாங்க எல்லோருமே உற்சாகம் இல்லாம சாமியவே பாத்துக்கிட்டு இருந்தோம். ஐயர் மும்மரமா பூஜைக்கு ரெடி பண்ணிக்கிட்டு இருக்கார். பூஜையும் ஆயிட்டிருக்கு. ஊதுபத்திக் காட்டிச் சாம்ராணி காட்டி கற்பூரம் கொழுத்தி எடுத்ததும் சட்னு யாரோ திரைய விலக்கின மாதிரி வெய்யில் வந்து லிங்கத்துமேல பளீர்னு பிறை தெரிஞ்சது பாரு நாங்கள்லாம் எங்களை மறந்து சிவசிவான்னு கத்திட்டோம். கடவுளே ஒரு நிமிசம் நேருல வந்துட்டுப் போன மாதிரி உடம்பெல்லாம் புல்லரிச்சிப் போயிருச்சி என்றார்.

எனக்கு முதலில் இது ஒரு விசயமே இல்லை என்று தோன்றியது. பிறகு மனம் அந்தச் சம்பவத்தை ஒரு அழகான படமாகச் சித்திரித்து மனக்கண்ணில் காட்டியது. தட்பவெப்பநிலை, சிக்கலற்ற எளிய நம்பிக்கையுள்ள வெள்ளந்தியான மக்களின் காலம் அதில் மறைந்துகிடந்தது. அப்படியான சம்பவங்களுக்கே உண்டான நிம்மதியும் சின்ன சந்தோசமும் இதிலும் உண்டானது. பிரபாகரோடு பயணம் போகும்போது அவருடைய அனுபவம் சார்ந்து இயல்பாக எழும் பொறாமையுணர்வு இப்போதும் எழுந்தது. தான் சந்திக்கும் ஒவ்வொருவரிடமும் இந்த உணர்வை உண்டாக்குவதுதான் அவருடைய உள்ளார்ந்த இலட்சியமாய் இருக்குமோ என்று எனக்குச் சந்தேகமாய் இருந்தது. எனவே நான் வெளிப்படையாக எதுவும் காட்டிக்கொள்ளாமல் இயல்பாய் இருந்தேன்.

கோயில் கோபுரம் அழகாக மிகப் பழங்காலத் தன்மையைத் தன்னுள் இறுக்கமாகத் தக்கவைத்திருந்தது. இரண்டு பக்கமும் இருக்கும் கடை வரிசைகள். அதில் நடமாடும் மக்கள்கூடச் சம காலத்திற்கு ஒட்டி வராமல் சில காலம் பின் தங்கியவர்களைப் போலக் கோயிலுக்குப் புதிதாய் வருபவர்களைக் கால இயந்திரம் வழியாக வேறொரு காலத்திலிருந்து வருபவர்களைப் போலப் பார்த்தார்கள். பிரபாகர் வாயேன் சுவாமிய பாக்கலாம் என்றார். அவருடன் போனால் பல அபூர்வமான விசயங்களைப் பேசுவார்தான். ஆனால் அவர் கொடுக்கும் அந்த ருசியை நான் விரும்புகிறேன் என அவருக்குத் தெரிவதை நான் விரும்பவில்லை

எனவே இல்ல சார் நீங்க பாத்துட்டு வாங்க. நான் கொஞ்ச நேரம் ரெஸ்ட் எடுக்கறேன் என்று சொல்லிவிட்டுக் கதவைச் சாத்திக் கண்ணாடியை ஏற்றிவிட்டு முகத்தின் மீது கர்ச்சீப்பைப் போட்டுக் கொண்டேன். ஏசியை மிகவும் குறைவாக்கினேன்.

தூக்கம் வரவில்லை என்று நினைத்துக்கொண்டேன். மனதில் ஏதேதோ சிந்தனைகள் ஓடியது. பிரபாகர் வந்து கதவைத் தட்டியபோது நான் அசந்து தூங்கியிருந்தேன். திடுக்கிட்டு எழுந்து கதவைத் திறந்தேன். என்ன குமார் நேத்தெல்லாம் தூக்கமில்லையா என்ன . . ? கொஞ்ச நேரம் தூங்கறதுனா தூங்கிட்டுக் கூடப் போகலாம் என்றார். நான் பாட்டிலைத் திறந்து தண்ணீரைக் கொஞ்சம் முகத்தில் வீசிக்கொண்டு வேணாம் சார் போலாம் என்றேன்.

இங்க ஒரு ஐயர் கடையில சாம்பார் சாதம் அருமையா இருக்கும். நான் போன தடவை சிங்கப்பூர் போனப்ப அங்க ஒருத்தர் சொன்னார். உங்க ஊர் சிவன் கோயில்கிட்ட ஐயர் கடை சாம்பார் சாதம் பிரமாதமா இருக்குமே . . . எனக்கு இன்னும் அந்த ருசி நாக்கிலயே ஒட்டிக்கிட்டிருக்குன்னு . . . நான் அப்படியே அசந்து போயிட்டேன். நம்ம பக்கம் இருக்கற ஒரு கடையப் பத்தி உலகம் பூராவும் தெரிஞ்சிருக்கேன்னு.

ஏதேதோ சந்து பொந்தாகக் கூட்டிக் கொண்டு போனார். இந்தத் தெருவையெல்லாம் நான் பார்த்ததே இல்லை. பெரும்பாலும் உணவு சம்பந்தப்பட்ட கடைகளாகவே இருந்தன. வழி நெடுகக் கொய்யாக்காய் நெல்லிக்காய் வெள்ளரிக்காய் கடைகள். தையல் இலையில் வைத்துத் தரும் பலகாரக் கடைகள் நிறைய இருந்தன. மெது வடைகள் பக்கோடாக்கள் . . . மெஸ் எனப் பெயரிடப்பட்ட ஒட்டல் கடைகள் . . . எந்த போர்டும் இல்லாமல் வீட்டுக்குள் நடத்தப்படும் மெஸ்கள். இந்தக் கோயிலைச் சுற்றி இத்தனை கடைகள் இருப்பதே எனக்கு அன்றுதான் தெரியும்.

நடந்து போய்க் கொண்டே இருந்தார். கிட்டத்தட்ட பத்து நிமிடம் நடந்துவிட்டோம். ஒரு சாப்பாட்டுக்காக இவ்வளவு தூரம் நடக்க வேண்டுமா என்று எனக்கு ஒரு மாதிரியாக இருந்தது. ஆனால் ஒரு கஸ்டமரை இவ்வளவு தூரம் நடக்க வைத்து வரவழைக்கிறதென்றால் அந்தச் சாம்பார் சாதம் எவ்வளவு ருசியாக இருக்கும் என்றும் யோசித்தேன். அந்த ருசியைக் கற்பனை செய்து பார்த்தேன். கற்பனையே கிறக்கமூட்டுவதாய் இருந்தது. வெளிப்பக்கம் சின்ன மரக் கேட் போட்ட பழைய சீமை ஓடுகள் வேய்ந்த வீட்டின் படியில் ஏறினார். திண்ணையின் இரண்டு பக்கமும் கம்பிவேலி போட்டிருந்தது. உள்ளே மல்லியும்

வரமிளகாயும் செலவுகளும் காய்ந்துகொண்டிருந்தன. வாசல் வழக்கத்தைவிட அதிகமான உயரத்தில் இருந்தது. வாசலுக்குள் நுழைய பத்துப் படிக்கட்டு மாதிரி ஏற வேண்டி இருந்தது. உள்ளே பெரிய உள் முற்றத்தில் வரிசையாய் டைனிங் டேபிளில் ஆட்கள் சாப்பிட்டுக் கொண்டிருந்தனர். பருப்பும் நெய்யும் கலந்த வாசனை முற்றத்தில் ஜம்மென்று நிறைந்திருந்தது.

இடத்தைத் தேடிப்பிடித்துப் பத்து நிமிசம் காத்திருந்துதான் உட்கார வேண்டி இருந்தது. சுற்றியிருந்த சுவர் முழுவதும் சாமிப் படங்கள் பிரம்மாண்டமான சைசில் கோயில்களில் எழுதப்பட்டிருப்பதைப் போல எழுதப்பட்டிருந்தது. கல்லாப்பெட்டி இருந்த சுவர் முழுக்க நடிகர்கள் நடிகைகள் மற்றும் பிரபலங்கள் ஓட்டலுக்குள் நின்று சிரித்துக்கொண்டிருப்பதைப் போன்ற படங்கள் நிறைந்திருந்தன.

சாதம் நன்றாகத்தான் இருந்தது. ஆனால் வருடக் கணக்காக நினைவில் வைத்துக்கொள்ள இதில் என்ன இருக்கிறது என்று யோசித்தேன். தொட்டுக் கொள்ள வைத்திருந்த துவையல் புதிய சுவையில் இருந்தது. என்ன துவையல் என்று தெரியவில்லை. அவரிடம் கேட்கலாம் என்று பார்த்தேன். ஆனால் கேட்கவில்லை. ஆனால் என்னுடைய முகத்தில் இருந்த கேள்வியை அவர் கண்டு கொண்டார். இது என்ன சட்னி சொல்லு பாக்கலாம் என்றார். தெரியல சார்... நல்லா இருக்கு... ஆனா நான் சாப்டதில்ல. புதுசா இருக்கு என்றேன். பிரண்டை சட்னி இது. உடம்புக்கு ரொம்ப சூடு. அடிக்கடி சாப்பிடக்கூடாது என்றார். கொஞ்சம் சாப்பாட்டை வைத்துவிட்டுக் கை கழுவிக் கொண்டேன். என்ன ஆச்சு குமார் பிடிக்கலையா... வேணும்னா தயிர் சாதம் இல்லாட்டி தக்காளி சாதம் சாப்டறியா என்றார். வேண்டாம் சார் போதும். ரொம்ப சாப்பிட்டா வண்டி ஓட்டும் போது தூக்கம் வந்துடும் என்றேன். அவர் நிதானமாக ஒவ்வொரு பருக்கையையும் இரசித்து சாப்பிட்டார்.

திரும்ப வரும்போது அவர் பேசும் மனநிலையை இழந்திருந்தார். அமைதியாக வர முயற்சி செய்தார். ஆனால் அந்த அமைதி கொஞ்ச நேரத்தில் உறுத்த ஆரம்பித்துவிட்டது போல. பாட்டு சிடிக்களை ஆராய ஆரம்பித்தார். ஏதோ ஒரு சிடியைப் பிளேயரில் போட்டுவிட்டுக் கண்களை மூடிக் கொண்டார். ஐந்து நிமிடத்தில் அதையும் நிறுத்திவிட்டு உங்க அப்பா என்ன பண்ணிகிட்டிருக்கார் என்றார்.

நான் குழந்தையா இருக்கறப்பவே அவர் இறந்துட்டார் சார் என்றேன். ஓ ஐம் சாரி... எப்படி? என்றார்.

அவருக்கு ஏதோ வியாதின்னு நினைக்கிறேன். எங்க அப்பாவும் அம்மாவும் லவ் மேரேஜ் பண்ணிகிட்டவங்க. வேற வேற சாதி என்றுவிட்டு நிறுத்தினேன். அவர் என்னைக் கூர்ந்து பார்த்துக்கொண்டிருந்தார். என் முழு வாழ்க்கையையும் கேட்பதற்குத் தயாராய் இருப்பது போலவும் ஆனால் அதைக் காட்டிக்கொள்ள தயங்குவது போலவும் தெரிந்தார். ஒரு நிமிடம் இரண்டு பேரும் அமைதியாய் இருந்தோம். என் மனம் தயாராகிக் கொண்டிருந்தது. மலைப்பாம்பு மெல்ல அசைந்து கல் சந்திலிருந்து வெளியேறுவதைப் போல என்னுடைய வாயிலிருந்து என்னுடைய வாழ்க்கையின் ஒலிச் சித்திரம் வெளியேற ஆரம்பித்தது.

அப்பா இருக்கற வரைக்கும் பெரிசா ஒண்ணும் பிரச்சனை இல்லைன்னாலும் அவரு செத்ததுக்கப்புறம் பிரச்சனை பெரிசா போயிகிட்டே இருந்தது. அப்போ நான் கைக் குழந்தை. அண்ணனுக்கு மூணு வயசு. ராத்திரி விடிய விடிய வீட்டு மேல டமார் டமார்னு கல்லு விழுந்துகிட்டே இருக்கும். நாங்க இருந்த வீடு ஊரவிட்டு ரொம்பத் தள்ளி இருந்தது. அம்மா ரொம்ப பயந்த சுபாவம். பைத்தியம் பிடிக்கற அளவுக்குப் பயந்துட்டாங்க. ஆனா எங்க போறதுன்னு தெரியல. ஆனாலும் வேற வழியில்ல. எங்க ரெண்டு பேரையும் கூப்டுகிட்டு இங்க வந்தாங்க. காரை வேலை, கொத்து வேலை, கடைங்கள்ல பாத்திரம் தேக்கிறது, தண்ணி எடுக்கறதுன்னு எல்லா வேலையும் செஞ்சாங்க. வீடுன்னு ஒரு சாலை வீடு. கரண்ட் இல்லை. காடா விளக்குதான் வெளிச்சம். ஒரு நேரம்தான் சாப்பாடு செய்வாங்க... பெரும்பாலும் குழம்பு வைக்க மாட்டாங்க. சுடு சாப்பாட்டில எட்டனா ஊறுகாய பிசைஞ்சி சாப்பிடுவோம். பழைய சாப்பாட்டுக்கு ஊறுகாய தொட்டுக்கிட்டு சாப்பிடுவோம்.

அண்ணனும் நானும் கொஞ்சம் வளந்து வேலைக்குப் போக ஆரம்பிக்கற வரைக்கும் இதுதான். அண்ணனைப் படிக்க வைக்க முடியலை. என்னையாவது கொஞ்சம் படிக்க வைச்சிடணும்னு எவ்வளவோ பாடுபட்டாங்க. ஆனா பத்தாவதுக்கு மேல அவங்களால முடியல. அண்ணன் எடுபுடி சித்தாள்னு கொஞ்சம் கொஞ்சமா மேஸ்திரி ஆயிட்டான். கொஞ்சம் நிதானமானோம். ஆனா முடியல. அண்ணன் ஒரு பொண்ணைக் காதலிக்கறதா சொன்னான். அவ்வளவுதான். அம்மா பத்திரகாளியாயிட்டாங்க. பைத்தியம் மாதிரி எப்பப் பாத்தாலும் கத்த ஆரம்பிச்சிட்டாங்க. ரொம்பவே சிரமமா இருந்தது. அவங்க பயங்கரமா பயந்திருந்தாங்க. காதல்னாவே பேய் அடிச்ச மாதிரி பாத்தாங்க. கடைசியில பிரச்சனை ஒரு

முடிவுக்கு வந்தது. அண்ணன் ஒருநாள் தூக்கு மாட்டிகிட்டு செத்துப் போயிட்டான்.

அதோடு நிறுத்திக்கொண்டேன். இதுவே போதும் என்றிருந்தது. என்வீட்டுக்காரி பிரியாவுக்கும் அம்மாவுக்கும் நடக்கும் கதையைச் சொல்ல ஆரம்பித்தால் பிரபாகரால் தாங்க முடியுமா என்று சந்தேகமாய் இருந்தது.

ஏதோ ஒருவிதத்தில் அவரை அடக்கிவிட்டது போலவும் ஜெயித்துவிட்டதைப் போலவும் ஒரு உணர்வு எனக்கு. ஏன் இப்படித் தோன்றுகிறது என்றே எனக்குப் புரியவில்லை. ஆனால் வரும்போது இருந்ததைவிட நான் இப்போது நிம்மதியாகவும் அமைதியாகவும் இருப்பதைப் புரிந்துகொள்ள முடிந்தது.

பிரபாகர் புன்னகையோடு ஆசீர்வதிப்பதைப் போல ஒரு பார்வை பார்த்தார். இடதுபக்கம் சுபலட்சுமி பேக்கரி என்ற போர்டு எங்களை நோக்கிப் பெரிதாகிக் கொண்டே வருவதை நாங்கள் இருவருமே கவனித்தோம். காபி சாப்பிடலாமா என்றார். காரை ஓரங்கட்டினேன்.

காலையில் அவர் சொன்னதைப் போல மழை வருவதற்கான அறிகுறிகள் அடர்ந்துவிட்டன. வானம் மிகவும் இருட்டிப் போய்விட்டது. தலைவர் வந்துவிட்டால் மழையை ஆரம்பித்து விடலாம் என்பது போல எல்லாம் தயாராய் இருந்தன. வானத்தைக் காட்டி சார் காலையில நீங்க சொன்ன மாதிரியே மழை வரும் போல இருக்கு சார் என்று ஆச்சரியமாகக் கூறினேன்.

காபி கொஞ்சநேரம் கழித்துதான் வந்தது. தங்கநிறத்தில் இருந்த பித்தளை டபரா செட்டில் தந்தார்கள். ஒரு வாய் குடித்துவிட்டுக் காபி ரொம்ப அருமையா இருக்கு சார் என்றேன் உற்சாகமாய். வெறுமனே சிரித்துக் கொண்டார்.

இனிமேல் என்னிடமே ரெகுலராய்க் கார் எடுத்துக் கொள்வதாய் நாங்கள் முதலில் பேசும்போது சொல்லியிருந்தார். ஆனால் அந்தப் பிரயாணத்திற்குப் பிறகு அவர் என்னைத் திரும்ப எப்போதும் கூப்பிடவில்லை.

அடவி, ஏப். 2015

பைத்தியக்காரனின் வீடு

சம்பு பக்கத்து வீட்டுக்குக் குடி வந்து மூன்று மாதம் ஆகிறது. புதிதாக ஒருவரிடம் பழகுவதற்கு நான் சில சம்பிரதாயங்களை வைத்திருந்தேன். ஒரே பார்வையில் அதையெல்லாம் உடைத்தெறிந்துவிட்டு மிகவும் இயல்பாகக் கைகளைப் பற்றிக் குலுக்கி என்னுடைய ஆத்மார்த்த நண்பன் ஆகிவிட்டான்.

அவனிடம் விஷேசமான ஒரு கச்சிதத் தன்மையை உணர முடிந்தது. எதனால் என்று தெரியவில்லை. வசீகரமான சிரிப்பு அளவான பேச்சு குரலில் இருக்கும் பட்டுப் போன்ற மிருது... எவ்வளவு வலிமையாக ஒன்றைச் சொல்ல வேண்டும் என்றாலும் அந்த மிருதுவான குரலிலேயே சொல்கிறான். ஆனால் அது மிகவும் வலிமை உடையதாய் இருக்கிறது.

அவன் ஒரு நோயைப் போல என்னைப் பற்றிக் கொண்டான். எந்நேரமும் அவனைப் பற்றிய சிந்தனை. என்னுடைய எல்லாச் சிந்தனை களும் கடைசியில் அவனிடம்தான் சென்று முடிவடைகின்றன.

கொஞ்ச நாட்களாகவே எங்கேயாவது வெளியில் போகலாமே என்று சொல்லிக் கொண்டிருந்தான். வாழ்க்கையின் கரடுமுரடான பாதையில் இருந்து நானும் வெளியேறி ரொம்பநாள் ஆகிறது. தனிமையும்

நல்ல காற்றும் இருக்கும் ஆற்றுப் புறங்களை யோசித்தோம். ஒகேனக்கல், புளியஞ்சோலை, மேட்டூர், பூலாம்பட்டி, கொல்லிமலை என்று எல்லாவற்றையும் யோசித்துவிட்டுக் கடைசியில் மோகனூரைத் தேர்வு செய்தோம். வரும் சனிக்கிழமை போகலாம் என்று முடிவு செய்துகொண்டோம். காலை ஆறுமணி இரயிலுக்குக் கிளம்பினால் ஒரு அரைமணியில் மோகனூர் போய்விடலாம். அங்கிருந்து ஆற்றுக்கு நடை தூரம். வழக்கமாக எடுத்துப் போகும் சப்பாத்தி தக்காளி சப்ஜியை சுலக்சனா முணுமுணுத்துக்கொண்டே தயார் செய்து கொடுத்தாள். அவள் எப்போதும் வெளியே எங்கே கூப்பிட்டாலும் வரமாட்டாள் என்பதால் எனக்கும் வெளியே எங்கேயும் போகவும் விருப்பம் இல்லாமல் இருந்தது. இப்போது சம்புவோடு சேர்ந்துகொண்டு வெளியே போவது குறித்து அவளுக்குக் கொஞ்சம் கடுப்பு. மனசுதான் எவ்வளவு விசித்திரமானது?

பனி பெய்துகொண்டிருந்த மெல்ல இருள் விலகிக் கொண்டிருக்கும் காலையில் வரிசையாகப் பெண்கள் போடும் விதவிதமான கோலங்களைப் பார்த்தபடி நடந்தே இரயில்வே ஸ்டேசன் போய்ச் சேர்ந்தோம். சம்பு எதுவும் பேசவில்லை. பொதுவாக அவன் பேசுவதில் ஆர்வம் இருப்பவன் போலத் தெரியவில்லை.

ஸ்டேசனில் நாங்கள் இருவர் கார்ட் டிக்கெட் கொடுப்பவர் தவிர யாரும் இல்லை. இரயில் நாங்கள் ஏறியவுடன் கிளம்பிவிட்டது. ஜன்னல் வழியாக வானம் முழுவதும் படர்ந்திருந்த செம்மையைப் பார்த்தோம். என் மனம் இளகி மகிழ்ச்சியாக உணர்ந்தேன். சம்புவின் முகமும் பிரகாசமாய் இருந்தது. அவன் ஒரு குருவைப் போலவும் நான் ஒரு சிஷ்யனைப் போலவும் தயாராகிக் கொண்டிருந்தோம்.

இரயிலிலும் கூட்டம் இல்லை. இந்த இரயில் பாதை புதியது. இப்போதுதான் இதில் நான் போகிறேன். வழியெல்லாம் காய்ந்த கருவேல மரங்களும் புழுதியுமாய் இருந்தன என்றாலும் புதிய காட்சிகள் மிகவும் கிளர்ச்சியூட்டிக் கொண்டிருந்தன.

புதன் சந்தை வரை சம்பு சூரிய உதயத்தையே பார்த்துக் கொண்டிருந்தான். பிறகு என்னிடம் திரும்பி இந்தப் பிரபஞ்சம் எவ்வளவு பெரிசு இல்ல என்றான். பிரபஞ்சம் முழுவதையும் ஒரு சுற்றுப் பார்த்துவிட்டு வந்தவன் போல அவன் குரலில் அவ்வளவு ஆச்சரியம் தேங்கியிருந்தது. அந்த ஆச்சரியத்தை என்னால் உடனடியாக அடைய முடியவில்லை. கொஞ்சம் திகைத்துப் பிறகு ஆமாம் என்பது போலப் புன்னகைத்தேன்.

நாமல்லாம் ஒண்ணுமே இல்லை. நம்முடைய அறிவு, காலம், சக்தி எதுவுமே ஒண்ணும் இல்ல. ஆனா நாம இத எவ்வளவு பெரிசா நினைச்சிக்கிட்டிருக்கோம் என்று மீண்டும் ஆச்சரியப்பட்டான். எனக்குத் தெரியும் இவன் இப்படித்தான் பேசுவான்; இதுதான் இவன் இயல்பு. ஆனால் இத்தனை நாளும் வெறுமனே சாப்டாச்சா வேலைக்குப் போயிட்டு வந்தாச்சா இந்தப் புத்தகம் படிச்சீங்களா அந்தப் படம் பாத்தீங்களா என்றுதான் பேசிக்கொண்டிருந்தோம். ஆனால் அவனுடைய மன இயல்பை நான் முன் உணர்ந்திருந்தேன். அதே போல இப்படிப்பட்ட விசயங்களை இவனிடம் பேச முடியும் என்பதையும் சம்பு முதலிலேயே கண்டுகொண்டிருந்தான். அதனால்தான் என்னைப் பார்த்தவுடன் கைகுலுக்கிச் சிநேகிதமானான். மற்றபடி அவன் யாரிடமும் அவ்வளவு சீக்கிரம் பழகக் கூடியவன் இல்லை. அவனுக்கு என்னிடம் பிரத்யேகமான வாஞ்சையும் அன்பும் இருந்தது.

அவனை அவன் இவன் என்று சொல்கிறேனே என்று வித்தியாசமாய் நினைக்க வேண்டாம். எப்படியும் என்னைவிடவும் அவனுக்கு ஒரு ஐந்து வயதாவது குறைவாகத்தான் இருக்கும். என்னைவிடவும் பக்குவத்திலும் அறிவிலும் மிகவும் முதிர்ச்சியாக இருந்தான். எங்கள் இரண்டு பேரின் கண்களைப் பார்க்கும் எவரும் அதை மிக எளிதாகச் சொல்லிவிடுவார்கள். எங்கள் இருவரையும் யாரும் பார்த்தால் அவன் மூத்தவன் போலவும் நான் இளையவன் போலவும்தான் தென்படுவோம். அது உடல் ரீதியாக அல்ல என்பது உங்களுக்குப் புரியும் என்று நினைக்கிறேன். அவனுடைய நடவடிக்கைகளும் எனக்குப் பெரியவன் போலத்தான் இருக்கும். ஆனால் இதில் எனக்கு எவ்விதப் புகாரும் இல்லை. சொல்லப்போனால் எனக்கு அவன் இப்படி நடந்து கொள்வதுதான் சரியானது என்று தோன்றுகிறது. அவன் அதற்குத் தகுதியானவன். ஆனால் அவனை அவர் இவர் என்று குறிப்பிட ஏனோ மனம் ஒப்பவில்லை. அது மிகவும் அன்னியம் மாதிரி என்னையும் அவனையும் ஒரேயடியாய்ப் பிரித்துப் போடுவது மாதிரி இருக்கிறது.

அவனுடைய புத்தக செல்பில் கைவல்ய நவனீதத்திலிருந்து ஜேகே ஓஷோ வரை பலதரப்பட்ட ஆன்மீகப் புத்தகங்கள், ஐன்ஸ்டீன் காலம் ஒரு வரலாற்றுச் சுருக்கம் முட்டாள்களுக்கான அறிவியல் விளக்க வரிசை என்னும் ஆங்கிலப் புத்தகங்கள் என்று சகலமும் இருக்கிறன.

ஒரு முறை சாயந்திரம் சம்புவைப் பார்க்க அவன் வீட்டுக்குப் போனபோது அவன் தியானம் செய்து கொண்டிருந்தான். அவன்

உடலிலிருந்து காலம் வடிந்து போய் இருந்ததாகப் பட்டது. இந்த உலகத்திற்கும் அதன் பொருட்களுக்கும் தனக்கும் எவ்விதச் சம்பந்தமும் இல்லை என்பது போல உட்கார்ந்திருந்தான். எனக்கு உடம்பெல்லாம் எதையோ வாரிக் கொட்டியதைப் போலச் சிலிர்த்துப் போனது. கொஞ்ச நேரம் அங்கேயே உட்கார்ந்து அவனையே கவனித்துக் கொண்டிருந்தேன். அவன் கலைந்து எழுபவனைப் போலத் தெரியவில்லை. இப்போது அவன் எங்கே இருப்பான் அவன் மனம் என்ன நினைக்கும் என்று யோசித்தேன். என்னவோ எனக்குள் பதற்றம் உண்டானது. ஒருவேளை அப்படியே தியானத்தில் கரைந்து சமாதியாகிவிடுவானோ என்று சந்தேகம் வந்தது. திருவிழாவில் குழந்தையைத் தவற விட்டது போலப் பயந்து பரிதவித்துப் போய்விட்டேன். சம்பு நீ போய்விட்டால் உன்னைப் போல எனக்கு ஒருவன் எங்கே கிடைப்பான் என்று கத்த வேண்டும் போல இருந்தது அதை நினைத்துப் பார்க்கவே முடியவில்லை. அவனைப் பிடித்து உலுக்கி அவன் தியானத்தைக் கலைத்துவிட்டு ஓடிவிடலாமா என்றுகூட இருந்தது. ஆனால் நல்ல வேளையாக அப்படி எதுவும் செய்யாமல் எழுந்து வந்துவிட்டேன். மனச் சோர்வு என்பது எப்படி இருக்கும் என்பது அப்போதுதான் எனக்குத் தெரிந்தது. அதற்குப் பின்னாலும் அவனிடம் தியானத்தைப் பற்றியோ ஆன்மீகத்தைப் பற்றியோ நான் எதுவும் மூச்சு விடவில்லை. அப்படிப் பேச என்னவோ செக்ஸ் விசயங்களைப் பேசுவதைப் போலக் கூச்சமாய் இருந்தது.

மோகனூர் ஆற்றில் தண்ணீர் விஸ்தாரமாய் போய்க் கொண்டிருந்தது. பெரிய பெரிய பரிசல்களில் நாவலடியான் கோயிலுக்கு வந்த ஜனங்கள் வெகுதூரம் வரை போவதும் வருவதுமாக இருந்தார்கள். சின்னப் பிள்ளைகள் ஆற்றில் குதியாலம் போட்டுக் கொண்டு குளித்தனர். தோப்புகளிலும் மர நிழலிலும் பெரிய பெரிய அண்டாக்களையும் கேஸ் அடுப்புகளையும் வைத்துக்கொண்டு ஆற்றில் குளித்துவிட்டு வந்த பயபக்தியான பெண்கள், சமையல்காரர்கள், தொந்தியும் தொப்பையும் சரிந்த குடும்பத் தலைவர்கள் அவர்களின் உறவினர்கள் என ஜனங்கள் கோயிலில் வெட்டிக் கொண்டு வந்த ஆடுகள் கோழிகளைச் சமைப்பதும் சாப்பிடுவதும் என்று அது ஒரு தனி உலகமாய் இயங்கிக் கொண்டிருந்தது. ஆற்றின் நீண்ட அக்கரை முழுவதும் தென்னை மரங்கள். அதற்குப் பிறகு உலகம் வெறும் தென்னை மரங்களால் ஆனது என்பது போல இருந்தது.

காற்று ஜில்லென்று வீசிக் கொண்டிருந்தது. ஜனங்கள் போவது வருவதைப் பற்றிய உணர்வே இல்லாமல் சாயந்திரம்

வரை ஏதோதோ பேசிக்கொண்டிருந்தோம். என்ன பேசினோம் என்பது கோர்வையாய் நினைவில் இல்லை. ஆனால் உலகம் இதன் இயல்பு மக்கள் அவர்களின் மனங்கள் கடவுள் ஆன்மீகம் பிரபஞ்சம் அறிவியல் மாயை பற்றுகள் ஆசைகள் இப்படிப் பேசிக்கொண்டே இருந்தோம். அவன் சொன்ன எல்லாவற்றையும் புரிந்து கொள்ள முடிந்தது. அதற்கு இணையாக உரையாடவும் முடிந்தது குறித்து எனக்கு அவ்வளவு சந்தோசமாய் இருந்தது. என் வாழ்க்கையில் இப்படிப்பட்ட விசயங்களை யாருடனும் பேசியது இல்லை. அப்படி யாரிடமாவது ஆரம்பித்தால் அவர்கள் தத்துப் பித்தென்று எதையாவது உளறுவதைக் கேட்டு நொந்து போயிருக்கிறேன்.

சம்புவின் வருகைக்குப் பிறகு எனக்கே தெரியாமல் நான் மாறிக்கொண்டு வந்திருக்கிறேன். சுலக்சனா அதைச் சீக்கிரமே கண்டுபிடித்துவிட்டாள். என்ன கொஞ்சம் கொஞ்சமா பாலீஸ் ஆயிட்டு வர்றீங்க. கோவப் படறது எரிஞ்சு விழறது எல்லாம் காணோம். படிக்கற புத்தகமெல்லாம் ஒரு தினுசா இருக்கு. சித்தர் பாடல்லாம் படிக்கறீங்க என்றாள். அவ்வளவு மாறிவிட்டேனா என்ன? நானும் அவனைப் போன்ற ஆள்தான். என்ன இவன் வருகைக்குப் பின் நான் முழுவதுமாகத் தூண்டப்பட்டிருக்கிறேன் அவ்வளவுதான் என்று நினைத்துக்கொண்டேன்.

ஒருநாள் சம்பு தலைய ரொம்ப வலிக்குது, பசுநெய் இருக்குமா என்றான். பசுநெய் எதுக்கு என்றேன். தியானம் பண்றதால உச்சியில சூடு அதிகமாயிடுச்சி, பசுநெய் வச்சா நல்லா இருக்கும் என்றான். இரண்டு நாளில் காய்ச்சல் வந்து உடம்பெல்லாம் அனலாய்க் கொதித்தது. அந்தக் காய்ச்சலோடே எங்கோ கிளம்பிப் போனான். போய்விட்டு இரண்டு நாள் கழித்துப் பழையபடி திரும்பி வந்தான். உச்சியில இருந்து சக்திய இறக்கிட்டு வந்தேன் என்றான்.

சம்பு ஒரு டம்ளரில் தண்ணீரை எடுத்து அதில் விரல்களை வைத்துக்கொண்டு மந்திரம் போல எதையோ முணுமுணுத்துக் கொடுத்தால் தலைவலி வயிற்று வலியெல்லாம் குணமாகிறது. அன்று எதாவது வித்தியாசமாக நடக்க இருந்தால் முன்கூட்டியே அதைச் சொல்ல ஆரம்பித்தான். ஒருநாள் பாப்பாவை இன்னைக்கு ஸ்கூலுக்கு அனுப்ப வேண்டாம் என்றான். அன்று பள்ளிக்கூட வேன் ஆக்சிடெண்ட் ஆகிவிட்டது.

நானும் தியானம் செய்ய ஆரம்பிக்கலாமா என்று யோசிக்க ஆரம்பித்தேன். ஆனால் என்னவோ பயமாய் இருந்தது.

நான் வாலைச் சித்தரின் மறுபிறவி என்றான். இன்னும் நான்கு வருடத்தில் நான் முக்தியடைந்துவிடுவேன் என்றான். எனக்குத் தினம் தினம் அவனைப் பார்த்துப் பிரமித்துப் பிரமித்துச் சலித்துப் போய்விட்டது. ஒரு கட்டத்துக்கு மேல் எனக்கு அவன் மீது சந்தேகம் வந்துவிட்டதோ அல்லது அவன் அப்படித்தான் என்கிற இடத்துக்கு வந்துவிட்டேனோ தெரியவில்லை. எனக்கும் அவனுக்கும் இடையேயான ஈர்ப்பு சட சடவெனக் குறைந்து நான் வழக்கம் போல என்னுடைய வாழ்க்கையைக் கவனிக்க ஆரம்பித்துவிட்டேன்.

2

இரண்டு நாளாக செல்போன் ரீ சார்ஜ் செய்யவில்லை. கடைக்குப் போய் ரீ சார்ஜ் செய்து கொண்டு வந்தேன். யாருக்கும் போன் செய்யக் கூட நேரமில்லை. ஜவ்வரிசி கம்பெனியில் வேலை செய்கிறேன். மார்ச் மாத வேலைப்பளு தாங்க முடியாத அளவுக்குப் போய்க்கொண்டிருந்தது. இந்த வாரம் தான் கொஞ்சம் ஓய்வாக இருக்கிறது.

சம்புவைப் பற்றி இன்று திடீரென்று நினைவு வந்தது. என்ன செய்துகொண்டிருப்பானோ மனுசன். அவனுண்டு புத்தகங்கள் உண்டு தியானம் உண்டு அவனுக்கென்ன ஜாலியான வாழ்க்கை என்று தோன்றியது. எதைப் பற்றியும் கவலை இல்லாமல் இருந்தால் நான்கூட அப்படித்தான் இருப்பேன் என்று நினைத்துக் கொண்டேன். ஆனால் எதைப் பற்றியும் கவலை இல்லாமல் இருப்பது என்பது சூழ்நிலையாலா மனநிலையினாலா என்று என் மனம் கேள்வி கேட்டது. நான் கொஞ்சம் திணறிப் போனேன். ஆனாலும் என்ன இருந்தாலும் அவன் கொஞ்சம் கொடுத்து வைத்தவன்தான். அதில் ஒன்றும் சந்தேகமில்லை என்று நினைத்துக்கொண்டேன்.

இப்போதெல்லாம் அவன் வீட்டுப் பக்கமே சரியாகப் போவதில்லை. வழியில் பார்த்தாலும் ஹாய் என்று சிரித்துவிட்டு விலகிச் சென்றுவிடுகிறேன். என்ன பிரச்சினையென்றால் அவன் சொல்கின்ற விசயங்களையெல்லாம் நான் ஒரு குருவின் வார்த்தைகளைப் போல மிகவும் சிரத்தையாகக் கேட்டுக்கொண்டேன். ஆனால் என்னைப் பற்றியோ என் வீட்டைப் பற்றியோ குடும்பத்தைப் பற்றியோ வேலையைப் பற்றியோ ஏதாவது அவனிடம் ஆர்வமாகச் சொன்னால் அவன் அதை அவ்வளவு ஆர்வமாகக் கேட்பதில்லை. வெறுமனே கன்னத்தில் கையை வைத்துக்கொண்டு கேட்டுக் கொண்டிருப்பான். அவ்வளவுதான். முதலில் நான் அதைப்

பெரிதாக நினைக்கவில்லை. ஆனால் சில தடவைக்குப் பின்னால் இது என்னைப் புண்படுத்த ஆரம்பித்தது. வேண்டுமென்றே எனக்கே சிறியதாகத் தோன்றும் விசயங்களைக்கூடப் பெரிதாகவும் நுட்பமாகவும் அதில் சிக்கிக்கொண்டு நான் சாவதைப் போலவும் பேசத் தொடங்கினேன். அவன் முகபாவனையில் எந்த மாற்றமும் இல்லை. அதே புன்னகை. ஒரு கட்டத்துக்கு மேல் எனக்கு அடச்சே என்று தோன்றிவிட்டது. உலகம் என்பது நீ கண்டுபிடித்து வைத்திருப்பது மட்டும்தானா என்ன? நான் வாழ்ந்துகொண்டிருக்கும் உலகம் உனக்கு அவ்வளவு இளக்காரமாய்ப் போய்விட்டதா? என்று அவனைப் புறக்கணிக்க ஆரம்பித்தேன்.

சாயந்திரம் வீட்டுக்கு வந்துகொண்டிருக்கும் போது வினோத் வருவதாகப் போன் செய்தான். அவன் என்னுடைய அண்ணன் மகன். சைக்காலஜி மாணவன். மதிப்பெண்ணில் டிஸ்டிங்சன் வாங்கியவன். இப்போதுதான் எம் ஏ சைக்காலஜி முடித்தான். சின்ன வயசில் இருந்தே அவனுக்கு இந்த விசயங்களில் ஆர்வம் ஜாஸ்தி. மெஸ்மரிசம், ஹிப்னாடிசம் என்று புத்தகங்கள் வாங்குவான். பிளஸ் டூ படிக்கும்போது பிராய்ட், யுங் புத்தகங்களைப் படித்துக்கொண்டிருந்தான். நல்ல மார்க் எடுத்திருந்தான். எம்பிபிஎஸ்க்குக்கூட மார்க்கும் கட் ஆஃபும் இருந்தது. ஆனால் அவன் பிர சைக்காலஜிதான் படிப்பேன் என்றான். அண்ணன் எவ்வளவோ தூரம் சொல்லிப் பார்த்தார். பிறகு அவன் இஷ்டத்துக்கே விட்டுவிட்டார்.

வினோத்தைப் பார்த்து ரொம்ப நாள் ஆகிவிட்டிருந்தது. இப்போது சட்டென்று அடையாளம் தெரியாத அளவுக்குக் கத்தி மாதிரி பளிச்சென்று இருந்தான். பெரிய மனித தோரணைக்கு இயல்பாக மாறியிருந்தான். இவன் வயதில் பெரிய மனிதன் போலத் தோன்றுவதற்கு எனக்கு மிகவும் பயமாய் இருந்தது. காலேஜ் பையன் என்கிற மனநிலையைக் காலேஜ் முடித்த பின்னும் வெகு காலத்திற்கு நீட்டித்துக் கொண்டிருந்தேன்.

அவனுடைய பர்த் சர்டிபிகேட் விசயமாக இரண்டு நாட்களாய் அலைந்துகொண்டிருந்தான். நானும் வரவா என்று கேட்டதற்கு வேண்டாம் சித்தப்பா என்றுவிட்டான். இரண்டு நாள் கழித்து சர்டிபிகேட் கையில் கிடைக்க இன்னும் ஒருவாரம் ஆகும் என்றும் அதற்குள் ஊருக்குப் போய்விட்டு வந்துவிடுகிறேன் என்றும் சொன்னான். நான் அவனை ஒருவாரம் இங்கேயே தங்கியிருக்கும்படி மிகவும் வற்புறுத்திக் கேட்டுக்கொண்டேன். சின்ன வயதிலிருந்தே அவன் சேர்ந்தார்போல இரண்டு நாள் எங்கள் வீட்டில் தங்கியதில்லை. இனி வேலை வெட்டி

என்று போய்விட்டால் அப்புறம் எங்கே சாவகாசமாய் வரப் போகிறான்.

பகலெல்லாம் உட்கார்ந்துகொண்டு சுலக்சனாவிடம் அரட்டை அடிப்பதில் அவனுக்கு எந்தப் பிரச்சினையும் இல்லை. உடன் இருப்பவர்கள் எந்த அடுக்கில் இருக்கிறார்களோ அதற்குத் தகுந்த மாதிரி அவன் தன்னை டியூன் செய்துகொள்ளுவான். சைக்காலஜி அது இது என்று பயமுறுத்தாததால் சுலக்சனாவுக்கும் எந்தப் பிரச்சினையும் இல்லை. அப்புறம் நான் சாயந்திரம் வீட்டுக்கு வந்ததும் இரண்டு பேரும் உட்கார்ந்துகொண்டு சுலக்சனாவால் ஒரு நிமிடம்கூட உட்கார முடியாத பல விசயங்களைப் பேச ஆரம்பித்தோம். எல்லாவற்றிலும் அவனுக்கு ஒரு தெளிவான பார்வை இருந்தது. இந்த வயசிலேயே இவன் இப்படி இருப்பது எனக்குக் கொஞ்சம் பொறாமையாகக்கூட இருந்தது.

இன்று பேச்சு வாக்கில் சம்புவைப் பற்றி ஆரம்பித்தேன். ஆரம்பித்ததுதான் தெரியும். என்னால் நிறுத்த முடியவில்லை. சம்பு வந்ததிலிருந்து இன்று வரை அவனுடைய நடவடிக்கைகள் எல்லாவற்றையும் விதவிதமாய்ச் சொல்ல ஆரம்பித்துவிட்டேன். ஆனால் எங்களுக்கிடையே இருந்த சிறு விரிசலை மறந்தும் கோடி காட்டிக் கூடச் சொல்லவில்லை. எங்கள் இருவருக்கும் அதுவும் குறிப்பாக எனக்குத் தனிப்பட்ட முறையில் உருவாகிவிட்டிருந்த இந்த ஈகோ மற்றவர் முன்னால் சுவடில்லாமல் காணாமல் போய்விடுவது குறித்து நிம்மதியாக இருந்தது.

வினோத் அவரை உடனே பார்க்க வேண்டும் என்றான். இரவு எட்டு மணி. எனக்கும் சம்புவைப் பார்க்க வேண்டும் போல இருந்தது. கிளம்பினோம். சுலச்சனா சாப்டுட்டுப் போங்க என்றாள். வந்து சாப்பிட்டுக் கொள்வதாகச் சொல்லிவிட்டுக் கிளம்பினோம்.

சம்புவின் அறை வெறுமனே சாத்தியிருந்தது. எனக்குச் சந்தேகமாய் இருந்தது. உள்ளே எட்டிப் பார்த்தோம். தியானத்தில் உட்கார்ந்திருந்தான். எங்களுக்கு ஏமாற்றமாய் இருந்தது. கொஞ்ச நேரம் மௌனமாய் நின்றுகொண்டிருந்தோம். வினோத் போகலாம் என்று ஜாடை செய்தான். வந்துவிட்டோம்.

சாப்பிடும்போது சம்புவின் தியானத்தைப் பற்றி, பொதுவாகத் தியானத்தைப் பற்றிப் பேசவேண்டும் என்கிற ஆர்வம் எனக்குக் கட்டுப்படுத்த முடியாத அளவுக்கு இருந்தது. ஆனால் வினோத் அதைப் பற்றி எதையுமே கண்டு கொள்ள வில்லை. வேறு விசயங்களைப் பேசுவதிலேயே குறியாய்

இருந்தான். எனக்குக் குழப்பமாய் இருந்தது. ஏன் இவன் இந்த விசயத்தை வலுக்கட்டாயமாகத் தவிர்க்கிறான்? வினோத்துக்குக் கடவுள் நம்பிக்கை இல்லை. ஒருவேளை தியானத்தைக் கடவுள் நம்பிக்கையோடு சம்பந்தப்படுத்திக் கொண்டானோ?

காலையில் எட்டு மணிக்குப் போய்ப் பார்த்தோம். சம்பு அப்படியேதான் இருந்தான். எனக்குப் பயமாய்ப் போய்விட்டது. ஒரு இரவு முழுவதும் ஆடாமல் அசையாமல் கல் திட்டைப் போல உட்கார்ந்திருக்க முடியுமா? கிட்டே போய் உற்றுப் பார்த்தேன். மூச்சு ஒரே ஒரு இழை மட்டும் ஓடிக் கொண்டுதான் இருந்தது. சம்பு ஒரு ஞானி அல்லது ஞானி ஆகப் போகிறவன். எனக்கு ஏனோ அழ வேண்டும் போல இருந்தது. வினோத்தைத் திரும்பிப் பார்த்தேன். அவனிடம் எந்த ரியாக்சனும் இல்லை. என்ன இருந்தாலும் அவன் சின்னப் பையன்தானே என்ன உலக அனுபவம் இருக்கப் போகிறது? அவனுக்கு இதெல்லாம் என்ன தெரியும். பைத்தியக்காரத்தனம் என்றுகூட நினைத்துக் கொண்டிருப்பான்.

இருவரும் திரும்ப வீட்டுக்கு வந்தோம். சுலக்சனா சாப்பிடச் சொன்னாள். நான் சுலக்சனாவிடம் சம்பு இன்னும் தியானத்திலயே உட்கார்ந்திருக்கார். ராத்திரி முழுக்க... போய்ப் பாத்துட்டு வாயேன் என்றேன். அவள் அப்படியா என்றாள். பாத்திரங்களைக் கழுவிக்கொண்டிருந்தாள். அப்புறம் போய்ப் பார்த்துக்கறேன் என்றாள். எனக்கு வினோத்திடம் இதைப் பற்றி ஏதாவது விரிவாய்ப் பேசவேண்டும் போல இருந்தது.

சாப்பிட உட்கார்ந்தோம். சுலக்சனா கையைக் கழுவிக் கொண்டு தட்டை எடுத்து இட்லியும் வெங்காயச் சட்னியும் எடுத்து வைத்துவிட்டு டிவியில் டெலிஷாப்பிங் பார்க்க ஆரம்பித்தாள். அவளுக்கு எப்போதும் இதே வேலைதான். டிவியைப் பார்ப்பது போனை நோண்டுவது எதையாவது ஆர்டர் செய்து வரவழைப்பது அதைத் தெண்டமாய்த் தூக்கி மூலையில் போட்டுவிடுவது. இதுதான் அவளுடைய சமீபகால வேலை. நானும் எவ்வளவோ தூரம் சொல்லிப் பார்த்துவிட்டேன். கேட்டால்தானே?

வினோத் மெல்லிய சிரிப்போடு சாவகாசமாய்ச் சொன்னான். சம்புவுக்குக் கொஞ்சம் மெண்டல் பிராப்ளம் இருக்கும்னு நினைக்கிறேன்? அவன் இப்படிச் சொன்னது திடீரென்று வெடி வெடித்த மாதிரி இருந்தது. நான் அதிர்ச்சியாய் அவனைப் பார்த்தேன்.

ஆமா சித்தப்பா . . . சில பேர் இப்படித்தான் தங்களைக் கடவுள் அவதாரம் இல்லாட்டி ஞானி அந்த மாதிரி நினைச்சிக்குவாங்க. மத்தவங்களவிடத் தான் ரொம்ப விசேசமானவங்க வித்யாசமானவங்கன்னு நினைச்சுக்குவாங்க. அவங்ககிட்ட அற்புத சக்தி இருக்கறதா நினைச்சிக்குவாங்க. தியானம் பண்றேன்னு மணிக்கணக்கா உக்காந்திருப்பாங்க. கொஞ்சம் ட்ரீட்மெண்ட் எடுத்துக்கிட்டா சரியாப் போயிடும் என்று ஆரம்பித்து ஏதோ சொல்லிக்கொண்டே போனான். ஒரு அற்புதமான விசயத்துக்கு இப்படிக்கூட ஒரு மறுபக்கம் இருக்க முடியுமா? என்னால் கற்பனை செய்துகூடப் பார்க்க முடியவில்லை. எப்படி இவனால் இப்படியெல்லாம் நினைக்க முடிகிறது. தான் அறிவாளி என்கிற கர்வம் எந்த எல்லைக்கும் போய்விடுமா?

என்ன சித்தப்பா அப்படிப் பாக்கறீங்க? உங்களால நம்ப முடியல . . . அதிர்ச்சியா இருக்கு இல்ல? நாம மெண்டல் டிஸ் ஆடர்னா ரொம்ப பிரச்சினையா இருக்கறதுதான்னு நினைச்சிகிட்டிருக்கோம். ரொம்ப நல்ல மாதிரியா இருக்கறதா காட்டிக்கிறது அல்லது அப்படி இருக்க முயற்சி பண்றதுகூட ஒருவகையான டிஸ்ஆடர்தான்.

என்ன சொல்ற வினோத். இப்படி தவம் தியானம்னு இருக்கறவங்க எல்லாத்தையும் பைத்தியக்காரங்கன்னு சொல்ல வர்றியா?

அப்படிச் சொல்லல. ஆனா எதுக்கும் ஒரு லிமிட் இருக்கு. அந்த லிமிட் தாண்டிப் போனாதான் பிரச்சினை. அவருக்கு இப்பப் பிரச்சினை இருக்கு. சீக்கிரமா ட்ரீட் மெண்ட் எடுத்துக்கறதுதான் நல்லது. இல்லாட்டி விபரீதமா எதாவது நடக்க சான்ஸ் இருக்கு.

போடா பைத்தியக்காரா உனக்குத்தான்டா பைத்தியம் என்று கத்தினேன். அவன் ஏதோ ஜோக்கைக் கேட்டவன் போல வெடித்துச் சிரித்துவிட்டு கூல் சித்தப்பா கூல் என்றான்.

நாங்கள் திரும்பவும் அதைப் பற்றி எதுவும் பேசவில்லை. சாயந்திரம் எனக்கு சே இவனிடம் போய் எதற்காக அப்படிக் கத்தினேன் என்று வெட்கமாய் இருந்தது. வினோத் காலையில நீ அந்த மாதிரி பேசினதும் எனக்கு என்னைக் கண்ட்ரோல் பண்ண முடியலை. தப்பா நினைச்சுக்காதே என்றேன்.

அவன் சித்தப்பா நான் சொல்றதை கோவப்படாம நிதானமா கேளுங்க. சம்பு தீர்க்க தரிசனம் மாதிரி எதையாவது

சொல்றாரா? ஆமாம் ஆனா அதெல்லாம் நிஜமாவே நடந்ததே? நல்லா நினைச்சிப் பாருங்க ... அவரு பத்து சொன்னா அதுல ஒண்ணு நடக்கும் இதெல்லாம் கோ இன்சிடெண்ட். கோ இண்சிடெண்ட் உங்களுக்கும் நடக்கும் எனக்கும் நடக்கும். நீங்க அப்படி எதையும் சொன்னதில்லையா?

அப்புறம் தான் ஒரு ஞானியோட மறுபிறவின்னு சொல்லியிருப்பாரே ..?

ஆமாம். அப்புறம் நோய்களைக் குணப்படுத்தறேன்னு சொல்வாரே. ஆமாம் ஆனா அவன் மந்திரிச்சிக் கொடுத்தா தலைவலி வயித்து வலியெல்லாம் குணமாகுதே. அடப் போங்க சித்தப்பா இதெல்லாம் மனசு பண்ற வேலை. மனசு ஒன்னை நம்பிட்டா அதுக்கு எதுவும் தேவையில்லை. அதே நம்பிக்கையில தன்னையும் உடம்பையும் சரி பண்ணிக்கும். அப்புறம் எந்நேரமும் தியானம் தியானம்னு உக்காந்திருக்கறது. முக்தி அடையப் போறேன். ஞானம் அடையப் போறேன்னு சொல்றது ... இதெல்லாம் இந்த மனநிலையோட முற்றிய நிலைகள்.

இவனால் இந்த மாதிரியான விசயங்களின் வாசனையைக்கூட அறிந்துகொள்ள முடியாது. அறிவியலில் வளர்ந்த ஞான சூனியம் என்று நினைத்துக் கொண்டேன்.

உங்க மேல எந்தத் தப்பும் இல்ல சித்தப்பா. சிலபேருக்கு இப்படித்தான் ஒரு விசயத்து மேல அதீத நம்பிக்கை வழிபாட்டு மனநிலை எல்லாம் காரணம் இல்லாம வளர்ந்துகிட்டு வரும். நடிகருக்காக விரலை வெட்டிக்கறது நாக்கை வெட்டிக்கறது தூக்குப் போட்டுக்கிட்டுச் சாகிறது எல்லாம் இந்த மாதிரி கேஸ்தான். எனக்குத் தலையைச் சுற்றியது. எதைக் கொண்டு போய் எங்கே முடிச்சு போடுகிறான். நீ என்ன சொல்ற? எனக்கும் டிரீட்மெண்ட் பண்ணணும்னு சொல்றியா?

சேச்சே நான் அப்படிச் சொல்லலை. ஒரு மனுசன் தன்னோட மனசைப் பத்தி முழுசா தெரிஞ்சிக்கறதுதான் முழுமையான அறிதல். அப்படி இல்லாதபோது எல்லோருக்குமே கொஞ்சம் டிஸ்சாடர் இருக்கறதுதான் இயல்பு. அதனால நீங்க ஒண்ணும் கவலைப்படாதீங்க. இவன் முதலில் சம்புவை வெளிப்படையாக மெண்டல் என்றான். இப்போது நாசுக்காக என்னையும் மெண்டல் என்றுவிட்டான். எனக்கு ஆத்திரமாய் வந்தது. அவனை ஓங்கி அறைய வேண்டும் போல இருந்தது. என்னைச் சிரமப்பட்டுக் கட்டுப்படுத்திக் கொண்டேன்.

நான் அவன் சொன்ன விசயங்களைக் கண்டு கொள்ளவே இல்லை என்றாலும் உள்ளே அவன் தரப்புக்கான தரவுகள் மனக்கண்ணில் விரிந்துகொண்டே இருந்தன. என் தரப்பு பலவீனமாகிக் கொண்டு வருவதைப் போல அவனுடைய தர்க்கங்கள் கொஞ்சம் கொஞ்சமாக வலிமையடைந்து கொண்டு வந்தன.

கொஞ்சம் கொஞ்சமாய் நிதானத்துக்கு வந்தேன். எனக்குத் திடீரென்று அவன் மேல் சந்தேகம் வந்தது. என்னுடைய சந்தேகத்தை எப்படித் தீர்த்துக் கொள்வது என்று இரவு பூராவும் யோசித்தேன். சின்னதாய் ஒரு திட்டத்தைச் செயல்படுத்திப் பார்க்க வேண்டும் போலத் தோன்றியது.

மறுநாள் வெளியே போய் உலாத்திவிட்டு வரலாம் என்று மெல்ல அவனைப் பார்க் பக்கம் கூட்டிக்கொண்டு போனேன். பார்க்குக்கு முன்னால் இருந்த இளநீர் வண்டியில் இரண்டு இளநீர் வெட்டச் சொல்லிவிட்டு மெல்ல ஆரம்பித்தேன். வினோத் எனக்கு ரொம்ப நாளா ஒரு சந்தேகம். உன்னாலதான் அதைச் சரியா சொல்ல முடியும். உங்க சித்தி சுலக்சனாவுக்குக்கூட ஏதோ பிரச்சினை இருக்கும் போல இருக்கு. அவ நடவடிக்கை எல்லாமே சில சமயம் வினோதமா இருக்கு. ரொம்ப நாளா அது எனக்குப் புரியல. என்னவோ அவளுக்குச் சில சமயம் கிறுக்குப் பிடிச்சிக்குதுன்னு நினைச்சேன். ஆனா உங்கூடப் பேசும்போதுதான் தெரியுது அவளுக்கு உள்ளுக்குள்ள ஏதாவது பிரச்சினை இருக்கும்னு. நீ என்ன நினைக்கிற. ஏன்னா நீ அவ கிட்ட தினம் நிறைய பேசியிருக்க. வந்து இவ்வளவு நாள்ல எதுவா இருந்தாலும் நீ கண்டுபிடிச்சிருப்பேன்னு நினைக்கிறேன் . . . மெல்லத் தூண்டிலைப் போட்டுவிட்டுக் காத்திருந்தேன்.

அவன் ஒரு நிமிடம் என்னையே ஆழமாகப் பார்த்தான். எங்கே என் திட்டத்தைக் கண்டுபிடித்துவிடுவானோ என்று இருந்தது. ஆனால் சிரித்துக்கொண்டே சொன்னான். சித்தப்பா நீங்க கொஞ்சம் உணர்ச்சி வசப்படுறவறா இருந்தாலும் எதையும் ஸ்போர்டிவா எடுத்துக்குவீங்கன்னு எனக்குத் தெரியும். அதனால எதையும் சொல்றதுக்கு எனக்குப் பயமில்லை. நானா ஏன் சொல்லணும்னுதான் பார்த்தேன். ஆனா நீங்களாவே கேட்டுட்டீங்க. கரெக்ட் சித்திக்கு உங்க கல்யாணத்துக்கு முன்னாடியே ஒரு லவ் அல்லது ஏதோ அபெக்சன் இருந்திருக்கு. அந்தப் பாதிப்பில இருந்து இப்பவும் அவங்களால மீள முடியல. அதனால சில சமயம் அப்படி நடந்துக்குவாங்க. தவிரவும்

அவங்களுக்குப் பொருட்கள் மேல அதீதமான ஈடுபாடு இருக்கு. எதைப் பார்த்தாலும் வாங்கணுங்கற மனோபாவம். இது முதல்ல ஒண்ணும் தெரியலைன்னாலும் போகப் போக ரொம்ப டேஞ்சரானது.

எனக்குத் தலையைச் சுற்ற ஆரம்பித்தது. நான் விரித்த வலையில் நானே மாட்டிக் கொண்டதைப் போல விழித்தேன்.

வினோத் எல்லோரையும் மனநோயாளிகளாக நினைப்பவன் என்பதை உறுதிப்படுத்திக் கொள்ளவே சுலக்சனாவின் பேச்சை எடுத்தேன். ஆனால் சுலக்சனாவுக்கு ஏற்கனவே யாருடனோ தொடர்பு இருப்பதாகவும் அவள் மனநிலையிலும் பிரச்சினை இருப்பதாக இவன் சொல்வதும் எனக்கு அச்சத்தை உண்டாக்கியது. அப்படி இருக்காது என நினைத்துக்கொண்டேன். ஆனால் ஒரு சைக்யாரிஸ்ட் கண்டுபிடித்தது பொய்யாய் இருக்குமா? எனக்கு இப்போது சுலக்சனாவின் நடவடிக்கைகள் மனதில் ஓட ஆரம்பித்தன. அதில் சந்தேகத்திற்கிடமான சில நடவடிக்கைகளை இப்போது உணர முடிந்தது. ஆனால் இது மனதின் ஏமாற்று வேலை என உள்ளுக்குள் எச்சரிக்கை அலாரம் அடித்தது. எனக்குத் தலையைச் சுற்றியது. பிரச்சினை சுலக்சனாவிடமா இல்லை என்னிடமா இல்லை இவனிடமா இல்லை சம்புவிடமா அல்லது இவன் சொல்கிற மாதிரி எல்லா மனிதர்களிடமுமா என்கிற கேள்வி எனக்குப் பின்னால் எழுந்து பூதாகரமாய் நான் பயந்து அலறுகிற அளவுக்கு வளர்ந்துகொண்டே போனது.

***கணையாழி*, ஜூலை 2015**

நிழல் படர்ந்த வீடு

புவனா அந்த வீட்டுக்குப் போனபோது கொஞ்சம் பயமாய் இருந்ததென்னவோ உண்மைதான். இரண்டு வருடங்களுக்கு மேலாகவே அங்கே யாரும் குடிவரவில்லை என்று கேள்விப்பட்டிருந்தாள். நூலாம் படைகளும் குப்பைக் கூளங்களும் தூசிப் படலங்களும் மண்டியிருந்தாலும் அங்கே யாரோ இன்னும் தொடர்ந்து வாழ்ந்துகொண்டிருப்பதான பிரமை ஏன் வருகிறது என்று அவளுக்கு ஆச்சரியமாய் இருந்தது. அவளுக்குப் பேய்களின் மீது நம்பிக்கை இல்லை. வீட்டு வாடகை இரண்டாயிரம் என்பது அநியாயக் குறைச்சலாய்த் தெரிந்தது. இவ்வளவு விசாலமாகவும் காலம் காலமாய் ஆகிவந்த தோற்றத்தோடும் பன்னீர்ப் பூ மரப் பின்னணியோடும் அவள் இதுவரை எந்த வீட்டையும் பார்த்ததில்லை. அந்த வீடு ஈர்ப்பையும் விலகலையும் சம அளவில் பெற்றிருந்தது. இதுவரை வந்து பார்த்தவர்கள் விலகளின் பக்கம் சாய்ந்திருப்பார்கள். இவள் ஈர்ப்பின் பக்கம் சாய்ந்து பார்க்கலாம் என்று நினைத்தாள்.

புவனாவுக்குச் சின்ன வயதில் இருந்தே பேய் பிசாசுகளின் மீது நம்பிக்கை கிடையாது. அவர்கள் குடியிருந்த வீட்டுக்குப் பக்கத்திலேயேதான் மயானம் இருந்தது. புத்தம் புதிய மலர்கள் மூடிய குழிமேடுகளும் பிணம் எரியும் முடை நாற்றமும் அவளுக்கு விவரம் தெரிவதற்கு முன்னமே இயல்பாகப் பழகிவிட்டது.

எதற்கும் விசாரித்துக்கொள்வது நல்லது என்று நினைத்தவளாய் பக்கத்து வீட்டில் விசாரித்தாள். அந்தப் பெண் "அப்படியெல்லாம் ஒண்ணும் இல்லம்மா. வீடு பாக்க என்னமோ மாதிரி இருக்குதே ஒழிய எந்தப் பிரச்சினையும் இல்ல. நீதான் பாத்திருக்கியா..? பேசாமா இங்கியே வந்துடு... தண்ணிக்கி எந்தப் பிரச்சினையும் இல்ல. ஊட்டுக்காரர் வேற லாரிக்கிப் போயிடுவார்னு சொல்ற. அக்கடான்னு இருந்துக்கலாம்" என்றாள்.

சின்ன வயதில் பள்ளிக்கூடத்தில் அவளுடைய வகுப்புத் தோழிகள் தினம் தினம் விதவிதமான பேய்க் கதைகளைக் கண்கள் விரிய விவரிப்பார்கள். அப்படி ஒரு கதையைத் தானும் எப்படியாவது சொல்லிவிட வேண்டும் என்று அவளும் வீட்டருகே இருந்த மயானத்தை நோட்டமிட்டுக் கொண்டே இருந்தாள். இரவில் வெகுநேரம் வரை கண் விழித்திருந்து ஏதாவது சத்தம் கேட்கிறதா என்று காதுகளைத் தீட்டி வைத்துக் கொண்டு படுத்திருப்பாள். ஆனால் கடைசி வரை எந்தப் பேயும் அவளுக்கு அந்த வாய்ப்பைத் தரவில்லை.

பழைய நினைவுகளில் அவள் தனக்குள் மெலிதாகச் சிரித்துக்கொண்டாள். இந்த வீடு ஏன் பேய் நினைவுகளைக் கிளறிவிட்டுக் கொண்டிருக்கிறது என்று யோசித்தாள். இதுதான் இந்த வீட்டின் குணமோ..? சில வீடுகள் கடவுள் பக்தியை அதிகரிக்கச் செய்துவிடும். சில வீடுகள் உடல் உறவு ஆசைகளைக் கிளர்த்திவிட்டுக் கொண்டே இருக்கும். இப்போதும் காசி மாமா வீட்டுக்குப் போனால் அப்படி ஒரு வேட்கை அபரிமிதமாகப் பொங்குவதைக் கவனித்திருக்கிறாள். இது அந்த வீடுகளின் தன்மையா அல்லது மனநிலையில் இருக்கும் பிரச்சினையா என்று யோசித்தாள். அவளுக்குத் தெரியவில்லை. இப்போது இருக்கும் வீட்டில் பாலுணர்வின் தாக்கமோ அல்லது வேறு ஏதாவது ஒன்றோ எதுவும் இல்லை. தான் தேவையில்லாமல் எதை எதையோ சம்பந்தப் படுத்துவதாக நினைத்துக்கொண்டாள். எல்லாவற்றுக்கும் மனசுதான் காரணம் என்று நினைத்துக் கொண்டவளாய் வீடு வந்து சேர்ந்தாள்.

இந்த வீட்டில் அவளுக்கு எவ்வளவோ நடந்திருக்கிறது. ஆனால் இப்போது எதுவும் பெரிதாக நினைவுக்கு வரவில்லை. கல்யாணம் ஆகி வந்து ஐந்து வருடங்களாக இந்த வீட்டில்தான் குடியிருக்கிறார்கள். இன்னும் குழந்தை இல்லை. இரண்டு பேரிடமும் எந்தப் பிரச்சினையும் இல்லை என்று டாக்டர்கள் சொல்லிவிட்டார்கள். வீட்டை மாற்றிப் பார் என்று அம்மா

மாமியார் தெரிந்தவர்கள் என்று எல்லோரும் சொல்லிவிட்டார்கள். அவள் அதைப் பற்றிப் பெரிதாய் சட்டை செய்ததில்லை.

எரிச்சலூட்டும் படியான இட நெருக்கடி வெளிச்சம் குறைவு சுற்றி அடர்ந்து நெருங்கியிருக்கும் வீடுகளால் காற்றோட்டமின்மை தண்ணீர் வசதி இல்லாதது என்று எல்லாம் இருந்தாலும் அவர்கள் வருமானத்திற்குக் கட்டுப்படியாகும் வாடகை என்பதால் பொறுத்துக் கொண்டிருந்தாள். திடீரென்று வீட்டை மாற்ற வேண்டும் என்கிற எண்ணம் தீவிரமாக வந்துவிட்டது. கனகமணியிடம் சொல்லி வீடு பார்க்கச் சொல்லியிருந்தாள். இதைவிடவும் வசதி குறைவான குறுகலான சந்து போன்ற வீட்டுக்கெல்லாம் மூவாயிரம் வாடகை கேட்டார்கள். கனகமணி கடைசியாகக் காட்டிய வீடுதான் இது. இரண்டாயிரம்தான் வாடகை. ஆனால் நல்ல காற்றோட்டமாக வசதியாக இருந்தது. நீண்ட நாட்களுக்குப் பிறகு புவனா மகிழ்ச்சியாகவும் புதுமையாகவும் உணர்ந்தாள்.

வீட்டுக்கு வந்து பாத்திரங்களையெல்லாம் கழுவி வைத்து அலைச்சலின் சூடு போக ஒரு குளியல் போட்டுவிட்டு விளக்கேற்றி வைத்துவிட்டுச் சாவகாசமாகப் பிரபுவுக்குப் போன் செய்தாள். சங்கர் நகரில் வீடு பார்த்திருப்பதாகவும் வீடு தனக்குப் பிடித்திருப்பதாகவும் இந்த வாரத்திலேயே ஷிப்ட் செய்யப் போவதாகவும் சொன்னாள். அவன் அவ்வளவு தூரத்திலயா என்றான். பிறகு உனக்குப் பிடிச்சிருந்தா சரி தண்ணி வசதியெல்லாம் எப்படி என்றான். வீட்டைப் பற்றி இருவரும் வெகு நேரம் வரை பேசிக்கொண்டிருந்தார்கள்.

இரண்டு தோசை மட்டும் ஊற்றிப் பொடி போட்டு டிவி பார்த்துக்கொண்டே சாப்பிட்டாள். சீக்கிரமே படுக்கையைப் போட்டுக்கொண்டாலும் தூக்கம் வரவில்லை. நினைவுகள் எல்லாம் புது வீட்டைச் சுற்றியே வந்தது. அந்த நினைவுகளோடு ஒரு குழந்தையின் உருவம் ஒட்டிக் கொண்டிருந்தது. அந்தக் குழந்தையும் இவளோடு மண்டி போட்டுத் தவழ்ந்துகொண்டு வீடெல்லாம் சுற்றியது. இந்த வீட்டில் இதுநாள் வரை அவளுக்கு இப்படி ஒரு நினைவு வந்ததே இல்லை என்று ஆச்சரியப்பட்டவளாகத் தூங்கிப் போனாள்.

அடுத்த வாரத்திலேயே டோக்கன் அட்வான்சாக ஐயாயிரம் கொடுத்துவிட்டு, திங்கள்கிழமை பால் காய்ச்சிக் கொண்டு வந்துவிடுவதாகச் சொல்லிவிட்டு வந்தாள். வீட்டு ஓனர் மிகவும் பக்திமானாக இருந்தார். வீட்டுக்குள் ஜவ்வாது வாசம் வீசியது. பெரிய கொண்டை போட்டிருந்த வீட்டுக்காரம்மா ஜில்லென்று

நன்னாரி போட்ட பானகம் கொடுத்தாள். ஐயாயிரத்தைப் பணிவாக வாங்கிக் கண்ணில் ஒற்றிக் கொண்டார். இந்தக் காலத்திலும் இப்படியா என்று நினைத்துக்கொண்டாள். வெளியே வந்து செருப்பைத் தொட்டுக் கொண்டு நடந்தபோது பானகத்தின் தித்திப்பு உலகமெல்லாம் பரவியிருப்பதைப் போல இருந்தது.

இரண்டு நாள் கழித்து வீட்டு ஓனர் வந்து நாளை வீட்டுக்கு டிஸ்டம்பர் அடிப்பதாகவும் வந்து பார்த்து ஏதாவது ஆணி அடிக்க வேண்டுமா ஸ்விட்ச் லைட் கனெக்சன் வேண்டுமா என்று பார்த்துச் சொன்னால் செய்துவிடுவதாகவும் சொல்லிவிட்டுப் போனார். காலையில் சீக்கிரமே துணிகளை அலசிப் போட்டுவிட்டுச் சாப்பாட்டு வேலையை முடித்துக் கொண்டு கிளம்பும் போது பதினொரு மணி ஆகிச் சுள்ளென்று வெய்யில் வந்துவிட்டது.

இரண்டு இளைஞர்கள் ஏணியில் நின்று கொண்டு சுவருக்கு இளங்கத்திரிப்பூ நிறத்தில் டிஸ்டம்பர் அடித்துக் கொண்டிருந்தார்கள். வீட்டு ஓனர் இல்லை. காலையில் இருந்தே அவர் வரவில்லையென்றார்கள். டீ வாங்கிக் கொடுக்கச் சொன்னார்கள். பணம் கொடுத்துப் போய் வாங்கி வரச் சொன்னாள். இவளுக்கும் ஒரு கப்பில் ஊற்றிக் கொடுத்துவிட்டு "இந்த வீட்டுக்கு ரொம்ப நாளா யாரும் குடிவரலை" என்றான் சிகப்பாய் ஒல்லியாய் இருந்தவன். அவள் ஆமாம் தெரியும் என்றாள். அவன் அவளை ஒரு நிமிடம் நிமிர்ந்து நிமிர்ந்துப் பார்த்தான். பிறகு "வேற எங்கயும் வீடு கெடைக்கலையா?" என்றான். அவள் ஏன் என்றாள். இவன் எதையோ சொல்வதா வேண்டாமா என்பது போலத் தனக்குள்ளேயே யோசித்துக் கொண்டும் இவளைப் பார்த்துக்கொண்டும் இருந்தான். ஆனால் இவள் டீக் குடித்து முடிக்கும் வரை அவன் எதுவும் சொல்லவில்லை. பிறகு அதை மறந்துவிட்டவன் போல அடுத்த வேலைத் திட்டத்தைப் பற்றி உடன் வந்தவனுடன் பேச ஆரம்பித்துவிட்டான். இவள் மேற்கொண்டு ஏதாவது கேட்கலாமா என்று பார்த்தாள். ஆனால் சின்னப் பசங்கள் சொல்வதற்கு ஏதாவது பேய்க்கதை வைத்திருப்பார்கள் என்று நினைத்தவளாய் பேசாமல் வந்துவிட்டாள்.

கனகமணி அவள் பையன் தங்கம் இவள் மூன்று பேருமாய் ஞாயிற்றுக்கிழமையே ஜாமானெல்லாம் கட்டி எடுத்துக்கொண்டு போய் போட்டுவிட்டார்கள். திங்கள் கிழமை பால் காய்ச்சும் போது கனகுவும் விஜயாவும் வந்திருந்தார்கள். பக்கத்துவீட்டு மாதம்மாக்கா வந்து சளசளவென்று பேசிக்கொண்டே இருந்தார்.

கனகா வெளியே எதுவும் காட்டிக் கொள்ளவில்லையென்றாலும் உள்ளுக்குள் அவளுக்கு ஏதோ ஒரு சங்கடம் இருப்பது போலத் தோன்றியது. ஜமுனா வீட்டை மிரளமிரளப் பார்த்தாள். சுண்ணாம்பு பூச்செல்லாம் பளிச்சென்று இருப்பதும் விளக்கும் சாமிப்படங்களும் இருப்பதும் அவளுக்கு ஒரு ஆறுதலாய் இருப்பதுபோல் தோன்றியது. நூலாம்படையோடு இருந்த கோலத்தை வந்து பார்த்திருந்தால் அலறி அடித்துக்கொண்டு ஓடிப்போயிருப்பாள் என்று மனதுக்குள் நினைத்துக் கொண்டாள் புவனா.

❍

பிரபு ஊருக்கு வரும்போது லேசாகத் தூறல் போட்டுக் கொண்டிருந்தது. மங்களூர் உடுப்பி வழியாக சிமோகா இரண்டு நடையும் ஹைதராபாத் ஒடிசா வழியாக லூதியானா இரண்டு நடையும் போய்விட்டு வந்திருந்தான். உடம்பெல்லாம் அசதியாகவும் வலியாகவும் உணர்ந்தான். பழைய வீட்டுக்குப் போக இருந்தான். நல்லவேளையாக ஆட்டோ ஏறுமுன்னே நினைவு வந்துவிட்டது. புவனாவுக்குப் போன் செய்து வழி கேட்டுக்கொண்டான். உற்சாகமாக இருந்தது. பழங்கள் தின்பண்டங்கள் எல்லாம் பை நிறைய வாங்கிக்கொண்டான்.

வீட்டு வாசலில் ஆட்டோ நின்றதும் மின்வெட்டு மாதிரி உள்ளுக்குள் வெடுக்கென்று ஒரு அதிர்ச்சியை உணர்ந்தான். அவன் மகிழ்ச்சியும் உற்சாகமும் இருந்த இடம் தெரியாமல் போய்விட்டது. சரியான பேய் மாளிகை மாதிரி இருந்தது. இந்த இடத்தைப் போய் புவனா எப்படிப் பிடித்துத் தொலைத்தாள் என்று கோபமாக வந்தது. புவனா சிரித்த முகத்தோடு வெளியே வாசலுக்கு வந்து அவன் தோள்மீது சாய்ந்துகொண்டாள். அவள் கண்கள் லேசாகக் கலங்கின. எப்போதும் இது வழக்கமானதுதான். உள்ளே வந்து பையை வைத்தவுடன் "என்ன புவனா வீடு இப்படிப் பாத்திருக்க" என்றான். ஏன் என்றாள். "வீடு பாக்கவே என்னமோ மாதிரி இருக்குது. உனக்கு ஒண்ணும் தெரியலையா. நான் இருந்திருந்தனா சும்மா விடுறேன்னு சொன்னாக்கூட வந்திருக்க மாட்டேன். உனக்கு அதுக்குள்ள என்ன அவசரம்?" என்று சேரில் உட்கார்ந்தான். "எந்தப் பிரச்சினையும் இல்லீங்க. இருந்து பழகிட்டீங்கன்னா உங்களுக்குப் பிடிச்சிப் போயிடும்" என்றாள்.

அவன் மேற்கொண்டு எதுவும் பேசாமல் கட்டிலில் படுத்துக் கொண்டான். சாயந்திரம் எழுந்தபோது மழை பெய்திருந்தாலும் ஒரே வேக்காடாய் இருந்தது. அவனுக்கு அங்கே மனசே ஒப்பவில்லை. எழுந்து வண்டியை எடுத்துக்கொண்டு போனான்.

இருள் மெல்ல மெல்லக் கவிந்துகொண்டு வந்தது. சிமோகாவுக்கு முன்னால் காட்டுப் பாதையில் இரண்டாவது டிரிப்பின் போது நடந்தது ஏனோ இப்போது நினைவுக்கு வந்தது.

அப்போது இரவு ஒன்பது மணி. நல்ல பனி. சாலைக்கு நெருக்கமாக மரங்கள் வாகன நடமாட்டமோ மக்கள் நடமாட்டமோ எதுவுமில்லை. மங்களூர் போய் சேர்ந்துவிட்டால் ஆல்ட் செய்துவிடலாம் என்று போய்க்கொண்டிருந்தான். மலைப்பாதையில் வேகமாகவும் போய்விட முடியாது என்பதால் வண்டி மெல்ல ஊர்ந்து கொண்டிருந்தது. கொஞ்ச தூரத்தில் சட்டென ஒரு பெண் உருவம். சிவப்பு நிறச் சேலையும் விரித்த தலையுமாக ஹெட்லைட் வெளிச்சத்தில் தெளிவாகத் தெரிந்தது. ஆனால் பார்த்துக் கொண்டிருக்கும்போதே அந்த உருவம் இல்லாமல் போய்விட்டது. அதை இப்போது நினைத்துப் பார்க்கும்போதுகூட உடல் நடுங்கியது. அந்த முகம் கூட நினைவில் அப்படியே இருக்கிறது. ஆனால் அந்த உருவம் எவ்வளவு உண்மையோ அவ்வளவு உண்மை அது மறைந்துபோனதும். அந்த உருவமும் உருவமற்ற வெறுமையும் இப்போது அவன் மனதுக்குள் மாறி மாறித் தோன்றித் தீவிரமான சோர்வைத் தந்தன. வண்டியை ஒரு கடை ஓரமாக நிறுத்திவிட்டுக் கூல்டிரிங் குடித்தான். புஜத்தில் கட்டியிருக்கும் இந்தக் கருப்பனார் தாயத்து மட்டும் இல்லாது போயிருந்தால் அன்று என்ன நடந்திருக்கும் அவனால் நினைத்துப் பார்க்கவே முடியவில்லை. தாயத்தின் நினைவு வந்தவுடன் கொஞ்சம் அசுவாசமாய் இருந்தது.

நியூஸ் பேப்பரை எடுத்துப் புரட்டினான். சங்கர் நகரில் யாரோ தூக்குப் போட்டுக் கொண்டு செத்துப் போன செய்தியை எப்போதோ பேப்பரில் பார்த்த ஞாபகம். அநேகமாய் அது இந்த வீடாய்த்தான் இருக்கும் என்று தோன்றியது. அவனால் மேற்கொண்டு பேப்பரைப் பார்க்க முடியவில்லை. எழுந்து வண்டியை எடுத்துக் கொண்டு திரும்பினான். நாளை முதல் வேலையாய் சுந்தரத்தைப் பார்த்து வேறு வீடு பார்க்கச் சொல்ல வேண்டும். வாடகை எவ்வளவாய் இருந்தாலும் பரவாயில்லை என்று நினைத்துக்கொண்டான்.

புவனாவின் எப்போதும் இல்லாத ஆழ்ந்த அமைதியான தன்மை அவனுக்குக் குழப்பமாய் இருந்தது. ஒருவேளை தான்தான் தேவையில்லாமல் குழம்பிக் கொண்டிருக்கிறோமோ என்று யோசித்தான்.

படுக்கையில் அவனுக்கு இன்னொரு ஆச்சரியம் காத்திருந்தது. அவள் நிதானமாக இருந்தாள் என்றாலும் அவளுக்குள்ளிருந்து

பெருகும் இச்சை அளவற்றதாகவும் எல்லையற்றதாகவும் இருந்தது. இவனுக்கு ஒரு இன்பமயமான பிரம்மாண்டமான நீர்ச்சுழலுக்குள் சுழன்றுகொண்டிருப்பதைப் போல இருந்தது. முடிந்தபோது சட்டென்று எங்கிருந்தோ தூக்கி எறியப்பட்டதைப் போலத் திகைப்பாய் இருந்தது. கிட்டத்தட்ட அவன் மயங்கிவிட்டான். காலையில் உடல் இன்னும் காற்றில் மிதப்பது மாதிரி இருந்தது. அவளை மீண்டும் படுக்கைக்குக் கூப்பிட வேண்டும் என்கிற வேட்கைக் கட்டுப்பாடின்றி எழுந்தது. அவன் அவளையே பச்சையாகப் பார்த்துக்கொண்டே எல்லா வேலைகளையும் செய்தான். அவள் எப்போதும் போல இயல்பாகச் சமைத்துக் கொண்டிருந்தாள்.

திடீரென்று அவன் மனதுக்குள் ஒரு எண்ணம் மினுக்மினுக்கென்று மினுங்கியது. ஏதோ ஒரு மோசமான எண்ணம் தனக்குள் வரப்போகிறது என்று நினைத்து எதிர்கொள்வதற்குள் அந்த எண்ணம் ஒரு எரி நட்சத்திரம் போல அவன் மனதுக்குள் விழுந்துவிட்டது. ஒருவேளை புவனாவுக்கு வேறு யாருடனும்? அதைச் சரிசெய்யத்தான் இப்படித் தன்னிடம் அளவற்ற ஈடுபாடு காட்டுகிறாளா? அதற்காகத்தான் இப்படித் தனியாக வீடு பார்த்தாளா? அந்தப் பயங்கரமான எண்ணத்தால் அவன் சிதறிப் போய்விட்டான். இதற்கு மேலும் இங்கே இருந்தால் மோசமாக மிகவும் மோசமாக ஏதாவது நடந்துவிடும் என்று அஞ்சியவனாய் வண்டியை எடுத்துக்கொண்டு வெளியே கிளம்பி மனம் போனபடி சுற்றினான்.

சுந்தரத்தின் வீட்டுக்குப் போனான். அவன் மட்டும்தான் வீட்டில் இருந்தான். சாப்பிடச் சொல்லி வற்புறுத்தினான். இவன் அதெல்லாம் வேண்டாம் என்றுவிட்டு மளமளவென்று விசயங்களைக் கொட்ட ஆரம்பித்தான். இரண்டு பேரும் கிளம்பி சோழி ஜோசியம் பார்க்கிற தனபாலைத் தேடிக்கொண்டு போனார்கள். தனபால் சோழியை உருட்டிப் பார்த்துவிட்டுப் புவனாவுக்குப் பேய் பிடித்திருப்பதாகச் சொன்னான்.

கடைசியில் தான் நினைத்த மாதிரியே மோசம் நடந்துவிட்டதாகப் பிரபு நினைத்துக்கொண்டான். மேலும் புவனாவைக் கல்யாணத்துக்கு முன் ஒருவன் காதலித்ததாகவும் காதல் கைகூடாததால் அவன் தூக்குப் போட்டுக்கொண்டு செத்துப் போய்விட்டதாகவும் அவன்தான் புவனாவின் மீது வந்து இறங்கியிருப்பதாகவும் சொன்னான். பிரபு தலைதலையாய் அடித்துக்கொண்டான். தான் நினைத்த மாதிரியே எல்லாம் நடந்துவிட்டதாக அழுதான். சுந்தரம் அவனைத் தேற்றி அழைத்துக்கொண்டு வந்தான்.

இந்த வீட்டுக்கு வந்த பின்னால் அவளுக்குப் பேய் பிடித்திருக்குமா அல்லது பேய் பிடித்தபின் இந்த வீட்டுக்கு வந்திருப்பாளா? பேய்க்குப் பிடித்தமான வீடாயிருக்குமா? என்று ஏதேதோ யோசித்துக்கொண்டே இருந்தான். மத்தியானம் சுந்தரம் வீட்டிலேயே சாப்பிட்டுவிட்டுக் கொஞ்ச நேரம் தூங்கினான். கிளம்பும்போது சுந்தரம் "பதட்டப்படாதே எதுவும் காட்டிக்காதே. பெருசா ஒண்ணும் ஆயிடாது. சரி பண்ணிடலாம் தைரியமா போயிட்டு வா துணைக்கி வேண்ணா நான் வந்திருக்கவா?" என்றான். இவன் அதெல்லாம் எதுவும் வேண்டாம் என்றுவிட்டுக் கிளம்பினான்.

வீடு வந்து சேர சாயந்திரம் ஆகிவிட்டது. புவனா முன்னறையில் உட்கார்ந்தபடியே தூங்கிக்கொண்டிருந்தாள். இவனைப் பார்த்ததும் திடுக்கிட்டு எழுந்தாள். எங்க போனீங்க என்றாள். இவளுக்குப் போயா பேய் பிடித்திருக்கிறது என்று அவனுக்குப் பரிதாபமாய் இருந்தது. இனித் தானாக எதையும் தேடிக்கொண்டு போகக் கூடாது. என்ன வேண்டுமானாலும் நடக்கட்டும் என்று நினைத்தவனாய் டீ போட்டுத் தரும்படிக் கேட்டான்.

"நீங்க வந்தா கறி எடுத்து ஆக்கித் தின்னுட்டுத்தானே எங்கயும் போவீங்க. இன்னைக்கி என்ன நீங்க பாட்டுக்கு எதுவும் சொல்லாமப் போயிட்டீங்க?" என்றாள். "சும்மா சுந்தரத்தப் பாக்கணும்னு தோணிச்சி". "சாப்டுட்டு சாவகாசமாய்ப் போய்ப் பாக்கக் கூடாதா நானே போய் மட்டன் ஒரு கிலோ எடுத்துகிட்டு வந்து ஆக்கி வச்சிகிட்டு வருவீங்க வருவீங்கன்னு பாத்துகிட்டே இருந்தேன். போன் பன்லான்னா நாட் ரீச்சபிள்".

"நீ சாப்டியா இல்லையா?"

"சாப்டுட்டேன்".

டிவியில் வரிசையாய் நாடகங்கள் ஆரம்பித்துவிட்டது. சலிப்பாய் இருந்தது. சீக்கிரம் சாப்பிட்டுவிட்டு படுத்துக் கொண்டான். தூங்க நினைத்தான். ஆனால் நேற்றைய நினைவுகள் விழித்துக்கொண்டன. உடலில் சூடு பரவத் தொடங்கியது. அவள் வருகைக்காக அவன் தவிக்க ஆரம்பித்தான். அதே சமயத்தில் அவள் உடலில் ஒரு பிசாசு இருக்கிறது என்கிற எண்ணம் அவனுக்குள் வளர்ந்துகொண்டே வந்து அந்த அறை முழுவதையும் அடைத்துக்கொண்டது. நேற்று நடந்ததெல்லாம் இன்றைய நினைவில் பயங்கரமாக இருந்தது. அவனை அச்சமும் இச்சையும் இரண்டு பூதங்களாகத் தூக்கி வீசி விளையாடிக் கொண்டிருந்தன. இன்றைக்கு உறவைத் தவிர்த்து விடலாமா

என்று யோசித்தான் அது சாத்தியமாகுமா என்று தெரியவில்லை. இந்த வீடு அவனைப் பொறி வைத்துப் பிடித்துக்கொண்டதைப் போல இருந்தது. இன்று அவள் போக்கில் விடக்கூடாது என்று தீர்மானித்துக்கொண்டான். இத்தனைக்கும் நடுவில் அவன் தூங்கிவிட்டான்.

புவனா வந்து அவன் அருகில் படுத்ததும் தூக்கம் எங்கோ போய்விட அவன் விழித்துக்கொண்டான். சட்டென அது தொடங்கியது. அவன் வேகத்தைப் பார்த்து அவள் தணிந்து போய்விடுவாள் என்று நினைத்தான். ஆனால் அவள் நிதானமாக உயரப் பறந்துகொண்டிருந்தாள். பயமும் பதட்டமும் இவனுக்குத் தன்நிலை இழந்த வேகத்தைக் கொடுத்தது. அவனுடைய உடல் கட்டுப்பாட்டை அவள் பிடுங்கி அவளுக்குத் தகுந்த மாதிரி அதை மாற்றிக் கொண்டாளோ என்று தோன்றியது. பயங்கரமாய் மூச்சிரைத்தது.

திடீரென்று அவன் இதயத்திலிருந்து ஒரு ஆழமான வலிமையான வலி உலகமே நிறைந்துவிடுவதைப் போலப் பொங்கியது. குபீரென்று வாந்தி வந்தது. சாப்பிட்டிருந்த ஆட்டுக்கறியின் மசாலா வாசனை மாறி வீச்சம் போல அடித்தது. வெள்ளமாய் வியர்த்தது. இவையெல்லாம் ஹார்ட் அட்டாக்கின் அறிகுறிகள் என அவனுக்குப் புரிந்தது. பிறகு அவனுக்கு நினைவு தப்பிவிட்டது. அவன் உடலின் அசாதாரணமான தொய்வைக் கண்டு பதறிய அவள் பாய்ந்து எழுந்து லைட்டைப் போட்டாள்.

மலைகள்.காம், அக். 2014

மறைந்து போன
நாளைத் தேடி

சொன்னாக் கேக்கறாப்பல தெரியல எனக்கு.

அப்பாவின் இந்த அதட்டலில் துணுக்குற்றான் அவன். திடுக்கிடலின் காரணமாக ஒரு மாற்றம் பளீரென ஏற்பட்டது. அதட்டல் கனவில் கேட்கிறது என்று அறிவு விழித்துக்கொண்டு உணர்த்தியது. உணர்வில் தெளிவு வந்ததுமே கனவு அவனிடமிருந்து தப்பி மறைந்தது. அப்பாவின் குரல் தெளிவாகக் கேட்டபடியே மங்கி மங்கி கனவு மறைந்துவிட்டது. இவன் கனவைத் துரத்திக்கொண்டு போகிறவன் மாதிரி ஏதோ முயற்சி செய்தான். ஆனால் கனவைத் துரத்திப்போய் எப்படிப் பிடிப்பது?

எழுந்து உட்கார்ந்துவிட்டான். ஒரு மாதிரி பரவசமாய் உணர்ந்தான். கனவு தப்பியோடி விட்டாலும் கனவைப் பற்றிய நினைவு அவனிடம் முழுமையாகச் சிக்கியிருந்தது. பச்சைக்கிளி மாதிரி. விரட்டியடிக்கப்பட்டதைப் போலத் தூக்கம் அவனிடமிருந்து விலகியிருந்தது. அது குறித்து அவனுக்கு மனத்தாங்கல் எதுவும் உண்டாகவில்லை. திருப்தியாய் இருந்தது. தூக்கத்தில் அவனுக்கு ஏதோ ஒரு பரிசு கிடைத்ததைப் போல.

விடிவிளக்கின் வெளிச்சத்தில் மணி பார்த்தான். மூன்று பத்து. டிசம்பர் மாதக் குளிர்

அரூபமாய் அறையில் நிறைந்திருந்து. படுக்கை, தலையணை, போர்வையெல்லாம் பனி ஈரமேறி நமுத்திருந்தன. அதைப் பற்றியும் அவனுக்குச் சலிப்பு ஏற்படவில்லை. வாழ்க்கையில் எதன் மீதும் சலிப்பு ஏற்பட்டுவிட முடியாத ஒரு அபூர்வ கணம் அங்கே ஜொலித்துக்கொண்டிருந்தது. ஜில்லிடும் போர்வையைத் தலையிலிருந்து கால் வரை இழுத்துத் தன்னை ஒரு பொட்டலம் போலக் கட்டிக்கொண்டான். மூச்சின் வெப்பம் போர்வைக்குள் பரவியது. வேறொரு உலகுக்குச் செல்ல இருப்பவன் போல ஆவலாய்க் கண்களை மூடினான். விளக்குகள் அணைந்ததும் பிரம்மாண்டமாய் பளிச்சிடும் சினிமாத் திரையாக மனம் ஒளி வெள்ளம் கொண்டது. அந்தக் கனவு மெருகு குலையாமல் கூர்மையாய் ஓடியது. பத்து வருடங்களுக்கு முன்பு குடியிருந்த வீடும் இறந்துபோன அப்பாவும் இதோ இந்த விநாடியில் இருந்ததைப் போல... பிரமித்துப்போய் படுத்திருக்கிறான் அவன்.

இரண்டு பக்கமும் இடைவெளியின்றி வீடுகளால் நெருங்கிக் கிடக்கும் தெரு. விதவிதமான வீடுகள், ஓடுகள், கூரைகள், காரை வீடு, கார் நிற்கும் பங்களா ... எல்லாவிதமான வீடுகளும் கலந்து அங்கே நெருக்கியடித்தபடி நிற்கின்றன. பூபதியும் சந்திரனும் அவர்கள் வீட்டுச் சந்துக்கு முன்னால் விளையாடிக்கொண்டிருக்கிறார்கள். கூட சோமு, பக்ருதீன் ... ஒரே சத்தம். டேய் அவனைப் பிடி அவனைப் பிடி . . . சந்திரன் பூபதியைப் பார்த்துக் கத்துகிறான். சோமு அலட்சிய மாகவும் விளையாட்டின் லயிப்பில் இணங்கிய உடலாகச் சிரித்துக்கொண்டும் இலாவகமாக நெளிந்து நழுவிப் போகிறான். போர்வைக்குள் கண் மூடி இதைக் கண்டு கொண்டிருந்த சந்திரனின் உதடுகளில் சிரிப்பு அது பாட்டுக்கு உதிர்கிறது. தூரத்தில் வரும்போதே அப்பாவைத் தெரிகிறது. எதையோ தனக்குள் நினைத்தபடி தலையைக் குனிந்துகொண்டே சைக்கிளை மிதித்துக்கொண்டு வருகிறார். சந்து மரங்களின் நிழலிலும் வெய்யிலிலும் நுழைந்து நுழைந்து வருவதால் அவர் மேல் நிகழும் அழகான ஒளி விளையாட்டு. தூரத்தில் பிரதான சாலையில் டவுன் பஸ் ஒன்று நாடகத் திரை மாதிரி விருட்டென நகருகிறது. அப்பா இவர்களைக் கவனிக்காமலேயே சந்தின் முன்னால் சைக்கிளை விட்டு இறங்கிச் சந்துக்குள் சைக்கிளைத் தள்ளுகிறார். அப்பா எனக் கத்தப்போன பூபதியைச் சந்திரன் பொறு எனும் பாவனையில் குறும்பாய்த் தடுக்கிறான்.

சிறிய காவாய்க்கு மேலே மூன்று படியும் படியின் பின்னால் கம்பி வைத்த கதவுமாய் வீடு இருக்கிறது. கதவின் ஓரங்கள் ஆழ்ந்த இளம் பச்சை நிறத்திலும் கம்பிகள் சந்தன நிறத்திலும்

வண்ணம் கொண்டிருந்தன. வண்ணம் புதியதாய் இல்லை. சுடரிழந்து உதிர்ந்து இருக்கிறது. கம்பிகளுக்குள் கையை விட்டுத் தாழ் நீக்கிச் சைக்கிளைத் தூக்கி முட்டியபடியே கதவைத் திறக்கிறார். உள்ளே சைக்கிள் நிறுத்திவிட்டு அதற்கடுத்த மரக்கதவைத் தள்ளித் திறக்கிறார். (கனவில் இந்த இடம்தான் கொஞ்சம் குழப்பமாய் இருக்கிறது. தெருவில் விளையாண்டு கொண்டிருந்தது தான் என்றால் இங்கே நடப்பதைக் கவனிப்பது யார்?) அந்த இடத்திலேயே மனதை நிறுத்திக் குழப்பிக் கொண்டிருக்காமல் ஓடிக்கொண்டிருக்கும் கனவின் நினைவில் கவனத்தைக் குவிக்கிறான். மரக்கதவைத் திறந்துகொண்டு அப்பா உள்ளே வருகிறார். கண்ணாடி ஓடு மாட்டியிருப்பதால் அந்த அறை நல்ல வெளிச்சமாய் இருக்கிறது. ஆளுயர மெலிந்த சுவருக்கு அந்தப் பக்கம் அம்மா குழம்புக்கு ஏதோ சாந்து அரைக்கும் உரலின் கடகடப்புச் சத்தம். சாந்து வாசம் வீடே நிறைந்திருக்கிறது.

அப்பா கொஞ்சம் குரலை உயர்த்தி, பசங்க எங்கடி? என்கிறார். அம்மாவும் அதே சமயத்தில் அங்கதான வாசல்ல விளையாண்டுகிட்டிருந்தானுங்க பாக்கலை? என்கிறாள்.

கம்பிக் கதவைப் படாரென்று தள்ளிக்கொண்டு கூச்சலிட்டபடி சந்திரனும் பூபதியும் ஓடி வந்து அப்பாவைக் கட்டிக்கொள்கிறார்கள். அவர் ஒரு கணம் தடுமாறிச் சந்திரனைப் பிடித்துக்கொள்கிறார். சந்திரா இன்னும் சின்னப்புள்ளையா நீ? நீ மட்டும் சொன்னாக் கேக்கறாப்புல தெரியல எனக்கு. குரலுயர்த்திக் கோபமில்லாமல் அதட்டுகிறார். கனவு முறிந்து பறந்துவிட்டது.

அபூர்வ கணம் போய்விட்டது. சலிப்பு எட்டிப் பார்த்தது. உடலை நெளித்து முறுக்கினான். போர்வை நெகிழ்ந்து பனி நீரோட்டமாய் உள்ளே பாய்ந்தது. மீண்டும் தன்னை இறுக்கமாகப் பொட்டலம் கட்டிக்கொண்டான்.

விஷயம் ஒரு பாதரச மணிபோல உள்ளே குதித்துக் குதித்து உருண்டுகொண்டிருந்தது. வெளி உலகத்தில் இலயிக்க விடாமல் கவனிக்கவிடாமல் அவனை உள்ளேயே இழுத்துக்கொண்டிருந்தது. முகத்தில் சிரிப்பையும் பரவசத்தையும் அள்ளி அள்ளிப் பூசியது. நான் வெளியேற வேண்டிய வஸ்து, என்னை ஏன் உனக்குள்ளே இருத்த முயல்கிறாய்? எனக் கேட்பது போல இருந்தது.

டிபன் சாப்பிட உட்காரும்போது அம்மாவிடம் சொன்னான். அப்பா கனவுல வந்தாரும்மா.

அம்மா பளிச்செனச் சிரித்து ஹூம் என்றாள். பிறகு என்ன சொன்னாரு என்றாள் ஆர்வத்தோடு.

சந்திரன் அதிகமாகவும் சுருக்காமல் அதிகமாகவும் விவரிக்காமல் கனவைச் சொன்னான். கவனித்துக் கேட்டுவிட்டுத் தனக்கு இதிலெல்லாம் ஆர்வமில்லை என்பதுபோல் முகத்தை வைத்துக்கொண்டு நல்ல கனாதான் என்றாள் தலையைச் சொறிந்துகொண்டு. அவளுக்குக் கனவில் ஏதாவது சம்பவம் நடக்கவேண்டும். ஏதாவது கொடுப்பதைப் போலவோ வாங்குவதைப் போலவோ கண்டால் அது நல்ல கனவா கெட்ட கனவா என ஒரு தீர்க்கத்தோடு சொல்லுவாள்.

கடையில் உட்கார்ந்திருக்கவே பிடிக்கவில்லை. என்ன சந்திரா ஒரு மாதிரியா இருக்கற . . ? கடைக்கு வருபவர்கள் கேட்குமளவுக்கு அவன் முகத்தில் சலிப்பு குட்டையாய்த் தேங்கிவிட்டது. இப்போது அந்த வீட்டைப் போய்ப் பார்த்தாலென்ன? அந்த நினைவு திடீரென ஒரு தந்தியைத் தொட்ட மாதிரி உள்ளே பிர்ர்ரென அதிர்ந்தது.

அம்மாவிடம் அவன் எதுவும் சொல்லவில்லை. கடந்த காலத்தில் நகரத்தில் குடியிருந்த அந்தச் சந்துவீட்டைப் போய்ப் பார்க்கவேண்டும் போல இருக்கிறது என்று சொன்னால் அவள் அதீதமாக உணர்ச்சிவசப்படுவாள். அவள் எப்போதுமே அப்படித்தான். இவனுடைய விஷயங்களைப் பதட்டமாகவும் தீவிரமாகவும் நிராகரிப்பாள். அல்லது அதீத ஆர்வத்தோடும் உள்ளார்ந்த பெருமையோடும் விசாரிப்பாள். அது முன்னதைவிடவும் மோசமானது.

பஸ் ஏறினால் அரை மணி தூரத்தில் இருக்கும் நகரம். ஞாயிற்றுக் கிழமைகளைக் கழிக்க உதவும் நகரம். எப்படி அந்த வீட்டைப் பார்க்க வேண்டும் என்று ஒருமுறைகூடத் தோன்றாமல் போயிருக்குமெனக் காரணங்களை யூகிக்க முயற்சித்தான்.

அது வாடகை வீடு. நாம் புழங்கிய வீட்டில் மற்றவரின் இருப்பைக் காணச் சகிக்காமல் இருக்கலாம். அது அப்பாவின் மரணத்தை நினைவுபடுத்திவிடும். இன்னும் ஆழமாக யோசித்தால் அந்த வீடு ஏழ்மையை நினைவூட்டுவதாய் இருந்தது. அங்கே இருந்த காலத்திலேயே அது உறுத்தலாய் இருந்தது. கசகசவென இருக்கும் சின்ன வீடு. ஜன்னல் இல்லை. சமையல் கட்டை ஒட்டிய எப்போதும் காயாத ஜலதாரை. குளிக்க ஒரு குட்டிச் சுவர் மறைப்பு. இற்றுப்போன கதவு, உத்தரம். பச்சையாய் சொன்னால் வெறுப்புதான் திரும்ப அந்த வீட்டை நினைக்காமல் செய்திருக்கும்.

இன்றைக்கு அதை நினைக்கும்போது எவ்வளவு ஆனந்தமாய் இருக்கிறது. உள்ளே போய்கூடப் பார்க்க வேண்டாம். வீட்டைச் சுத்தமாய்ப் பார்க்க முடியாவிட்டாலும் தெருவிலேயே நின்று கொண்டு அந்தச் சந்துப்புறத்தைப் பார்த்தால்கூடப் போதும் என்று தோன்றுகிறது. தொடர்ச்சியாகப் பழைய நினைவுகளில் தோய்ந்திருப்பதால் இடைப்பட்ட பத்து வருஷமும் காணாமல் போய்விட்ட மாதிரி இருந்தது. உண்மையிலேயே இத்தனை வருஷம் வாழ்ந்துவிட்டோமா அல்லது கற்பனையா என்றுகூடச் சந்தேகம் வந்துவிட்டது. இத்தகைய உணர்வுகளின் பூரிப்பில் உடல்கூடச் சிறுவனுக்குரியதாய் மாறிவிட்டதைப்போல உணர்ந்தான். கைகளை விரித்து உற்றுப் பார்த்தான். ஆமாம் இது ஒரு பள்ளிக்கூடச் சிறுவனின் கை மாதிரிதான் இருக்கிறது.

பஸ்சில் பலவற்றையும் நினைத்துக்கொண்டே போனவன்; இறங்கவேண்டிய ஸ்டாப் வந்ததும் கச்சிதமாகச் சுயநினைவுக்கு வந்துவிட்டான். பஸ்ஸிலிருந்து இறங்கினான். பஸ் அவனை முழுமையாக இறக்கிவிடவில்லைபோலவும் இன்னும் கொஞ்சம் தான் பஸ்ஸிலேயே போய்க்கொண்டிருப்பது போலவும் இருந்தது. அந்த விசித்திர நினைவின் அழகில் ஆழ்ந்து தனக்குத்தானே புன்னகைத்தபடி ஒரு கணம் நின்றான்.

குளிர்கால வெய்யில் உடலுக்கு உணக்கையாய் இருந்தது. பழைய காலக் காட்சிகளின் மன வெளிக்கும் நிஜவெளிக்கும் நடுவே நிற்பது மாதிரி இருந்தது. ஒப்பீடுகள் துவங்கின.

அப்பொழுது இந்த இடம் ஒரு நகரத்தின் வெளிப்புறமாக இருந்தது. அல்லது தோரணவாயில் மாதிரி. இன்று இது நகரத்தின் ஒரு அங்கமாக இருக்கிறது. இந்த இடத்தில் இருந்த ஒரு பாதாமி மரம். அதைச் சுற்றிலும் நிற்கும் குதிரை வண்டிகள். வண்டிப் படிகள், புற்கள், சாணக் கவிச்சி, வாயோடு கட்டிய கொள்ளுப் பைகள்.

பாதாமி மரம் இல்லை. விளம்பரங்களால் அழகூட்டப்பட்ட பயணிகள் நிழற்குடை வெய்யிலில் காய்ந்து கொண்டிருந்தது. ஒரு நூறு வருஷத்துக்கு முந்திகூட அங்கே குதிரை வண்டிகள் நின்றிருக்குமா என நினைக்கும்படி இருந்தது.

மெயின் ரோடு நான்கு வழிச்சாலையாக விஸ்தாரமாக இருக்கிறது. முன்பு இது கொஞ்சம் பெரிய சந்து மாதிரி நெரிசலாய் இருக்கும். எதிர்த்தாற்போலத் தினசரி மார்க்கெட் இருந்தது. இப்பொழுது மார்க்கெட்டைக் காணோம். நகைக்கடை ஒன்று பெரியதாய் இருந்தது. இந்தப் பக்கம் மூக்குத்திக்காரர்

பலகாரக்கடை இருந்த இடத்தில் ஐயங்கார் கேக் ஷாப் இருக்கிறது. மூக்குத்திக்காரர் கடை பெரிய கொட்டாரம் மாதிரி ஓலை வேய்ந்து இருக்கும். வெளியே எந்நேரமும் விறகு அடுப்பில் எரிந்தபடி இருக்கும் பலகார அடுப்பு.

ஒன்று, இரண்டு, மூன்று... பஸ் ஸ்டாப்பில் இறங்கி மூன்றாவது சந்தில் திரும்பவேண்டும். திரும்பினான். அவனுக்கென்னவோ அந்த இடத்தில் பெரிய புளியமரம் இருந்ததாய் ஞாபகம். ஆனால் இப்போது அங்கே கடைகள், கட்டிடங்கள். ஒருவேளை ரோடு அகலப்படுத்தும்போது மரத்தை வெட்டியிருக்கலாம்.

டவுனுக்கு வரும்போதெல்லாம் சும்மாவேனும் இந்தத் தெருக்களில் சுற்றிக்கொண்டிருந்திருக்க வேண்டும். பிறந்து வளர்ந்த தெருவை, வீட்டை எப்படித் திரும்பிப் பார்க்காமல் கை கழுவினேன்...? குற்ற உணர்வு மெல்லிய முள் வலையாக இதயத்தைச் சுற்றிப் படர்ந்தது.

அடர்த்தியான நெருக்கடியான கட்டடங்களோடு தெரு முடிவில்லாமல் நீண்டு கிடக்கிறது. மலைப்பாய் இருந்தது. இந்தத் தெருதானா? குழப்பம் கொஞ்சம் அவநம்பிக்கையை எடுத்து மனதில் கரிய புள்ளிகளை இட்டது. சந்தேகமில்லாமல் பஸ் ஸ்டாப்பிலிருந்து மூன்றாவது சந்துதான்.

டீக்கடைப் பக்கம் ஒதுங்கினான். எப்.எம். ரேடியோவில் மாசிலா உண்மைக் காதலே... பாட ஆரம்பித்தது. பளீரெனப் பரவசம் மின்னியது. அப்பாவுக்குப் பிடித்த பாடல். ஒருவேளை அப்பா தன்னைக் கவனித்துக்கொண்டிருக்கலாம். அவர்தான் இந்தச் சகுனத்தை வெளிப்படுத்தியிருக்க வேண்டும். வீட்டைக் கண்டு பிடித்துவிட்ட மாதிரியும் அங்கே அப்பா உட்கார்ந்துகொண்டு வாடா இப்பத்தான் கண்ணு தெரிஞ்சதா? என்று கேட்பது மாதிரியும் ஒரு கற்பனை ஓடியது. சந்தோஷமாய் இருந்தாலும் தான் தேடுவது வீட்டையா அப்பாவையா என்று மனம் ஒரு நொடி குழம்பியது.

சாகும்போது அப்பாவுக்கு நாற்பத்தி மூன்று வயது. திடீர் திடீரென மயங்கி விழுந்தார். அம்மாதான் அவரைக் கூட்டிக்கொண்டு அந்த ஆஸ்பத்திரிக்கும் இந்த ஆஸ்பத்திரிக்கும் ஓடினாள். இவர்கள் இரண்டு பேரும் விடாமல் பள்ளிக்கூடம் போய்க்கொண்டே இருந்தார்கள். திடீரென ஆஸ்பத்திரிக்குப் போவது நின்றுவிட்டது. இரண்டு பேர் முகங்களும் பாழடைந்துவிட்டன. அப்பா மயங்கி விழும்போது அம்மா வெறுமனே பார்த்துக்கொண்டிருந்தாள். அப்பா நேரம் தவறாமல் மாத்திரைகளை உரித்து உரித்து விழுங்கிக்கொண்டே இருந்தார்.

அம்மா திடீர் திடீரென உட்கார்ந்துகொண்டு தேம்பித் தேம்பி அழுதாள். பிள்ளைகள் ஒரேயடியாய் பயந்திருந்தனர். விவரம் கேட்கவும் பயமாய் இருந்தது. ஒரு வழியாகத் தைரியத்தை வரவழைத்துக்கொண்டு ஒருநாள் கேட்டபோது, தெரியலையே ஐயோ, ஐயோ நா என்ன செய்வேன்... டாக்டருங்க என்னென்னமோ சொல்றாங்களே... ரத்தத்துல என்னவோ வியாதியாம். அதுக்கு மருந்தே இல்லையாமே... நா என்ன பண்ணுவேன்?

அப்பா அதட்டினார். சாந்தா என்ன பண்ணிகிட்டிருக்கறவ?

வெய்யிலின் உணக்கை மறைந்து சுள்ளெனக் காய்ந்தது. மேல் தோல் எரிந்தது. சின்ன வயசில் சோமுவோடு போய் விளையாடி விட்டு இராத்திரியில் கூடச் சரியாய் வீடு வந்திருக்கிறேனே? அப்போது நான் பத்தாவது படித்துக்கொண்டிருக்கும் பையன். எப்படி மறந்து போனேன்? அந்தத் தெரு எங்கே போனது?

அந்தத் தெரு அவன் மனதில் இருந்தது. சந்தின் அகலம், மரஞ்செடிகளின் நிழல், சில வீடுகளின் வாசல்கள், ஒரு சில படிக்கட்டுகள், முகப்புகள், ஜலதாரைகள் எல்லாம் மனசுக்குள் இருந்தன. வெளியே இருக்கும் தெரு திறப்பு விடாமல் விடுவிக்கப்பட்ட புதிர் மாதிரி இறுக்கமாய் இருந்தது. உள்ளுக்கும் வெளிக்கும் ஒரு இணைப்பும் கிடைக்கவில்லை. சந்திரன் அந்தரத்தில் தொங்கிக் கொண்டிருப்பதைப் போல உணர்ந்தான். அப்பாதான் தன் மீது இரக்கம் கொண்டு ஏதாவது செய்ய வேண்டும் என்று நினைத்துக்கொண்டான்.

அன்று ஞாயிற்றுக்கிழமை. ஆடி மாதப் புளியங்காற்று விடிய விடிய அடித்துக்கொண்டிருந்தது. விடிந்து அரைத் தூக்கமாய் காற்றின் விதவிதமான சத்தத்தைக் கவனித்தபடியே படுத்திருந்தபோது அம்மா கொடூரமாய் அலறினாள். பூபதியும் சந்திரனும் வாரிச் சுருட்டிக்கொண்டு ஓடினார்கள். அப்பா தூங்கிக்கொண்டிருந்தார். அம்மா அவர் மேல் விழுந்தபடி அலறிக் கொண்டிருந்தாள்.

ஐயோ கண்ணுங்களா, உங்கப்பா நம்மள உட்டுட்டுப் போயிட்டார்டா...

சந்திரனுக்கு உடலில் என்னென்னவோ நடந்தது. அழுகை தானாகவே வெடித்துச் சிதறியது. கலக்கம், குழைவு, பீதி எல்லாவற்றையும் தாங்க முடியாமல் அவன் திணறினான். உடலுக்குள் காற்று புகுந்து அலைவது மாதிரி எதுவோ அலைந்தது.

பூபதி வெறி பிடித்தவன் மாதிரி அம்மாவைத் தள்ளிவிட்டு அப்பாவைப் பிடித்து உலுக்கினான். சாந்தா நெஞ்சிலறைந்து கொண்டாள்.

காற்று எல்லோரையும் பரிகாசம் பண்ணுவது மாதிரி குறுக்கும் மறுக்கும் அலைந்துகொண்டிருந்தது. இழவுக்கு வந்த கிழவிகள் இந்தக் காத்துக்கு இன்னிக்கி என்ன வேதி வந்து தூக்கீட்டுப் போவுது என்று சலித்துக்கொண்டார்கள். ஒருவரும் இருவருமாக ஜனங்கள் ஏதோ கடமையே என்று வருவதும் உட்காருவதும் போவதுமாக இருந்தார்கள். அவர்கள் யாரையும் இவர்களுக்கு அடையாளம் தெரியவில்லை. சந்திரனின் மனதில் ஒரு பயம் பெரியதாய் எல்லை கட்டி அசையாமல் உட்கார்ந்திருந்தது. கூடவுமில்லை குறையவுமில்லை. அந்தப் பயத்தை அவனால் அசைக்கக்கூட முடியவில்லை. இந்த நாள்தான் இந்தப் பயத்தைத் தூக்கி அவன் மேல் சுமத்தியிருக்கிறது. இதை எப்படியாவது ஓட்டிவிட வேண்டுமே என்ற பதைப்புதான் துக்கத்தைவிடப் பெரியதாய் இருந்தது. நாள் நகருகிற மாதிரியே தெரியவில்லை. தூக்கம்தான் வந்தது. இதென்ன மோசம் . . . அப்பா செத்திருக்கும்போது எனக்கெப்படித் தூக்கம் வருகிறது? மாலையோடு உட்கார்ந்திருந்த அப்பா அவன் நிலையைக் கண்டு நமட்டுச் சிரிப்பு சிரிப்பதுபோல இருந்தது. அது பிரமையோ நிஜமோ? பிரமை போலவும் இருந்தது. நிஜம் போலவும் இருந்தது. நாளின் அழுத்தத்தைத் தாங்க முடியாமல் வீடும் திணறுவதுபோலவும் நெளிவதைப்போலவும் இருந்தது.

நான்கு பக்கமும் பிளாஸ்டிக் பொம்மைகள் கட்டிய தள்ளுவண்டியில் அப்பாவைத் தூக்கி வைத்துக்கொண்டு மெயின் ரோடு வழியே கிளம்பும்போது பின் மதிய நேரமாகி இருந்தது. அன்று ஞாயிற்றுக்கிழமை என்பதால் கடைகள் எல்லாம் மூடியிருந்தன. கொஞ்ச நஞ்ச ஜனங்களும் எல்லாத் தியேட்டர்களிலும் நிறைந்து அடைந்துகொண்டனர். காற்று நாயை விரட்டுவது மாதிரி அவர்களை விரட்டிக்கொண்டே இருந்தது. சங்கு சேகண்டி ஒலிக்கும்போது நகரும் பஸ்ஸிலிருந்து எல்லோரும் திரும்பிப் பார்த்தனர். சந்திரனுக்கு மேலே பூச்சி ஊர்வது போலிருந்தது. வண்டிக்குப் பின்னால் யாரோ பத்துப்பேர் சாவகாசமாய் கதை பேசியபடி வந்துகொண்டிருந்தனர். சந்திரனுக்கு அப்பாவின் சவத்தை எங்கிருந்தோ திருடிக்கொண்டு ஓடுவதைப் போல இருந்தது.

சந்திரன் நின்றுவிட்டான். மனசுக்குள் சவ வண்டி போய்க்கொண்டே இருந்தது. நடுத்தெரு நடுத்தெரு எனத் திரும்பத் திரும்ப உருவேற்றினான். ஆனால் கண்கள் கேட்கவில்லை.

இரண்டு துளிகள் சிதறியும் விட்டன. மிக அவசரமாகக் கர்ச்சீப்பை எடுத்துக் கண்கள் மீது வைத்து அழுத்திக்கொண்டு தூசு விழுந்துவிட்ட பாவனையில் நின்றான். அசாத்தியமாய்ப் பெருகிய அழுகையைக் கட்டுப்படுத்தியதால் உடனே தலைவலி சொடுக்கியது.

தெருவின் மீதான கூர்மையான கவனம் சிதறிவிட்டது. பழைய நினைவுகளோடே உடலைப் பற்றிய ஸ்மரணை அற்று அலைந்துகொண்டிருந்தான். மூன்றாவது சந்து என்றில்லாமல் முதல் சந்து, இரண்டாவது சந்து, குறுக்குச் சந்து என்று நோக்கமில்லாமல் அலைந்தான்.

திடுக்கிட்டு நின்றான். மெல்ல மெல்லச் சுயநினைவு வந்தது. கால் நரம்புகளும் தொடைகளும் இழுத்துப் பிடித்துக்கொண்டு வலித்தன. பொழுது சாய்ந்திருந்தது. நினைவிலிருக்கும் அந்த வீடும் தெருவும் கலைந்து விட வேண்டாம் எனத் தோன்றியது. திரும்பி நடக்க ஆரம்பித்தான்.

வார்த்தை, ஜூன் 2009

சக்தி அழைப்பு

அன்று விடியற்காலை காளியண்ணன் ஒரு கனவு கண்டார். ஒரு இளவயதுப் பெண் மனதைப் பிசையும்படியான மெல்லிய குரலில் அழுது கொண்டிருந்தாள். அவள் முகத்தில் இவரின் பாட்டி ஜாடை இருந்தது. இவருக்கும் அழுகை வந்தது. கனவிலேயும் கனவுக்கு வெளியேயும் அவர் கண்கள் கலங்கின. தாயி உன் பிரச்னை என்ன என்று கேட்டார். வீடு இடிஞ்சி விழற மாதிரி இருக்கு. அதிலேயேதான் ரொம்ப வருஷமா இருக்கேன். வீட்ட எடுத்துக் கட்டினா பரவாயில்ல என்றாள். அவ்வளவுதானேம்மா. இதுக்குப் போயி யாராவது அழுவாங்களா..? செஞ்சிடலாம் என்று சிரித்தார். அவ்வளவுதான். கனவு கலைந்துவிட்டது. எழுந்து கடிகாரத்தைப் பார்த்தபோது ஐந்து மணி. கனவு துல்லியமாய் நினைவில் இருந்தது. அவர் மனத் திரையில் மீண்டும் ஓடியது கனவு.

இதற்கு என்ன அர்த்தமாய் இருக்கும் என யோசித்தார். ஒன்றும் பிடிபடவில்லை. பொன்னம்மாவிடம் சொல்லலாமா என்று பார்த்தார். வேண்டாம் என்று தோன்றியது. பிறகு வழக்கமான வேலைகளில் மூழ்கிவிட்டார். கனவு கொஞ்சம் கொஞ்சமாய்த் தேய்ந்து நினைவு அடுக்குகளுக்குள் சென்று அடங்கியது.

வெய்யில் சுள்ளென ஏறும்போதுதான், இன்று அமாவாசை என்பது நினைவுக்கு வந்தது. செல்லியாயி கோயிலுக்குப் போகணும் என நினைத்தவராய் குளிக்கச் சென்றார்.

பெண்கள் வந்து பருத்திக் காட்டில் களையெடுத்துக் கொண்டிருந்தார்கள். செல்லம்மா அவர்களுக்குக் கம்பஞ்சோறு கரைத்துக் கொண்டிருந்தார். பூஜைக்கு ரஸ்தாளி பழம் இரண்டு சீப்பாய் எடுத்து வைக்கும்படிச் சொன்னார். வெள்ளை வேட்டி, சட்டைத் துண்டு சகிதமாய் மாருதி வேன் சாவியை எடுத்துக் கொண்டு கிளம்பினார்.

தூரத்திலிருந்து பார்க்கும்போது, சட்டென ஒரு தாக்குதலை உணர்ந்தார். செல்லியாயி கோயில் மக்கிப் போனதைப் போல இருந்தது. பின்னணியில் பச்சைப் பசேலென இருந்த கடலைச் செடிகள் கோயிலின் கோலத்தை மேலும் துலக்கமாய் எடுத்துக் காட்டின. அவர் இந்தத் தடத்தில்தான் தினமும் போகிறார். இதுநாள் வரை இதைக் கவனிக்கவே இல்லை. அல்லது இது ஒரு விஷயமாகவே தோன்றியதில்லை. திடீரெனக் கனவு ஞாபகத்துக்கு வந்தது. மனம் தீவிரமடைந்தது. எவ்வளவு கட்டுப்படுத்தியும் மீண்டும் கண்கள் கலங்கின. கனவில் வந்தது செல்லியாயிதான். அவளே வந்து கேட்கும்படி கோயிலைக் கவனிக்காமலேயே இருந்துவிட்டேனே என நினைத்து உள்ளுக்குள்ளேயே அழுதார்.

கோயிலருகே இருந்த எட்டி மரத்தடியில் காரை நிறுத்தினார். கிருஷ்ணன் கைகளைக் கூப்பி வரவேற்றார். பூஜைப் பையைப் பயபக்தியுடன் வாங்கிக் கொண்டு உள்ளே போனார். பக்கத்தில் இருந்து பார்க்கும் போது, கோயில் இன்னும் பூதாகரமாய்த் தெரிந்தது. இத்தனை நாள் இதை எப்படிக் கவனிக்காமல் விட்டோம் என ஆச்சரியமாய் இருந்தது.

அவர் மனதில் சட்டெனத் தோன்றியது ஒரு புதிய கோயில். அது அவரைப் பாம்பு போல வளைத்துக் கொண்டது. கோயில் கட்டுமான வேலைகள், வண்ணம், கும்பாவிசேகம் எனக் காட்சிகள் மாறி மாறிப் பெரும் சக்தியுடன் ஓடிக்கொண்டே இருந்தன.

கிருஷ்ணன் ஒரு இயந்திரத்தின் ஒழுங்குடன் பூசை வேலைகளைச் செய்தார். சின்ன வெண்கலச் சருவத்தைப் புளி போட்டுத் தேய்த்து, கல் அடுப்பில் தழுவு சோற்றுக்கு உலை வைத்தார். கிணற்றில் தண்ணீர் இறைத்து வந்து சுற்றுப் பிரகாரத்தைக் கழுவினார். பறித்து வைத்திருந்த அரளிப் பூக்களை மின்னல் வேகத்தில் தொடுத்துச் சரமாக்கிவிட்டார்.

இவ்வளவு வேலைகளுக்கு நடுவேயும் அவர் வாய் காளியண்ணனோடு பழைய கதைகளைப் பேசிக்கொண்டிருந்தது. “செல்லியாயிக்கு அவ்வளவு சக்திங்க. இங்கிருந்து சக்தி அழைச்சிக்கிட்டு போனாதானே மாரியாயி நோம்பிக்கே உயிர்

கலை வரும். உங்களுக்குத் தெரியாதா? அய்யாரு காலத்தில அவரு கூடச் சின்னப் பையனா வந்த நீங்க சாமி குதிரையை நான்தான் பிடிப்பேன்னு அடம்பிடிச்சி அழுதது நேத்துப் போல இருக்குதுங்க” என்றார்.

காளியண்ணன் மனதில் பழைய நினைவுகள் மிதந்தன. இவ்வளவு சீரும் சிறப்புமாக ஆண்டு தவறாமல் பண்டிகை நடப்பதைப் பார்க்க அய்யா உயிருடன் இல்லாமல் போய்விட்டாரே என நினைப்பு வந்து நெஞ்சைப் பிசைந்தது. அய்யா பூசைய ஆரம்பிக்கலாங்களா? பூசாரி பையிலிருந்த தேங்காய், பழங்களை எடுத்துச் சிப்பி தட்டத்தில் வைத்தார். “நம்ம தோட்டத்துப் பழமுங்களா?” “ஆமா பூசாரி வீட்டுகிட்ட ஒரு எடக்கன்னு இதுக்குன்னே வெச்சிருந்தேன்” என்று சிரித்தார். “பழத்து நிறத்த பாத்தாவே தெரியுதுங்களே? கல்லு வச்சிப் பழுக்கப் போடற பழத்துல இப்படி ஒரு வண்ணம் வருமா?” சொல்லிக்கொண்டே தட்டத்தை உள்ளே எடுத்துப் போனார்.

கோயிலின் உள்ளே காலம் நூலாம்படையாய்த் திட்டுத் திட்டாய் தொங்குவதைப்போல இருந்தது. சின்ன வயசில் அப்பாவோடு வரும்போதும் இப்படியேதான் இருந்தது. தன் கல்யாணத்தின் போதும் இப்படியேதான் இருந்தது என நினைக்கும்போது, கோயில் கால ஓட்டத்தில் ஓடாமல் அப்படியே நிற்கிறதோ எனச் சந்தேகமாய் இருந்தது. தான் எங்கு நிற்கிறோம் ? முப்பது வருஷத்துக்கு முந்தைய கோயிலிலா அல்லது இன்றுள்ள கோயிலிலா என ஒரு கணம் குழம்பிப்போனார். அந்தக் குழப்பம் அவரை என்னவோ செய்தது. கண்களை வெளியே திருப்பிக் காரின் மீது பார்வையையும், காலத்தையும் ஊன்றி நிறுத்தினார்.

பூசாரி ஊதுபத்தியைக் கொளுத்தி வைத்தார். சாம்பிராணி போட்டு, கற்பூரம் ஏற்றினார். காளியண்ணன் கண்களை மூடி முணுமுணுத்தார். தாயே உன்னோட கோயில நல்ல படியா கட்டி முடிக்கிற சக்திய கொடம்மா. கையருகே வந்த கற்பூர தீபத்தைக் கண்களில் ஒற்றிக் கொண்டார்.

பூசாரி பொங்கலையும், தேங்காய்ப் பழங்களையும் எடுத்துப் பையில் வைக்கத் தயாரானார். “கிருஷ்ணா பையில இன்னொரு சீப்பு பழம் இருக்கும் பாரு எடுத்துக்க” என்றார். கிருஷ்ணனின் கண்களில் வாஞ்சையின் ஒளி மின்னியது. கும்பிடு போட்டு எடுத்துக்கொண்டார்.

மழை வரும்போல இருந்தது. பூசைப் பையைக் கார் சீட்டில் வைத்துவிட்டு ஸ்டார்ட் செய்தார். செம்மண் புழுதி கிளம்பியது.

அப்படியே கார் மீது படிந்து விடுமோ எனப் பயந்தவராய் விருட்டெனக் கிளப்பினார்.

பருத்திக் காட்டில் பெண்கள் பாதிதூரம் களையெடுத் திருந்தனர். சுந்தரம் கட்டுத்தறியைக் கூட்டிக் கொண்டிருந்தார். எருக்குழி நிறைந்திருந்தது. கார் காரை வாசல் ஓரமாய் சென்று பாதாமி மரத்தடியில் நின்றது.

பொன்னம்மா தலைவாரிக் கொண்டை போட்டுக் கொண்டு சீப்பில் சிக்கியிருந்த முடிகளைப் பந்தாய்ச் சுருட்டிக் குப்பைக் குழி ஓரமாய் போட்டுவிட்டு, வந்து பையை வாங்கிக் கொண்டு போனார்.

கட்டுத்தறி ஓரமாய் இருந்த குழாயில் முகம் கை கால்களைக் கழுவிக்கொண்டு மேல் துண்டில் துடைத்தவாறே உள்முற்றத்துக்குப் போய், ஊஞ்சலில் சம்மணம் போட்டு உட்கார்ந்தார். பொன்னம்மா கையைக் கழுவிக் கொண்டு தட்டத்தில் சோற்றைப் போட்டுக் கொண்டு வந்தார். பச்சைத் துவரை கடைந்திருந்தார். பூஜைப் பையைப் பிரித்துத் தழுவு சோற்றிலிருந்து கொஞ்சம் எடுத்துத் தட்டத்தின் ஓரத்தில் வைத்தார்.

எப்போதும் செல்லியாயி கோயிலுக்குப் போய்விட்டு வந்தால் முகம் தெளிச்சியாய் இருக்கும். இன்று என்னவோ பொசுக்கென்று இருந்தார். என்ன ஆச்சி முகத்தில கலையே இல்லையே எனக் கேட்க நினைத்தார். சாப்பிடும்போது எதையும் நினைவுபடுத்த வேண்டாம் எனப் பேசாமல் விட்டுவிட்டார்.

மழைக்காற்று ஆரம்பித்தது. பொன்னம்மா ஓடிப்போய் கொடியில் காய்ந்து கொண்டிருந்த துணிகளை எடுத்துக்கொண்டு வந்தார். காளியண்ணன் அவரிடம், "செல்லியாயி கோயில இடிச்சிட்டுப் புதுசா கட்டிரலாம்னு இருக்கேன்" என்றார். பொன்னம்மாவுக்கு என்ன பேசுவதென்றே தெரியவில்லை. "கொஞ்ச நாள் போவட்டுமே என்ன இப்ப திடீர்னுட்டு" என்றார்.

"இன்னைக்கி கோயிலுக்குப் போவும்போதுதான் தோணிச்சி" என்றார். கனவில் வந்து அழுத பெண்ணின் முகம் திரும்ப மனதுக்குள் வந்தது. உடலில் புது வேகம் வந்திருந்தது. கிருஷ்ணனை வீட்டுக்கு வந்து பார்க்கச் சொல்லி ஆள்விட்டார்.

சாயந்திரம் வந்த கிருஷ்ணனிடம், செல்லியாயி கோயிலைப் புதிதாகக் கட்ட இருக்கும் தன் யோசனையைச் சொன்னார். சந்தோஷத்தில் பூசாரிக்குப் பேச்சே வரவில்லை.

பேச்சு அன்று இரவே ஊர் முழுக்கப் பரவிவிட்டது. அடுத்த நாள் ஊர் முக்கியஸ்தர்கள் ஒவ்வொருத்தராய் வீட்டுக்கு வர ஆரம்பித்தார்கள். வருபவர்களுக்குக் காபி டீ பலகாரம் என வீடு சுறுசுறுப்பானது.

எல்லாம் கொஞ்சநேரம்தான். செங்கோடன் வந்து எல்லாவற்றையும் அப்படியே புரட்டிப் போட்டுவிட்டார். "காளியண்ணா கோயில இடிச்சிட்டுப் புதுசா கட்டறது நல்ல விஷயம்தான். ஆனா அந்தக் கோயில் நிலம் யாரு பேருல இருக்குது தெரியுமா?" என்றார். காளியண்ணன் கண்கள் சுருங்கின. இத்தனை நாள்வரை இதுகுறித்துத் தனக்கு யோசனை வராமல் போனதற்காக வெட்கப்பட்டார். இருந்தாலும் சமாளித்துக் கொண்டு, "பரம்பரையா இருக்கற கோயில். யாரு பேருல இருந்தா என்ன..? நம்ம பங்காளிங்க பேருலதானே இருக்கும். என்றார். செங்கோடன் விழிகள் விரிய ஆச்சரியமாய் பார்த்தார். "உங்க அய்யாரு உங்கிட்ட ஒரு தடவை கூடச் சொல்லலியா? செல்லியாயி கோயில் நிலத்த அந்தக் காலத்துல நம்ம தாத்தாங்க கிருஷ்ணன் வம்சாவளிக்கே எழுதி வச்சிட்டாங்க. அப்பல்லாம் அப்படித்தான் வெள்ளச்சோளம் மாதிரி மனுசங்க. இப்ப அப்படி இருக்க முடியுமா? கோயில் நம்ம பங்காளிங்களோடது. நிலம் மட்டும் பூசாரி பேர்ல என்னத்துக்கு..? அத உம்பேர்ல எழுதிக்கிட்டு அப்புறமா கோயில் கட்டற வேலையப் பாரு... தெரியுதா" என்றார்.

காளியண்ணன் இதுவரை நிலத்தைப் பற்றி யோசிக்கவே இல்லை. இவர் சொல்வதும் நல்ல யோசனையாகத்தான் பட்டது. நம்ம பரம்பரைக் கோயில் நம்ம நிலத்திலதானே இருக்கணும். பூசாரி பேர்ல என்னத்துக்கு? கிருஷ்ணன் என்ன சொல்லப் போகிறார். அய்யா அது உங்க சொத்து. எம்பேர்ல வச்சிக்கிட்டு நான் என்ன பண்ணப் போறேன். நான் என்ன அதைக் கொண்டு போய் விக்கவா போறேன். உங்க பேருக்கே மாத்திக்கங்க. அதான் சரி என்பார். ஆனால் பாவம் என்ன இருந்தாலும் அவருடைய பூர்வீகச் சொத்து மாதிரிதானே? இன்னைக்கு நிலவரப்படி என்ன விலையோ அதன் பிரகாரம் அவருக்குப் பணத்தைக் கொடுத்துவிட்டுத்தான் கையெழுத்து வாங்க வேண்டும் என்று நினைத்துக்கொண்டார்.

மறுநாளே காரை எடுத்துக் கொண்டு கோயில் தோட்டத்தில் இருக்கும் கிருஷ்ணன் வீட்டுக்குப் போனார். "அய்யா சொல்லி விட்டிருந்தீங்கன்னா வந்திருப்பேனே. நீங்க வரணுமா" எனப் பதறினார் கிருஷ்ணன். "அதெல்லாம் ஒண்ணுமில்ல பூசாரி. அந்தக் கோயில் நிலம் உம் பேர்ல இருக்கு. அதை

நம்ம பேருக்குக் கிரயம் பண்ணணும். விலை என்னனங்கறத நாலு பேரு உக்காந்து பேசிறலாம். எங்க சும்மா கையெழுத்த வாங்கிக்குவேனோன்னு பயந்துக்காத. உம் மனசு நிறையற அளவுக்குப் பணம் கொடுத்தர்றோம் போதுமா?" என்றார்.

பூசாரியின் முகம் செல்லியாயி கோவிலைவிடப் பாழடைந்து போனது. "என்ன பூசாரி வம்சாவளியா இருக்கறத எப்படி மாத்தறதுன்னு யோசிக்கிறியா? அதனால என்ன..? கோயில் எங்க பங்காளிங்களோடது தானே? நிலத்தை நீ வேற எங்கயும் விக்கவும் முடியாது. நாளைக்கு என்ன எப்படி மாறுமோ? நம்ம காலத்திலேயே பிரச்னை இல்லாம பண்ணிக்கிறது நல்லதுதானே?" என்றார்.

பூசாரி இன்னும் பித்துப் பிடித்தவர் போலவே இருந்தார். இரண்டு நாள் யோசிச்சா தானா சரியாகிடும் என நினைத்தவராய் "சரி அப்ப நான் வரட்டுமா" எனக் கிளம்பத் தயாரானார்.

கிருஷ்ணன், "நிலத்த விக்க எங்களுக்கு உரிமையில்லன்னுதான் பத்திரத்தில தெளிவா இருக்கே. அப்புறம் எதுக்கு இதெல்லாம். நீங்க பாட்டுக்குக் கோயில கட்ட வேண்டியதுதானே" என்றார். அவர் இப்படிச் சொல்வார் என எதிர்பார்த்திருந்தாலும் உடனே சொன்னது ஆச்சரியமாய் இருந்தது. ஆனாலும் சமாளித்துக் கொண்டு, "அதெப்படி பூசாரி... எல்லாம் முறையா நடந்துட்டா எப்பவும் பிரச்னை இல்ல. கோயில் விசயம் பாரு" என்றார்.

நிலத்தை உங்க பேருக்குக் கிரயம் பண்ண முடியாதுங்க. அது எங்க வம்சாவளியா வர்ற நிலம். அது கைவிட்டுப் போச்சுன்னா அப்புறம் என்னங்க இருக்கு என்றார். அவர் குரலில் இதுவரை இல்லாத ஒரு உறுதியைக் கண்டு காளியண்ணன் ஆடிப்போனார்.

கோபம் ஆங்காரமாய் வந்தது. கஷ்டப்பட்டு மறைத்துக் கொண்டு, நிலம்தான் உனக்குப் பிரச்சனையா? சரி இதுக்கு ஈடா நெல்லு வெளையற புஞ்ச நிலமா தந்துடறேன். புதுசா கட்டற கோயில்லயும் நீதானே பூச பண்ண போற... அப்புறம் என்ன என்று அமைதியாகச் சிரித்துக்கொண்டே கேட்டார்.

கிருஷ்ணன் வேண்டாங்க... எனக்கு இந்தக் கோயில்ல பூச செய்யறதுக்கு வருஷத்துக்கு நீங்க கொடுக்கற தானியமே போதும். புஞ்சையெல்லாம் வேணாம். என்ன கட்டாயப்படுத்தாதீங்க. கோயில் நிலத்த மாத்தி கிரயம் பண்றத பத்தின பேச்சுக்கே இடமில்ல. நான் செத்தாலும் அது நடக்காது என ஒரே முடிவாய் சொல்லிவிட்டார்.

காளியண்ணன் நேரே செங்கோடனிடம் போய் நின்றார். அவர் முகத்தைப் பார்த்ததுமே, "சரிதான் . . . பூசாரி நான் நினைச்ச மாதிரியே பண்ணிட்டான்" என்றார் அவர்.

"இப்ப என்ன பண்றது?"

"என்ன பண்றது? கொஞ்சநாள் பேசாம இரு. முள்ளுமேல விழுந்த சீலய மொல்ல மொல்லதான் எடுக்கணும். அவசரப்பட்டு ஆவாது" என்றார். "சரி கிளம்புங்க டவுனுக்குப் போலாம்" என்றார் காளியண்ணன். செங்கோடனுக்கு அவர் நிலைமை புரிந்தது. பேசாமல் துண்டை எடுத்துத் தோளில் போட்டுக் கொண்டு கிளம்பினார். டவுன் பைபாஸ் தாண்டி கோயமுத்தூர் சாலையில் ஒதுக்குப்புறமாய் இருந்த ஒயின் சாப்புக்குப் போய் தண்ணி அடித்தார்கள். காளியண்ணனுக்குள் இருந்து பீறிட்டு அடித்தன வார்த்தைகள். அத்தனையும் கெட்ட வசவுகள். பூசாரியை மனதுக்குள் நிறுத்தி வைத்து வார்த்தைகளை வாரி இறைத்தார்.

மறுநாள் செங்கோடன் இவரைத் தேடிக்கொண்டு வந்தார். "ஆறுமாசம் ஒண்ணும் பேசாத. சித்திர மாசம் நோம்பி எடுக்கலாம். அப்புறம் பேசிக்கலாம்" என்றார்.

சித்திரை வரை அமாவாசைக்குச் செல்லியாயி கோயிலுக்குப் போவதை மறந்துவிட்டார். "ஏங்க பூசாரி மேல இருக்கற கோவத்த சாமி மேல காட்டலாமா? அது நம்ம குல தெய்வங்க" என்று பொன்னம்மா சொன்னபோது வெறுமனே தலையை ஆட்டினார். கிருஷ்ணன் அமாவாசை பூஜை தழுவு சோற்றை யாராவது தடத்தில் போகிறவரைக் கூப்பிட்டுக் கொடுத்து அனுப்பினார். அவருக்குப் பூசாரியை நிற்க வைத்து அறைய வேண்டும் போல இருந்தது. யாருகிட்ட உன் வேலைய காட்டற. உன்னால நேர்ல வந்து கொடுக்க முடியாதா? எனக் கறுவினார்.

சித்திரை மாதம் எல்லாம் வழக்கம் போலவே நடந்தது. ஊர்ப் பெரிய தனக்காரர்கள் சூழப் பண்டிகை அன்று அதிகாலை பொன்னம்மாவும் காளியண்ணனும் பொங்கல் கொண்டு போனார்கள். கிருஷ்ணன் சிரித்தபடியே அவருக்குப் பரிவட்டம் கட்டிப் பூர்ண கும்ப மரியாதையுடன் அழைத்துப் போனார். கோயில் மைதானத்தில் பட்டுச் சேலைகள் சரசரக்க பெண்கள் பொங்கல் வைத்தனர். சென்னை, பெங்களூருவில் வேலை செய்யும் கம்ப்யூட்டர் இன்ஜினியர்கள், இன்ஜினியர்களைக் கல்யாணம் செய்துகொண்டவர்கள், அமெரிக்காவுக்குப் போனவர்கள் எல்லாம் கூடப் பதிவிசாய் பட்டுச் சேலையைச் சுற்றிக் கொண்டு பொங்கலைக் கிண்டுவதைப் பார்த்து அவருக்குப் பெருமையாய்

இருந்தது. இந்த வருடம் வழக்கத்தைவிட அதிகமாகவே கோயிலில் கூட்டம் கூடியிருந்தது.

பொங்கல் வைத்து முடிந்ததும் பூஜை தடபுடலாய் நடந்தது. பூசாரி வாயில் துணியைக் கட்டிக் கொண்டு கண்கள் செருக, பூஜை செய்தார். குழந்தைகள் சிணுங்கெனச் சிணுங்கவும் யோசிக்கும்படி இருந்த அமைதிக்கு நடுவே பூஜை மணி சத்தம் முழங்கி அடங்கியது. கோயில் வளாகத்தில் அலங்கரித்து நிறுத்தியிருந்த குதிரையின் கயிற்றைக் காளியண்ணன் பிடித்துக் கொண்டார். கூட்டம் சக்தி அழைப்போடு மாரியம்மன் கோயிலுக்குத் திரும்பியது.

அந்த வருடம் வழக்கம் போலத் திருவிழா கோலாகலமாக நடந்து முடிந்தது.

பண்டிகை முடிந்ததும் ஆண்டு கூலி, தவசம் கேட்டுக் கிருஷ்ணன் காளியண்ணன் வீட்டுக்கு வந்தார். எப்போதும் அவரை அன்போடு கூப்பிட்டு உட்கார வைத்துச் சாப்பாடு போட்டு, தவச தானியங்களைக் குறிப்பிட்ட அளவுக்கு மேலேயே அளந்து வண்டி கட்டிக் கொடுத்துவிடும் காளியண்ணன், அவரைக் காரை வாசலில் நிறுத்தி, பிச்சைக்காரனைக் கேட்பது போல் என்ன? என்றார்.

கிருஷ்ணன் அங்கமெல்லாம் கூனிப் போனார். காரியம் பெரிதா வீரியம் பெரிதா என நினைத்துக் கொண்டவராய், அய்யா கூலி தானியம் என்று இழுத்தார்.

காளியண்ணன் வெறி பிடித்தவர் மாதிரி சிரித்தார். “தானியமா? நான் எதுக்கு உனக்குத் தானியம் தரணும்? நீயே பாத்துக்க போ போ . . .” என்றார்.

கிருஷ்ணன் தலையைக் குனிந்துகொண்டு திரும்பிவிட்டார்.

அந்த வருடம் இயற்கை மாற்றமாய் இருந்தது. சுட்டெரிக்கும் வெயில் நீண்ட நாள் நீடித்தது. ஒரு மழை பெய்யாதா என மக்கள் ஏங்கிப் போய்விட்டனர். பிறகு ஆரம்பித்த மழைக் காலத்தில் மழை அடித்துப் பெய்தது. தவச தானியங்களை விதைக்கப் போட்டபின், பயிர்களை அழிப்பது போல மீண்டும் மழை பெய்தது. மக்கள் இந்த வருட வெள்ளாமை அவ்வளவுதான் என நினைத்துக் கொண்டார்கள். பனிக் காலமும் பயங்கரமாய் இருந்தது.

சாமி கோவம்தான் காரணம் என்று எல்லோருக்கும் தோன்றியது. பூசாரிக்குக் காளியண்ணன் தவசம் கொடுக்கவில்லை என்பதைப் பற்றிப் பேசிக்கொண்டனர். தானியம் கொடுத்திருக்க

வேண்டும் என்றார்கள். எப்போதும் இல்லாத வழக்கமாய் செல்லியாயி கோயிலுக்குக் கூட்டம் கூட்டமாய் போக ஆரம்பித்தார்கள். கிருஷ்ணனுக்கு அரிசி பருப்பு என்று கொண்டு போய் கொடுத்தார்கள்.

காளியண்ணனிடமும் ஜாடை மாடையாய் பேசினார்கள். அப்போ அந்த ஆள் பண்ணினது சரியா? நம்ம நிலத்தை இல்லைன்னு சொல்லலாமா? என்றார்.

அவரு இல்லைன்னு சொல்லலையே . . . கோயில் கட்டிக்கங்கன்னுதானே சொன்னார். தானமா கொடுத்த நிலத்தைத் திரும்பக் கேக்கறது மட்டும் நியாயமா?

தாத்தா அவருக்கா தானமா கொடுத்தார். கோயிலுக்கு தானே கொடுத்தார். கோயில் நம்மதுதானே. நாம கேட்கும்போது கொடுக்கறதுதானே முறை.

இப்ப வெய்யிலும் மழையும் நம்ம சீரழிக்குதே . . .

உலகமே மழையிலும், வெய்யிலிலும் அழிஞ்சி கிட்டிருக்குது . . . அதுக்கெல்லாம் செல்லியாயிதான் காரணமா?

அப்ப நீ சாமிய நம்பலையா

நான் நம்புனா என்ன நம்பாட்டி என்ன நீங்க எல்லாம் நம்பறீங்க இல்ல. ஆத்தா உங்கள காப்பாத்துவா போங்க என்றார்.

சரி இனிமேல் அவர் சாமி கும்பிட மாட்டார் என்றுதான் எல்லோரும் நினைத்தார்கள். ஆனால் அவர் வீட்டில் நித்திய அனுஷ்டானங்களை விடாமல் கடை பிடித்தார். புதன்கிழமைகளில் மாரியம்மன் கோயிலுக்குச் சென்றார்.

அடுத்த ஆண்டு பண்டிகையின் போது, குதிரை பிடித்துச் சக்தி அழைக்க செல்லியாயி கோயிலுக்கு வர முடியாது என்றுவிட்டார்.

ஊர்க் கூட்டம் கூடியது. இப்படிப் பிடிவாதம் பிடிக்கறது சரியா. பரம்பரை வழக்கத்துப்படி வாங்க என்றார்கள்.

"என்னால முடியாது . . . வேற யாராவது போய்க்கங்க என்ன விட்ருங்க" என்றார்.

சாமி விஷயத்தில் இவர் இவ்வளவு பிடிவாதம் பிடிப்பது எல்லோருக்கும் ஒரு மாதிரியாய் இருந்தது. ஆனாலும் குதிரை பிடிக்க யார் போவது எனத் தயங்கினார்கள். செங்கோடன்கூடச் சொல்லிப் பார்த்தார். "காளியண்ணா நிலத்த நம்ம பேருக்கு

வாங்கி மட்டும் கோயில்தானே கட்டப்போறோம். விடு ... ஆத்தாவோட விளையாட்டுதான் இது. ஒண்ணும் நடந்திராது. நாம கோயில் கட்டறதுக்கான வேலைய ஆரம்பிப்போம். ஒண்ணும் மனசுல வச்சுக்காத ... எந்திரிச்சி வா" என்றார்.

காளியண்ணன் எழுந்தார். சபைக்கு ஒரு வணக்கம் போட்டார். உள்ளே போய் டப்பெனக் கதவைச் சாத்திக் கொண்டார். எல்லோருக்கும் முகத்தில் அடித்த மாதிரி இருந்தது.

ஊர்க்காரர்கள் முகம் சுண்டிப்போனது. ஏதாவது செய்து, காளியண்ணன் முகத்தில் கரியைப் பூச வேண்டும் என்கிற எண்ணம் எல்லோருக்குள்ளும் வந்தது. ஆனால் அதைக் காட்டிக் கொள்ளாமல் பாவம் அவரு ... எவ்வளவு ஆசையா இருந்தாரு. வசதி இருந்தும் ஒண்ணும் பண்ண முடியலைன்னா ஆத்திரம் இருக்கத்தானே செய்யும் என்று பேசிக்கொண்டனர்.

அவர் இல்லாமலேயே திரும்ப கூட்டம் போட்டனர். காளியண்ணனுக்குப் பக்கத்துக் காட்டு நாச்சிமுத்துவையே தர்மகர்த்தாவாக நியமிக்க வேண்டும் என எல்லோருக்குமே தோன்றியது. நாச்சிமுத்துவுக்கும் காளியண்ணனுக்கும் எப்போதும் வரப்புத் தகராறு இருந்துகொண்டே இருக்கும்.

விஷயத்தைக் கேள்விப்பட்ட காளியண்ணன் விக்கித்துப் போனார். இனியும் தான் இந்த ஊரில் இருக்க வேண்டுமா என்று யோசித்தார்.

நாச்சிமுத்து தர்மகர்த்தா ஆனதும் ஊர்க்காரர்களை வீட்டுக்கு அழைத்தார். முன்னால் இருந்த காரை வாசலில் பந்தல் போட்டு, ஆட்டுக் கிடாய் வெட்டி விருந்து தயாராகிக் கொண்டிருந்தது. அட என்னங்க ... இதெல்லாம் எதுக்கு என வந்தவர்கள் கூச்சமடைந்தார்கள். இருக்கட்டும் இருக்கட்டும் உள்ள வாங்க எனக் கூட்டிப் போய் உள் அங்கணத்தில் உட்கார வைத்தார். ராசம்மாளைக் கூப்பிட்டு எல்லோருக்கும் காபி பலகாரம் கொடுக்கச் சொன்னார்.

ஊஞ்சலில் உட்கார்ந்து கொண்டு பேச்சை ஆரம்பித்தார். "இந்தப் பூசாரி விஷயம் ஒண்ணுமே இல்லைங்க. நாமளா எதுவும் சொல்லக்கூடாதுன்னுதான் நான் வாயைத் தொறக்கலை. பூசாரி கோயில்ல பூச செய்யிற வரைக்கும்தான் நிலம் அவர் பேர்லன்னு பத்திரத்தில இருக்கு. அப்படித்தானே. அவர கோயில் பூசை வேலையில இருந்து தூக்கிட்டா ... நிலம் தானா நம்ம கைக்கு வந்துடுது?" என்றார். எல்லோரும் திடுக்கிட்டுப் போனார்கள்.

குமாரநந்தன்

அதெப்படிங்க . . . பூசாரி குடும்பம்தான் பரம்பரையா பூச செய்யணும்ங்கறதாலதானே நிலத்த அவங்க பேர்ல எழுதி வச்சது.

"அப்படின்னு நாமதான் நினைச்சிக்கிட்டு இருக்கோம். ஆனா பத்திரத்த யாராவது நல்லாப் படிச்சுப் பாத்தீங்களா. கோயில் நிலம் பரம்பரை பரம்பரையா பூசை செய்யிற பூசாரி குடும்பத்துக்கு உரிமைன்னுதானே இருக்கு. அந்தக் குடும்பம்தான் எப்பவும் பூசை செய்யணும்னு ஒண்ணும் இல்லையே? இல்ல அவரை எப்பயும் மாத்தக்கூடாதுன்னாவதும் இருக்கா?"

எல்லோரும் என்ன பேசுவது என்று தெரியாமல் திகைத்துப் போய் அப்படியே உட்கார்ந்திருந்தனர்.

"பூசாரிய வீட்டுக்கு அனுப்புங்க. நிலம் தன்னப் போல நம்ம கைக்கு வந்திரும்."

அதன்பின் எல்லோருக்கும் இலை போட்டுக் கறி விருந்து பறிமாறப்பட்டது. ஊர்க்காரர்களுக்கு அது அதிசயமாகவே இருந்தது. இரண்டு வருடங்களாக இழுத்துக் கொண்டிருந்த பிரச்சினையை ஒரு நிமிஷத்தில் தீர்த்து, ஒண்ணுமே இல்லைன்னு ஆக்கிட்டாரே . . . கவுண்டர் பெரிய ஆளுதான் எனப் பேசிக் கொண்டார்கள்.

விஷயத்தைக் கேள்விப்பட்ட காளியண்ணனும் கிருஷ்ணனும் ஆடிப்போய்விட்டார்கள்.

அன்றிரவு இருவரும் ஒரே முடிவை எடுத்தார்கள். ஊரில் இரண்டு இழவு விழுந்தது. அந்த வருடம் பண்டிகை நடக்கவில்லை.

அடுத்த ஆண்டு வழக்கம்போலப் பண்டிகை ஜோராய் நடந்தது.

அதற்கு அடுத்த வைகாசி மாதத்தில் செல்லியாயி கோயிலை இடித்துவிட்டுப் புதிய கோயில் கட்டுவதற்கான ஏற்பாடுகள் மளமளவென்று துவங்கின.

***அடவி*, மே 2017**